பாராசாரியம்

(திசா புத்தி பலன்கள்)

பதிப்பாசிரியர் மற்றும் உரையாசிரியர்
முனைவர் திருமதி சத்தியபாமா காமேஸ்வரன்.,

M.A., M.Phil., M.Ed., Ph.D., D.I.M, D.A.Sc.

விஜயா பதிப்பகம்
20, ராஜ வீதி,
கோயம்புத்தூர் - 641 001.
www.vijayapathippagam.com

நூலின் பெயர்	:	*பாராசாரியம் (திசா புத்தி பலன்கள்)*
ஆசிரியர்	:	சத்தியபாமா காமேஸ்வரன்
முதல் பதிப்பு	:	மே 2013
வெளியீடு	:	**விஜயா பதிப்பகம்**
		20, ராஜ வீதி,
		கோயம்புத்தூர் - 641 001.
		ℂ 0422 - 2382614 / 2385614
ஒளியச்சு / புத்தக வடிவமைப்பு	:	ஐரிஸ் கிராபிக்ஸ், கோவை.
அட்டை வடிவமைப்பு	:	சரவணன், சென்னை -5
அச்சாக்கம்	:	ஜோதி எண்டர்பிரைசஸ், சென்னை - 5.
பக்கம்	:	256
விலை	:	ரூ.145/-

ISBN - 81-8446-491-6

PAARAASAARIYAM

Author	:	Sathiyabama Kameswaran
First Edition	:	May 2013
Published By	:	**VIJAYA PATHIPPAGAM,**
		20, Raja Street, Coimbatore - 641 001.
		ℂ 0422 - 2382614 / 2385614
Layout & Laser type set	:	IRIS graphics, Coimbatore.
Cover Design	:	Saravanan, Chennai - 5.
Printed At	:	Jothi Enterprises, Chennai - 5.
Pages	:	256
Price	:	Rs.145/-

இதுவரை வெளிவந்துள்ள இந்தப் பதிப்பாசிரியரின் நூல்கள்
(ஓலைச் சுவடிகளில் இருந்து பதிப்பிக்கப்பட்டவை)

1. மூலிகைக் கற்பங்கள் (சித்த மருத்தும்) – 1996
2. கணக்கதிகாரம் (தொகுப்பு நூல்) (கணிதம்) – 1998
3. கணிதநூல் - பகுதி-1 (கணிதம்) (இணைப்பதிப்) – 1999
4. சோலவரைத் துயிலரங்கன் சரிதம் (இலக்கியம்) – 2000
   பகுதி I & II (இணைப் பதிப்)
5. ஆற்றுப்படைத் தொகுதி (இலக்கியம்) – 2000
6. பல கணக்குவகை (கணிதம்) – 2001
7. ஆஸ்தான கோலாகல (கணிதம்) – 2004
8. கணித நூல் – பகுதி II (இணைப்பதிப்) (கணிதம்) – 2005
9. திருவரங்கக் கலம்பகம் (இலக்கியம்) – 2007
10. குமாரசுவாமியம் (சோதிடம்) – 2007
11. சூடாமணி உள்ளமுடையான் (சோதிடம்) – 2007
12. கணக்கதிகாரம் - பகுதி II (கணிதம்) – 2007
13. சாதக பாரிஜாதம் (சோதிடம்) – 2007
14. சர்வார்த்த சிந்தாமணி (சோதிடம்) – 2007
15. கணக்கதிகாரம் – பகுதி II (வேறு நூல்) (கணிதம்) – 2007
16. சாதக நூல் (சோதிடம்) – 2008
17. சாதக சிந்தாமணி பகுதி I & II & III (சோதிடம்)– 2008, 2009, 2011
18. மனையடி சாஸ்திரம் (கட்டிடக்கலை) – 2010
19. அழகுக்கலை (பாடநூல்) (மூலிகை அழகியல்) – 2008
20. அழகுக் கலையும் அறிவியல் (மூலிகை அழகியல்) – 2008
    கூறுகளும் (பாடநூல்)

பதிப்புரை

நம் முன்னோர்கள் தங்களின் அறிவாற்றலினாலும் அனுபவத் தாலும் கண்டுணர்ந்த உண்மைகள் பலவற்றையும் தங்கள் சந்ததி யினர்க்கு வழங்க வேண்டும் என்று கருதினார்கள். அதன் விளைவாகத் தங்கள் எண்ணங்களை பதிவுகளாக்கினர். பலவற்றையும் கண்டு உணர்ந்ததைப் போல நவக்கிரகங்கள், நட்சத்திரங்கள் போன்றவற்றைக் கண்டு ஆய்வு செய்து நுட்பமான வானவியல் செய்திகளைக் கண்டறிந்து வானவியல் சாஸ்திரத்தை உருவாக்கினார்கள்.

நாளடைவில், ஒருவன் பிறந்த காலத்தில் இருந்த கிரகங்களின் நிலைக்கும் அவனுடைய வாழ்வில் நடக்கும் நன்மை தீமைகளுக்கும் தொடர்புண்டு என்பதைக் கண்டுணர்ந்தார்கள். அதன் பயனாகச் சோதிட சாத்திரத்தை உருவாக்கினார்கள். கிரகங்கள். நட்சத்திரங்கள் போன்றவற்றிலும் பல்வேறு பண்புகள் குறித்தும் பன்னிரு இராசி களில் நிற்கும் பொழுது, அவைகளின் பலம், நட்பு, பகை போன்ற நிலைகளையும் தெளிவுபடுத்தினர்.

ஒருவருடைய சாதகத்தில் அமைந்துள்ள கிரகங்களின் நிலையைக் கொண்டும் தசாபுத்தியைக் கொண்டும் கோசாரத்தைக் கொண்டும் பலன்கள் கூறப்படுகின்றன. இவற்றுள் ஒருவருடைய வாழ்வில் எக்காலத்தில் என்ன நிகழ்வுகள் நடைபெறும் என்பதை அறிவதற்கு உதவக் கூடியது திசாபுத்தியாகும். திசா புத்தி நாதர்களின் இயற்கையான குணம், தன்மைகள் பொருந்தும் ஒருவருடைய ஜாதகத்தில் என்ன திசை என்பதைக் கொண்டும் அவருடைய வாழ்வில் நடைபெறக் கூடிய நன்மை, தீமைகள் எடுத்துரைக்கப்படுகின்றன.

சோதிட சாத்திரங்களில் நட்சத்திர மகாதிசை, காலச்சக்கர திசை, உற்பன்ன திசை, மிருத்துதிசை, ஆதான திசை, வாமதிசை, நிரியாண திசை, பிராணதிசை, குளிக நிரியாண திசை என பல்வேறு

திசைகள் கூறப்பட்டுள்ளன. இவற்றுள் நட்சத்திர மகா திசை எனப்படும் உடுமகாதிசை, காலச்சக்கர திசை ஆகியவை குறிப்பிடத்தக்கவை. அவற்றுள்ளும் நட்சத்திர மகாதிசை வழி பலன் காணும் முறையே தற்காலத்தில் பெருவழக்கில் உள்ளது.

சோதிட சாத்திரத்தை இயற்றிய பெரியோர்களுள் ஒருவராகிய பராசர முனிவரால் அருளப்பட்ட பராசர ஹோரா சாஸ்திரம் என்ற நூல் திசாபுத்திகளைப் பற்றிய விரிவானதொரு நூலாகும். வடமொழியில் அமைந்துள்ள இந்நூல் தற்பொழுது கிடைப்பதற்கு அரிய நூல்களுள் ஒன்றாகும். அவ்வாறு கிடைத்தாலும் வடமொழியில் அமைந்துள்ள அந்நூலை அனைவராலும் புரிந்துகொள்ள இயலாது. அதனை உணர்ந்த சோதிடத்தில் வல்ல பெரியவர் ஒருவர், பராசர ஹோரா சாஸ்திரத்தைத் தமிழறிந்த அனைவருக்கும் பயனுள்ள வகையில் ‘பாராசாரியம்’ என்று தலைப்பிட்டுத் தமிழாக்கம் செய்து அளித்துள்ளார். அந்நூல் செய்திகளை விருத்தப் பாக்களாக வடித்து அளித்துள்ளார்.

தமிழில் மொழிபெயர்க்கப்பட்ட இந்நூல், ஓலைச் சுவடியில் அமைந்துள்ளது. அந்நூல் சென்னை, அரசினர் கீழ்த்திசைச் சுவடிகள் நூலகத்தில் பாதுகாக்கப்பட்டு வருகிறது. இந்நூல் அமைந்துள்ள ஓலைச் சுவடி மூலச் சுவடியா அல்லது வழிச்சுவடியா என்பது தெரியவில்லை. இருப்பினும் சிறந்த முறையில் மொழியாக்கம் செய்யப்பட்ட நூல் என்பதில் ஐயமில்லை.

சென்னை அரசினர் கீழ்த்திசை சுவடிகள் நூலகத்தில் சுவடி எண். *5438* இல் பாதுகாக்கப்பட்டுள்ள இந்நூலின் சுவடியில் முதல் ஏடு காணப்படவில்லை. இதனால் அதிலிருந்த கடவுள் வாழ்த்துப் பாடல் கிடைக்கவில்லை. சுவடியில் நூல் முழுமையும் அமைந்துள்ளது. சுவடியில் முதல் ஏடு காணப்படாததால் நூலின் பெயரைக் கண்டறிய முடியவில்லை. நூலின் இறுதியில் ‘பாராசாரியம் முற்றிற்று’ என்ற குறிப்பு காணப்படுவதும் இந்நூலின் பெயரை எடுத்துரைப்பதாக அமைந்துள்ளது. இந்நூலின் பழைய அச்சு நூல் ஒன்று உள்ளது. அச்சுவடிப்பதிப்பில், முதல்பாடலான காப்புச் செய்யுள் அமைந்துள்ளது.

சீர்பூத்த பராசரமா முனிபகர்ந்த வடநூலில்
திடம்பெருகும் சோதிடத்தின் திசையபகா ரங்கள்
ஏர்பூத்த சித்திரமே முதலாகக் கோள்கள்
இருந்தரா சிப்பலனும் எதிர்நோக்குப் பலனும்

பேர்பூத்த நவக்கிரகா திகள்கூடும் பலனும்.
பின்புபகைப் பலனுமொன்றாய்ப் பெருந்தமிழால் உரைக்க
சார்பூத்த திருமேனிக் கணபதிசண் முகவேள்
கௌரிகலை வாணிபதம் கருத்துள்வைக் குதுமே

என்ற அந்தக் காப்புச் செய்யுள் பாடலின் தொடக்கத்தில், ''பராசரமா முனிபகர்ந்த வடநூலில்'' என்ற தொடர் காணப்படுகிறது. இது இந்நூலின் மூலமொழி வடமொழி என்பதையும், வடமொழியில் அமைந்த மூலநூலை எழுதியவர் பராசரர் என்பதையும் உணர்த்து கிறது. கோள்கள் இராசிகளில் நிற்பதனாலும் கோள்களின் நல்ல, தீய பார்வைகளாலும், ஒரே இராசியில் ஒன்றுக்கு மேற்பட்ட கோள்கள் கூடியிருப்பதாலும், நட்பு, ஆட்சி, உச்சம், பகை, நீசம் பெற்று கோள்கள் நிற்பதாலும், திசை, புத்திகளில் ஏற்படும் பலன்களை எடுத்துரைப்பதாக இந்நூல் அமைந்திருப்பதைக் கூறுகிறது. 'பெருந்தமிழால் உரைக்க' என்றதனால், வடமொழியிலமைந்த இந்நூல் தமிழில் மொழியாக்கம் செய்யப்பட்டிருக்கிறது என்பதை அறியமுடிகிறது. ஆனால் தமிழாக்கம் செய்தவரின் பெயர் ஓரிடத்திலும் குறிப்பிடவில்லை. விநாயகர், முருகர், உமையவன், கலைமகள் ஆகியோரை நூல் நிறைவேற அருள வேண்டும் என்று வேண்டுவதால் இந்நூலைத் தமிழாக்கம் செய்தவர் சைவ சமயத்தைச் சார்ந்தவர் என்பதை அறியலாம்.

அகச்சான்றுகள் பல இந்நூலின் மூலமொழி வடமொழி என்பதையும் மூலநூலின் ஆசிரியர் பராசரர் என்பதையும் அவர் வடமொழியிலுள்ள நூல்களையெல்லாம் கற்றுத் தேர்ந்தவர் என்பதையும் எடுத்துரைக்கின்றன.

''இதன்பலனை வடநூலின் படியியம்பு வேனே'' *(409)*
''வடமொழிநூல் படிதமிழில் வகுத்தனர்கற் றோரே'' *(233)*
வடநூலிற் கண்டபடி வரும்பலன்சொன் னோமே'' *(334)*
''வகுத்துரைத்தார் பராசரமா முனிவடநூல் தனிலே'' *(221)*
''வகுத்துரைத்தார் பராசரனார் வடமொழியில் தானே'' *(262)*
''பரராசமா முனியுரைத்த பலன்களிது வாமே'' *(318)*
''வடகலைநூல் முழுதுணர்ந்த பராசரமா முனிவன்
வாக்கியத்தில் கண்டபடி தப்பாது மயிலே''
''மைபழகுங் குழல்மடவாய் பராசரமா முனிவன் *(340)*
வடமொழியில் மொழிந்தபடி வழுத்தினர்கற் றோரே'' *(436)*

என்ற இவையாவும் வடமொழியில் நூல்கள் பலவற்றையும் கற்றுத் தேர்ந்த பராசர முனிவரின் பாராசாரிய நூலின் தமிழாக்கம் இந்நூல் என்பதற்குத் தக்க சான்றுகளாக விளங்குகின்றன.

இந்நூல் அமைந்த சுவடியின் இறுதி ஏட்டில்,

''சர்வசித்து வருஷம் மாசி மீ ௩ உ இரும்பிலி குப்பண்ண முதலியார் குமாறர் அருணகிரி எழுதியது'' என்ற பின்குறிப்பு ஒன்று காணப்படுகிறது. இதில் குறிப்பிடப்படும் அருணகிரி என்பார் சுவடியைப் படியெடுத்தவரா அல்லது இந்நூலை மொழிபெயர்த்தவரா என்ற செய்தி தெளிவாகக் கூறப்படவில்லை. தற்பொழுது கர ஆண்டு என்பதால், இந்நூல் 56 ஆண்டுகளுக்கு முன்னர் எழுதப்பட்டதா அல்லது 116 ஆண்டுகளுக்கு முன்னால் எழுதப்பட்டதா அல்லது 176 ஆண்டுகளுக்கு முன்னால் எழுதப்பட்டதா முதலான தகவல்கள் எதுவும் கூறப்படவில்லை.

நூலின் அமைப்பு

தமிழில் மொழியாக்கம் செய்யப்பட்டுள்ள பாராசாரிய நூல் 438 எண்சீர் விருத்தப்பாக்களால் ஆனது. சுவடியில் முதல் ஏடு இல்லாததால், முதல் பாடல் கிடைக்கவில்லை. பழைய சுவடிப் பதிப்பில் முதல்பாடலாகக் காப்புச் செய்யுள் அமைந்துள்ளது. இந்நூலில் சூரியதிசைப் படலம், சந்திர திசைப்படலம், செவ்வாய் திசைப்படலம், இராகு திசைப்படலம், குரு திசைப்படலம், சனி திசைப்படலம், புதன் திசைப்படலம், கேது திசைப்படலம், சுக்கிர திரைப்படலம் என்ற முறையின்படி ஒன்பது திசைப்படலங்களும் அமைக்கப்பட்டுள்ளன. ஒவ்வொரு படலத்திலும் அந்தத் திசையின் கோளின் புத்தி முதலாவதாக அமைகிறது. அதுவும் திசாபுத்தி வரிசையின்படி கேது, சுக்கிரன், சூரியன், சந்திரன், செவ்வாய், இராகு, குரு, சனி, புதன் என்ற வரிசை முறையில் அமைந்துள்ளன.

சூரியப்படலத்தில் 64 விருத்தப்பாக்களும், சந்திரப்படலத்தில் 53 விருத்தப்பாக்களும், செவ்வாய்ப் படலத்தில் 54 விருத்தப்பாக்களும், இராகுப் படலத்தில் 43 விருத்தப்பாக்களும், சனிப் படலத்தில் 51 விருத்தப்பாக்களும், புதன் படலத்தில் 43 விருத்தப்பாக்களும், கேதுப் படலத்தில் 47 விருத்தப்பாக்களும், சுக்கிரன் படலத்தில் 33 விருத்தப்பாக்களும் காணப்படுகின்றன.

இந்நூலின் கடவுள் வாழ்த்துப்பாடலில் திசை, புத்தி, சித்திரம் (அந்தரம்) முதலான பல்வேறு செய்திகள் எடுத்துரைக்கப்பட்டுள்ள தாகக் கூறப்பட்டிருப்பினும் ஒன்பது மகா திசைகளையும் அவற்றுக் குரிய புத்திகளையும் மட்டுமே அமைந்துள்ளது என்பது சுட்டத்தக்கது.

திசாபுத்தி பலன்களை விளக்கமாகக் கூறும் நூலாக இந்நூல் மூலம் மட்டுமே அமைந்தது. சோதிட நூல் ஆர்வலர்களுக்கும் சோதிடத்தில் ஆய்வினை மேற்கொள்ள விரும்புவோருக்கும், சோதிடத்தைக் கற்க விரும்புவோருக்கும் பயன்படத்தக்க வகையில் இந்நூலுக்குப் பதிப்பாசிரியரால் உரை எழுதப்பட்டுள்ளது.

சென்னை அரசினர் கீழ்த்திசை சுவடிகள் நூலகத்திலிருந்த இந்நூலின் சுவடியைப் படியெடுத்துப் பதிப்பிக்க அனுமதியளித்த அந்நூலகத்தின் முன்னாள் காப்பாட்சியர் முனைவர் சு. சௌந்தரபாண்டியன் அவர்களுக்கு என்னுடைய நன்றியைத் தெரிவித்துக் கொள்கிறேன். இச்சுவடிப் பதிப்புப் பணியில் நான் ஈடுபடுவதற்குக் காரணமாக இருந்து ஊக்கமூட்டியவர்கள் என் பெற்றோர் திரு அ. மாணிக்கம் – திருமதி மா. புனிதவதி அவர்கள். இந்நூலாக்கத்தின்போது துணை நின்றவர் என் அன்புக் கணவர் கேப்டன் அ. காமேஸ்வரன் அவர்கள். அவர்களுக்கு என் மனமார்ந்த நன்றியை உரித்தாக்குகின்றேன். இந்நூலைச் சிறந்த முறையில் அச்சிட்டு நூலாக்கம் செய்த கோவை விஜயா பதிப்பகத்தாருக்கு என் நன்றியைத் தெரிவித்துக் கொள்கிறேன்.

பதிப்பாசிரியர்
(கா. சத்தியபாமா)

தஞ்சாவூர்-7
09.12.2011

பொருளடக்கம்

1. சூரியதிசைப் படலம் — 15
   - 1.1 சூரிய புத்தி — 17
   - 1.2 சந்திர புத்தி — 21
   - 1.3 செவ்வாய் புத்தி — 27
   - 1.4 இராகு புத்தி — 30
   - 1.5 குரு புத்தி — 34
   - 1.6 சனி புத்தி — 38
   - 1.7 புதன் புத்தி — 42
   - 1.8 கேது புத்தி — 45
   - 1.9 சுக்கிர புத்தி — 48
2. சந்திரதிசைப் படலம் — 52
   - 2.1 சந்திர புத்தி — 53
   - 2.2 செவ்வாய் புத்தி — 56
   - 2.3 இராகு புத்தி — 58
   - 2.4 குரு புத்தி — 61
   - 2.5 சனி புத்தி — 64
   - 2.6 புதன் புத்தி — 66
   - 2.7 கேது புத்தி — 69
   - 2.8 சுக்கிர புத்தி — 70
   - 2.9 சூரிய புத்தி — 74

3.	செவ்வாய்திசைப் படலம்	77
	3.1 செவ்வாய் புத்தி	79
	3.2 இராகு புத்தி	80
	3.3 குரு புத்தி	83
	3.4 சனி புத்தி	86
	3.5 புதன் புத்தி	89
	3.6 கேது புத்தி	91
	3.7 சுக்கிர புத்தி	93
	3.8 சூரிய புத்தி	97
	3.9 சந்திர புத்தி	100
4.	இராகுதிசைப் படலம்	103
	4.1 இராகு புத்தி	105
	4.2 குரு புத்தி	107
	4.3 சனி புத்தி	111
	4.4 புதன் புத்தி	116
	4.5 கேது புத்தி	118
	4.6 சுக்கி புத்தி	121
	4.7 சூரிய புத்தி	124
	4.8 சந்திர புத்தி	127
	4.9 செவ்வாய் புத்தி	129
5.	குருதிசைப் படலம்	132
	5.1 குரு புத்தி	133
	5.2 சனி புத்தி	135
	5.3 புதன் புத்தி	138
	5.4 கேது புத்தி	142
	5.5 சுக்கிர புத்தி	143
	5.6 ரவி புத்தி	146
	5.7 சந்திர புத்தி	149

5.8 செவ்வாய் புத்தி	151
5.9 இராகு புத்தி	154
6. சனிதிசைப் படலம்	**156**
6.1 சனி புத்தி	158
6.2 புதன் புத்தி	161
6.3 கேது புத்தி	164
6.4 சுக்கிர புத்தி	165
6.5 சூரிய புத்தி	168
6.6 சந்திர புத்தி	171
6.7 செவ்வாய் புத்தி	174
6.8 இராகு புத்தி	177
6.9 குரு புத்தி	180
7. புதன்திசைப் படலம்	**183**
7.1 புதன் புத்தி	185
7.2 கேது புத்தி	187
7.3 சுக்கிர புத்தி	189
7.4 சூரிய புத்தி	191
7.5 சந்திர புத்தி	193
7.6 செவ்வாய் புத்தி	196
7.7 இராகு புத்தி	199
7.8 குரு புத்தி	201
7.9 சனி புத்தி	204
8. கேதுதிசைப் படலம்	**206**
8.1 கேது புத்தி	208
8.2 சுக்கிர புத்தி	210
8.3 சூரிய புத்தி	212
8.4 சந்திர புத்தி	214

8.5 செவ்வாய் புத்தி	217
8.6 இராகு புத்தி	220
8.7 குரு புத்தி	222
8.8 சனி புத்தி	224
8.9 புதன் புத்தி	227
9. சுக்கிரதிசைப் படலம்	**230**
9.1 சுக்கிர புத்தி	230
9.2 சூரிய புத்தி	232
9.3 சந்திர புத்தி	235
9.4 செவ்வாய் புத்தி	237
9.5 இராகு புத்தி	240
9.6 குரு புத்தி	241
9.7 சனி புத்தி	243
9.8 புதன் புத்தி	245
9.9 கேது புத்தி	246
செய்யுள் முதல் குறிப்பு அகராதி	**249**

நூல்

1. பாராசாரியம்

காப்புச் செய்யுள்

சீர்பூத்த பராசரமா முனிபகர்ந்த வடநூலில்
திடம்பெருகும் சோதிடத்தின் திசைபகா ரங்கள்
ஏர்பூத்த சித்திரமே முதலாகக் கோள்கள்
இருந்தரா சிப்பலனும் எதிர்நோக்குப் பலனும்
பேர்பூத்த நவக்கிரகா திகள்கூடும் பலனும்
பின்புபகைப் பலனுமொன்றாய்ப் பெருந்தமிழால் உரைக்க
கார்பூத்த திருமேனிக் கணபதிசண் முகவேள்
கௌரிகலை வாணிபதம் கருத்துள்வைக் குதுமே.

(இ.ள்) சிறப்புமிக்க சோதிடப் பெரியோர் பதினெண்மரில் ஒருவராகிய பராசர மாமுனிவர் வடமொழியில் எடுத்துரைத்த நிலைபெற்ற சோதிடத்தின் கோள்கள் இராசிகளில் நிற்பதனாலும் கோள்களின் நல்ல தீய பார்வைகளாலும், ஒரே இராசியில் ஒன்றுக்கு மேற்பட்ட கோள்கள் கூடியிருப்பதாலும், கோள்கள் நட்பு, ஆட்சி, உச்சம், பகை, நீசம் பெற்று நிற்பதாலும், திசா, புத்தி, அந்தரங்களில் உண்டாகும் பலன்களைத் தமிழில் எடுத்துரைக்க, விநாயகர், முருகர், உமையவள், கலைமகள் ஆகியோர் என் கருத்தில் நின்று அருள வேண்டும்.

1. சூரியதிசைப் படலம்

ஆதித்தன் திசையாறு வருடமது தனிலே
அடுத்தபந்து கள்கஷ்டம் உத்யோக நாசம்
பேதித்த ரோகமொடு கள்ளர்பய முண்டாம்
பின்னவர்கள் சம்பத்துப் பிரிந்துவெகு சேதம்

கோதற்ற மூன்றாறு பத்துப்பதி னொன்றில்
குலவியிடில் பூலாபம் பிதிர்பந்து நாசம்
தீதற்ற சிவபூசை ராசாபி மானம்
தேவபலி தங்கமன சவுக்கியமாம் மானே! (1)

(இ.ள்) மான்போன்ற பார்வையை உடைய பெண்ணே! சூரியன் திசை ஆறு ஆண்டுகளில் உறவினர்கள் துன்பம் அடைவர். செய்யும் வேலைக்குக் கெடுதல் ஏற்படும். மாறுபட்ட வியாதிகள் தோன்றும். திருடர்களால் பயம் ஏற்படும். செல்வங்கள் அவர்களை விட்டு நீங்கி, வேறிடங்களுக்குச் செல்ல நேரிடும். குற்றமற்ற மூன்று, ஆறு, பத்து, பதினொன்றாம் இடங்களில் சூரியன் நின்றால், பூமியால் இலாபம் உண்டாகும். தந்தைவழி உறவினர்களுக்கு அழிவு ஏற்படும். தீமையற்ற சிவபூசையைத் தொடர்ந்து செய்து, சிவனை வணங்கிவந்தால், அரசாங்கத்தால் நன்மையும் பெரியோர்களின் ஆதரவும் கிடைக்கும். உடல் ஆரோக்கியமும் மனதிற்கு மகிழ்ச்சியும் உண்டாகும் என்றவாறு.

மானேரும் விழிமயிலே உச்சசொகேஷத் திரத்தில்
மருவிடினும் சுபவர்க்க மருவிலிர விக்கோள்
தேனென்ற சவுக்கியமும் ராசாபி மானம்
தேகசுக மனந்தனிலே திரவியமும் இலாபம்
தானேநல் விவசாயம் பசுக்காலி இலாபம்
தந்திதுர ரதநரவா கனயோக மாகும்
பூநாறும் குழலாய்ஒன் பதுக்குடையோ னுடனே
பொருந்திடின்முன் சொன்னபலன் புகலுவர்சோ திடரே. (2)

(இ.ள்) மானை ஒத்த கண்களையும் மயில்போன்ற சாயலையும் உடைய பெண்ணே! சூரியன் உச்ச, ஆட்சி வீடுகளான மேஷ, சிம்ம வீடுகளில் இருந்தாலும், நற்கோள்களோடு சேர்ந்து நின்றாலும், உடல் ஆரோக்கியமும் மகிழ்ச்சியும் ஏற்படும். அரசாங்கத்தால் நன்மை ஏற்படும். பிறநாட்டுப் பொருள்களால் இலாபமும், விவசாயம், கால்நடைகள் இருப்பின் அவற்றினால் பொருள் வருவாயும் கிடைக்கும். வாகனயோகம் உண்டாகும். நறுமணம் மிகுந்த கூந்தலை உடைய பெண்ணே! இலக்கனத்திற்கு ஒன்பதாம் இடத்திற்கு அதிபதியுடன் சூரியன் சேர்ந்து நின்றால், மேற்கூறிய நல்ல பலன்கள் கிடைக்கும் என்று சோதிடத்தில் சிறந்தோர் கூறுவார்கள் என்றவாறு.

குறிப்பு: தந்தி – யானை, துரகம் – குதிரை, ரதம் – தேர், நர வாகனம் – பல்லக்கு. பல நூற்றாண்டுகளுக்கு முன்னர் எழுதப்பட்ட

நூலாதலின், யானை, குதிரை, தேர், பல்லக்கு முதலான வாகனங்கள் கூறப்பட்டள்ளன. இக்காலத்திற்கு ஏற்றாற்போல் வாகனயோகம் என்பதை, இரண்டு சக்கர வாகனங்கள், நான்கு சக்கர வாகனங்கள் எனக் கருத்தில் கொள்ள வேண்டும்.

சோதிடரார் ஆய்ந்திரவி நீசனா னாலும்
சொல்லியதோர் ஆறெட்டுப் பன்னிரண்டி லேனும்
மாதிடமாய் இருந்தாலும் சுபக்கிரகத் துடனே
வந்திடினும் அநேகதுக்கம் பயித்தியமும் உண்டாம்
போதிடமாய் வளருமயி லினையுமிகப் பழித்துப்
பொருப்பிளநீர் வேள்மகுடம் பொற்கலசச் செப்பும்
சூதினையும் பொருதுவிம்மிப் பணைத்திறுமாந்து தெழுந்த
துணைமுலைப்பெண் ணரசியர்க்கும் தூயவமு தரசே (3)

(இ.ள்) மயிலைப் பழித்த அழகான சாயலையும் மலையையும், இளநீரையும், மன்மதனின் மகுடத்தையும், பொன் குடத்தையும், சூதாட்டத்தில் உருட்டப்படும் சொக்கட்டான் காய்களையும் பழிப்பது போல் அமைந்துள்ள விம்மி, புடைத்த, பருத்த இரு தனங்களைக் கொண்டுள்ள பெண்களுக்கெல்லாம் அரசியாக விளங்குகின்ற, தூய அமுதம் போன்ற பெண்ணே! சூரியன் நீசவீடான துலா இராசியில் இருந்தாலும், தீய வீடுகளான ஆறு, எட்டு, பன்னிரண்டாம் இடங் களில் பலத்துடன் இருந்தாலும், நற்கோள்களுடன் சேர்ந்து இருந்தாலும் அதிகமான கவலைகளும் மனக்குழப்பங்களும் உண்டாகும் என்று சோதிட வல்லவர்கள் ஆராய்ந்து கூறியுள்ளார்கள் என்றவாறு.

❖

1.1 சூரிய திசை – சூரிய புத்தி

அமுதரசே ஆதித்தன் திசையிலவன் ஊண்தான்
ஆனமதி மூன்றுடனே நாள்பதினெட் டினிலே
குமுதமலர்ப் பகையுடையோன் உச்சசொக்ஷேத் திரத்தில்
கூறியகேந் திரதிரிகோ ணந்தனிலே இருந்தால்
சமபலனாம் தனதான்ய இலாபமுறுந் தேக
சவுக்கியம் ராசப்பிரீதி வாகனந்தான் உண்டாம்
விமிஇறுமாந் தெழுந்துகன தனமலையைத் தாங்கும்
மெலியுமிடை மடமயிலே விளம்பினர்கற் றோரே. (4)

(இ.ள்) அமுதம் போன்ற இனிமையான மொழியையும் விம்மி மதர்த்தெழுந்த பாரமான மலைபோன்ற தனங்களைத் தாங்கும் கொடிபோன்ற மெலிந்த இடையையும் மடப்பம் பொருந்திய மயிலின் சாயலையும் உடைய பெண்ணே! சூரியதிசையில் சூரியனின் புத்தி 3 மாதம், 18 நாட்கள். குமுத மலருக்குப் பகையாக ஒளியைத் தருகின்ற சூரியன் உச்ச வீடாகிய மேஷத்தில் நின்றாலும் ஆட்சி வீடாகிய சிம்மத்தில் நின்றாலும் இலக்கனத்திற்கு 1, 4, 5, 7, 9, 10 ஆகிய கேந்திரத் திரிகோண வீடுகளில் நின்றாலும் சமபலனாகும். செல்வம், தானியம் இவற்றால் இலாபம் உண்டாகும். உடல் நலத்துடன் விளங்கும். அரசாங்கத்தால் நன்மைகள் அடைவர். வாகனங்கள் வாங்குவர் என்றவாறு.

குறிப்பு: ஊண்-புத்தி, குமுதமலர்-அல்லமலர். குமுத மலர்ப் பகையுடையோன் – சூரியன். சந்திரனைக் கண்டால் அல்லி மலரும். சூரியன் மறைந்ததும் சந்திரன் தோன்றும் என்பதால், குமுதமலர்ப் பகையுடையோன் என சூரியன் குறிப்பிடப்பட்டுள்ளது.

> கற்றோர்கள் சொலுமூன்றி லாறுபதி னொன்றில்
> கமலநண்ப னிருப்பானேல் கனதனலா பத்தோன்
> உற்றசவுக் கியமன்ன ரால்வஸ்திர லாபம்
> உகந்தவா கனலாபம் ஆபரண லாபம்
> மற்றோனா றெட்டுவிய மதுதனிலே இருக்கில்
> வரும்பீடை யிட்டசனத் துக்கமுறும் சோரர்
> பற்றலரால் அக்கினியால் பிராணபயம் அரசர்
> பயமுண்டாம் எனப்புகல்வர் பங்கயப்பூங் கொடியே!   (5)

(இ.ள்) தாமரைப்பூவின் கொடியைப் போன்ற பெண் கொடியே! தாமரைக்கு நண்பனாக விளங்கும் சூரியன், மூன்று, ஆறு, பதினொன்று ஆகிய இடங்களில் இருந்தால், உடலில் ஆரோக்கியமும், உள்ளத்தில் மகிழ்ச்சியும் உண்டாகும். அரசாங்கத்தால் நன்மை ஏற்படும், வாகன இலாபம் கிடைக்கும். பொன் ஆபரணங்கள் வாங்குவதால் மகிழ்ச்சி ஏற்படும். சூரியன், ஆறு, எட்டு, பன்னிரண்டு ஆகிய தீயவீடுகளில் இருந்தால், தீங்கு நேரிடும். உறவினர்கள், நண்பர்கள் ஆகியோருக்குத் துன்பம் உண்டாகும். திருடர்கள், பகைவர்கள் மற்றும் தீயால் உயிர்பயம் உண்டாகும். அரசாங்கத்தால் பயம் ஏற்படும் என்று சோதிடநூல் வல்லவர்கள் கூறியுள்ளார்கள் என்றவாறு.

குறிப்பு: கமலம் – தாமரை. கமலநண்பன்– சூரியன் சூரியனைக் கண்டால் தாமரை மலரும் என்பதால் 'கமலநண்பன்' என்று கூறப்பட்டுள்ளது.

கொடிதான இராசியிலே இரவியில்லா திருந்தால்
கூறுதலை வலிகாச்சல் சஞ்சார மாகும்
வடிவான ராசகல கங்களும்உண் டாகும்
மற்றவனோ டேசுபர்கள் கூடியிருப் பாரேல்
படிமீதில் அற்பசுகம் உண்டாகும் நீசம்
பதிந்திடில்மூன் றாறுபதி னொன்றினிற்றல் பலமாம்
கடிதாமட் டமத்துடையோன் உடனேயும் கூடிக்
கலந்திருக்கில் பீடைமனத் தாபமுண்டாம் மின்னே! (6)

(இ.ள்) மின்னலை ஒத்த இடையையுடைய பெண்ணே! நல்ல இராசிகளில் சூரியன் இல்லாது, தீய வீடுகளான ஆறு, எட்டு, பன்னிரண்டு ஆகிய இடங்களில் இருந்தால், தலைவலி, காய்ச்சல் முதலான ஆராக்கியக்குறைவு உண்டாகும். வீண் அலைச்சல்களும் அரசாங்கத்தால் தீமைகளும் உண்டாகும். இந்தச் சூரியனோடு நற்கோள்கள் கூடி நின்றால் சிறிது நன்மை ஏற்படும். தீயக்கோள் களுடன் மூன்று, ஆறு, பதினொன்று ஆகிய இடங்களில் சூரியன் சேர்ந்திருப்பின், குறைவான நன்மைகள் உண்டாகும். எட்டாம் இடத்திற்கு அதிபதியோடு சூரியன் சேர்ந்து இருப்பின், நோய்களும், பொருள் நஷ்டமும், மனக் கஷ்டங்களும் ஏற்படும்.

மின்னேகேள்! காரியநா சந்தனநா சங்கள்
மிகுராச கலகமுடன் இட்டசனக் கலகம்
பின்னேயும் மனவியாதி புத்திரமித் திரர்க்கும்
பெருத்தகளத் திரந்தனக்கும் வெகுபீடை சேரும்
மன்னியதே சந்தனிலே சஞ்சாரம் உண்டாம்
யானைமருப் பைப்பொருப்பை அழகியபொன் குடத்தைத்
தன்னெதிரி லாதெழுந்து புடைத்துவிம்மிப் பணைத்த
தனந்தாங்குஞ் சிற்றிடைதள் ளாடுமிள மாதே! (7)

(இ.ள்) யானையின் தந்தங்களையும், மலையையும், அழகான பொன்குடத்தையும் தனக்கு ஒப்பு என்று கூறவியலாத விம்மி, புடைத்துப் பெரிதாக விளங்கும் தனங்களைத் தாங்கும், தள்ளாடும் சிறிய இடையை உடைய இளமையான பெண்ணே! எட்டாம் இடத்திற்கு அதிபதியோடு சூரியன் ஒன்றுகூடி, அங்கு சுபர்கள்

கலந்திருந்தால் செல்வம் அழிவதோடு, செய்யும் செயல்களில் நன்மை கிடைக்காது. அரசாங்கத்தால் தீமையும், மனநோயும் உண்டாகும். புத்திரர்கள், நண்பர்கள், களத்திரம் ஆகியோருக்கும் கெடுதல் உண்டாகும்.

குறிப்பு: சென்ற பாடலின் தொடர்ச்சியாக இப்பாடல் அமைந்துள்ளது.

மாதேகேள்! இலக்கனத்துக் குடையவனைக் கூடி
வந்திரவி இருந்தாலும் ஆதியிற்கி லேசம்
பூதேச சஞ்சாரம் மனவியாதி உண்டாம்
பொருந்துநடுச் சுகமெனவே புகல்வர்கடை யதனில்
ஏதேனும் தனலாபம் உண்டாகும் நினைத்த
தெல்லாங்கை கூடும்விவா கஞ்சேரும் உயர்ந்த
சீதேவி சேரராச தரிசனமும் உண்டாம்
செகதலத்துக் கொருதிலகம் எனவளரும் திருவே. (8)

(இ.ள்) உலகுக்கெல்லாம் ஒரு திலகத்தைப் போல எந்நாளும் வளர்கின்ற திருமகளுக்கு ஒப்பான பெண்ணே! கேட்பாயாக! சூரியன், இலக்கனாதிபதியைச் சேர்ந்து இருந்தால், சூரியதிசையின் முதல் பாதியில் மனக்கவலைகளும் குழப்பங்களும் உண்டாகும். ஓரிடத்தில் நிலையாக இல்லாது அலைய நேரிடும். மனவியாதி வரும். சூரிய திசையின் நடுப்பாகத்தில் சுகமான பலன்கள் உண்டாகும். சூரிய திசையின் கடைசி பாகத்தில் பொருள் இலாபங்கள் கிடைக்கும். நினைத்த செயல்களெல்லாம் நிறைவேறும். திருமணம் கைகூடும். அரசாங்கத் தாலும் பெரியோர்களாலும் நன்மைகள் உண்டாகும் என்றவாறு.

திருவேநா லுக்குடையோ னுடனேதான் இந்தச்
செய்யரவி கலப்பானேல் சிறப்புடனே தானும்
வருமேவா கனலாபம் நிச்சயமாய்ப் பலிக்கும்
வளர்கிரக க்ஷேத்திரமும் பசுக்காலி இலாபம்
தருமேபின் விவசாய இலாபம்உண் டாகும்
தனித்தரெண்டில் ஏழில்நின்றால் அவமிருத்துப் பயமாம்
குருவாய்மை தப்பாமல் மிருத்யுஞ்ச செபந்தான்
குறையறச்செய் தாலதுவும் குணமாகும் மயிலே! (9)

(இ.ள்) மயிலைப் போன்ற சாயலையுடைய திருமகளை ஒத்த பெண்ணே! சூரியன் நான்காம் இடத்திற்கு அதிபதியுடன் சேர்ந்து நின்றால், சிறப்பான பலன்கள் கிடைக்கும். வாகனத்தால் உறுதியாக

இலாபம் கிடைக்கும். வீடுகள், நிலங்கள் வாங்குவான். பசுக்கள் வளர்ப்பின், விவசாயம் செய்யின் இலாபம் உண்டாகும். இரண்டாம் இடத்திற்கு அதிபதி, ஏழாம் இடத்திற்கு அதிபதி இவர்களுடன் கூடி சூரியன் நின்றாலும், இரண்டாம் இடத்தில் அல்லது ஏழாம் இடத்தில் சூரியன் நின்றாலும், மரணம் குறித்த பயம் உண்டாகும். இதற்குப் பரிகாரமாகக் குருமொழிப்படி மிருத்யுஞ்ச யாகம் குற்றமில்லாமல் செய்ய, அந்த மரண பயம் நீங்கி, நன்மை ஏற்படும் என்றவாறு.

❖

1.2 சூரியதிசை – சந்திர புத்தி

குணமாதித் தன்சந்திரன் அபகா ரந்தான்
கூறியதோர் இருமூன்று மாதமதின் பலன்கேள்
இணையாதப் பானுவுடன் சசிதானும் கூடி
இசைந்தகேந் திரகோணங் களினிலி ருந்தால்
மணமாகும்[1] தனதான்யம் கிரகக்ஷேத் திரமும்
வளர்பசுக்கள் வாகனங்க லிதுமிகவும் இலாபம்
பிணைபோன்ற விழியுடைய மடமயிலி னாளே!
பேசுவார்கள் இப்படியே சோதிடர்கள் தாமே. *(1) (10)*

(இ.ள்) பெண்மானின் கண்களையும் இளமைப் பொருந்திய மயிலின் சாயலையும் உடைய பெண்ணே! குணம் நிறைந்த சூரியன் திசையில் சந்திரனுடைய புத்தி ஆறு மாதங்கள். அதன் பலன்களைக் கேட்பாயாக! சூரியனுடன் சந்திரன் அஸ்தனம் இல்லாமல் சேர்ந்து, ஏற்புடைய 1,4,7,10 ஆகிய கேந்திர வீடுகளில் இருந்தாலும் 1,5,9 ஆகிய திரிகோண வீடுகளில் இருந்தாலும் திருமணம் கைகூடும். செல்வம், தானியம் மிகுதியாகக் கிடைக்கும். வீடு கட்டும் யோகம் உண்டாகும். பசுக்கள் வளர்ப்பின் மிகுந்த இலாபம் உண்டாகும். வாகனங்களால் அதிகமான இலாபங்கள் கிடைக்கும் என்று சோதிட வல்லவர்கள் கூறியுள்ளார்கள் என்றவாறு.

குறிப்பு: பிணை – பெண்மான்.

தாமேயும் உச்சசொக்ஷேத் திரமதனி லேனும்
தான்திரிகோ ணத்தேனும் தனித்தரெண்டி லேனும்
மேயேழுக் குடையவனோ டானாலும் பின்னே
மேலுறுபாக் கியத்தானத் துடையவனோ டேனும்

பூமேவு இலக்கினா திபனுடனா னாலும்
புகுந்துநா லாமிடத்துக் குடையவனோ டேனும்
தாமேவும் சசிகூடி இருப்பானே யாகில்
தகுந்தகன யோகமென்றே சாற்றுமட மயிலே! ***(2) (11)***

(இ.ள்) இளமைபொருந்திய மயில்போன்ற சாயலை உடைய பெண்ணே! இச்சந்திரன் உச்சவீடாகிய ரிஷப இராசியில் நின்றாலும், ஆட்சிவீடாகிய கடகத்தில் நின்றாலும், 1,5,9, ஆகிய திரிகோண வீடுகளில் இருந்தாலும் தனித்து இரண்டாம் வீட்டில் இருந்தாலும், ஏழாம் இடத்திற்கு அதிபதியோடு சேர்ந்து இருந்தாலும், ஒன்பதாம் இடத்திற்கு அதிபதியோடு சேர்ந்து இருந்தாலும், இலக்கனாதி பதியுடன் சேர்ந்து இருந்தாலும், நான்காம் இடத்திற்கு அதிபதியோடு சேர்ந்து இருந்தாலும் தகுந்த பெரிய யோகம் கிடைக்கும் என்று சொல்வாயாக என்றவாறு.

குறிப்பு: சசி – சந்திரன்.

யோகமிகு தானசவுக் கியங்கள்மிக உண்டாளம்
உயர்ப்புத்திர இலாபமகா சவுக்கியமும் பெருகும்
போகமிகும் ராசசன்மா னங்களது காட்டும்
பூராசர் பிரீதியினால் அநேகலா பமுமாம்
மாகனக நிதிசேரும் நினைத்ததெல்லாம் உடனே
வந்துவந்து கைகூடும் அதிகசுகம் பின்னும்
தோகையரே க்ஷேமசுபம் சப்ரமஞ்ச இலாபம்
துலங்கியிடும் திருசேரும் சுகமிகவுண் டாமே. ***(3) (12)***

(இ.ள்) மயில் தோகையை ஒத்த விரிந்த கூந்தலையுடைய பெண்ணே! சந்திரன் தக்க இடத்தில் இருப்பின் யோகம் மிகுதியாகும். பிறருக்குத்தர்மம் செய்யத்தக்க அளவில் செல்வம் மிகுதியாக உண்டாகும். நல்ல புத்திரர்கள் தோன்றுவார்கள். உடல் நலம் பெற்று மனம் மகிழ்ச்சி யுடன் விளங்கும். வாழ்க்கை வசதிகள் அதிகமாகும். அரசாங்கத்தால் நன்மைகள் அதிக அளவில் உண்டாகும். பொன் ஆரணச் சேர்க்கை, பொருள் சேர்க்கை ஏற்படும். நினைத்ததெல்லாம் இனிமையாகக் கைகூடும். அனைத்து வகையான இன்பங்களும் அதிகமாகக் கிடைக்கும் உடல் ஆரோக்கியத்துடன் இருக்கும். சயன சுகம் கிடைக்கும். செல்வம் மிகுதியாகச் சேரும். சுகம் உண்டாகும் என்றவாறு.

குறிப்பு: பூராசர் – புவிமன்னர், பிரீதி – பிரியம்.

க்ஷேமம் – நலம், சப்ரமஞ்சம் – தேர்போன்ற கட்டில், திரு – செல்வம்.

உண்டாகும் சீரண சந்திரன தாக
உற்றபல வீனமொடு பாவியுடன் கூடில்
தண்டாத துர்த்தானத் திருந்தாக்கால் அந்தச்
சாதகர்க்குத் தலைவலிநோய் காய்ச்சலது வாகும்
கொண்டாடும் புத்திரமித் திரர்களொடு மற்றும்
கொண்டகளத் திரநாசம் உறவோர்கள் பேரில்
அண்டாத வெறுப்புவந்து கலகங்கள் காட்டும்
அண்டினபேர் காலிநிதி நாசமுறும் தானே. *(4) (13)*

(இ.ள்) சந்திரன், தேய்பிறைச் சந்திரனாகி பலவீனம் உடையவனாகத் தீயக்கோள்களுடன் சேர்ந்து, தீய வீடுகளான ஆறு, எட்டு, பன்னிரண்டு ஆகிய வீடுகளில் இருந்தால், அச்சாதகனுக்குத் தலைவலி, காய்ச்சல் முதலானவை வரும். புத்திரர்கள், களத்திரம், நண்பர்கள் போன்றோர் நாசமடைவர். உறவினர்கள் மீது வெறுப்புத் தோன்றும். இதனால் வீணான கலகங்கள் தோன்றும். தன்னைச் சேர்ந்தவர்களின் கன்று காலிகள், செல்வங்கள் அழிவுற்று அதனால் துன்பங்கள் நேரும் என்றவாறு.

தானான அட்டமத்தில் சசிநின்றால் அந்த
தானத்தோன் தனைப்பார்த்தால் சலத்தால் கண்டம்
மானேகேள்! மனவியாதி விலங்கு ரோகம்
மற்றவன்தான் இருந்தஇடம் பேர்ந்து செல்வன்
சீநாறு மூத்திரகிரிச் சிரரோ கங்கள்
சேர்ந்திடும்தா யாதியினால் சிலபேர் சண்டை
பூநாறும் குழல்மடவாய்! இந்த மார்க்கம்
பொருத்திவெகு கலகமுண்டாய்ப் போகும் தானே. (5)(14)

(இ.ள்) மான்போன்ற சாயலையும் மணம் வீசும் கூந்தலையும் உடைய இளமையான பெண்ணே! சந்திரன் எட்டாம் இடத்தில் நின்றாலும், எட்டாம் இடத்திற்கு அதிபதி சந்திரனைப் பார்த்தாலும் நீரினால் கண்டம் ஏற்படும். மனவியாதியும், விலங்குகளால் கேடும் விளையும். உடலில் நோய்கள் தோன்றுவதோடு, தான் இருந்த இடத்தைவிட்டு வேறு இடத்திற்குச் செல்ல நேரிடும். காயங்களுடன் சேர்ந்த மூத்திர கிரிச்சிர நோய்கள் தோன்றும். பங்காளிகளோடு சண்டைகள் தோன்றி வருந்த நேரிடும். மிகுதியான கலகங்கள் இந்த வழியில் தோன்றும் என்றவாறு.

குறிப்பு: மூத்திர கிரிச்சிரம் இது சிறுநீர்த் தேக்கம் என்று சொல்லக் கூடிய நோயாகும்.

தாயாதி – பங்காளி.

போகாது பத்தினிலொன் பானி லேனும்
   புகழ்ந்திடுகேந் திரத்திரிகோ ணத்தி லேனும்
வாகான சசிபலவா னுடனே கூடி
   வதிந்திருந்தால் தனதான்ய இலாபம் உண்டாம்
நோகாத செல்வமுடன் புத்திர இலாபம்
   நோக்குகளத் திரமித்திர இலாப மாகும்
மேகாத புவிலாப மிகசந் தோஷம்
   எழிற்கிரக இலாபவிவா கமுண்டா மாதே! (6) (15)

(இ.ள்) பெண்ணே! சந்திரன், வளர்பிறைச் சந்திரனாக, வலிமையுடன் பத்தாம் இடத்திலாவது ஒன்பதாம் இடத்திலாவது இருந்தாலும், நல்ல வீடுகளான 1, 4, 5, 7, 9, 10 ஆகிய கேந்திரத் திரிகோண வீடுகளில் இருந்தாலும், பலவானுடன் கூடி இருந்தாலும், தன இலாபம், தானிய இலாபம், புத்திர இலாபம், களத்திரம், நண்பர்கள் இவர்களால் இலாபம் போன்றவை கிடைக்கும். நிலையான இடம் வாங்குதலில் இலாபம், அழகான வீடுகள் கட்டுதல், திருமணம் செய்தல் போன்றவை நிகழும். மனதில் மிகுந்த மகிழ்ச்சி நிலவும் என்றவாறு.

குறிப்பு: சசி – சந்திரன், மித்திரம் – நட்பு.

களத்திரம் – கணவன், அல்லது மனைவி.

இடத்திற்கு ஏற்ப பொருள் கொள்ள வேண்டும்.

மேலான சுபகருமம் தான தர்மம்
   மிகுந்தபல புண்ணியதீர்த் தங்கள் சேரும்
மாலாதி ஆலயத்தில் சென்று நாளும்
   வழங்கிடவும் செய்யுமந்த மதியம் தானும்
பாலாரும் மொழிமடவாய் பத்தில் நின்றால்
   பலதருமம் தேவப்பிர திட்டை யோடு
சேலாரும் தடாகப்பிர திட்டை உண்டாம்
   திகழ்கீர்த்தி சம்பத்துச் சேரும் தானே. (7) (16)

(இ.ள்) பால் போன்ற தூய்மையான மொழியைப் பேசும் இளமையான பெண்ணே! சந்திரன் கெடாமல் இருந்தால் சுப காரியங்கள் நிகழும். இச்சாதகன், தான தர்மங்களைச் செய்வான். பல புண்ணியத் தலங்களுக்கும் சென்று புண்ணிய நீராடுவான். திருமால் எழுந்தருளியுள்ள கோயில்கள் முதலான பல கோயில் களுக்கும் சென்று பொருள்களை வழங்குவான். இச்சந்திரன், பத்தாம் இடத்தில் நின்றால், பற்பல தர்ம காரியங்களைச் செய்வதோடு, கோயில்கள், குளங்களைக் கட்டுவான். இச் சாதகனுக்குச் செல்வமும் புகழும் மிகுதியாகச் சேரும் என்றவாறு.

குறிப்பு: மதியம் - சந்திரன்.

(வேறு)

சேராத நாசமுறும் வாக்குடன் செல்வம்
செகராசர் பிரீதியுடன் போசனவி சேடம்
வாராத ஆபரணம் வந்துமிகச் சேரும்
வாகனமும் வரும்புத்திர மித்திரர்சுகம் உண்டாம்
பேராகப் பூமியோடு புதுக்கிரகம் உண்டாம்
பின்புமிகு சவுக்கியமும் அதிகபலம் சேரும்
கூராரும் வேலினையும் வாளினையும் பழித்துக்
குலவுவிழி மடமயிலே! குறித்தனர்கற் றோரே. (17)

(இ.ள்) கூர்மையான வேலினையும் வாளினையும் பழிக்கின்ற, குலவுகின்ற விழிகளையும் மயில்போன்ற சாயலையும் உடைய இளமையான பெண்ணே! சந்திரன் கெடாமல் இருந்தால் அவன் புத்தியில் தீயபலன்கள் வந்து சேராது. செல்வாக்குடன் செல்வம் நிறைந்திருக்கும். அரசாங்கத்தால் நன்மை ஏற்படும். சுவையான உணவுகள் உண்பான். பொன் ஆபரணங்கள் கிடைக்கும். புதிய வாகனங்கள் வந்து சேரும், புத்திரர்களாலும் நண்பர்களாலும் நன்மை கிட்டும். நிலங்கள் வாங்குவதோடு, அழகான வீடு கட்டுவான் இச்சாதகன். மேலும் இவனுக்கு மிகுந்த நன்மைகளும் வல்லமையும் வந்து சேரும் என்றவாறு.

குறித்திடுசட் டாட்டவியத் தானமதில் பாவி
கூடவே மதிநின்றால் நேத்திரத்தில் பீடை
பொறித்திடுநற் பந்துசனம் பீடைகளும் உண்டாம்
பொல்லாத தரித்திரியம் தனச்செலவுண் டாகும்

செறித்துமதி நீசனாய் நீசாங்கம் ஏறி
சென்றாலும் சட்டாட்ட வியமடையி லேனும்
கறுத்தமனச் சோரரால் அக்கினியால் அரசர்
கலக்கமிடம் பேர்ந்துவெகு கலகமுண்டாம் மின்னே!
(9) (18)

(இ.ள்) மின்னலை ஒத்த இடையை உடைய பெண்ணே! சந்திரன், ஆறு, எட்டு, பன்னிரண்டு ஆகிய தீயவீடுகளில் தீயக் கோள்களோடு சேர்ந்து நின்றால், கண்நோய் தோன்றுவதோடு நல்ல உற்றார் உறவினர் போன்றோருக்குத் துன்பங்கள் உண்டாகும். வறுமையுடன், பொருட்செலவு மிகுதியாகும். இச்சந்திரன் நீசமாகி, அல்லது நீசாம்சம் பெற்று இருந்தால், கொடிய மனமுடைய திருடர்களாலும், தீயினாலும் இச்சாதகர் துயரம் அடைவார். மேலும், அரசாங்கத்தால் துன்பம், அடைவதோடு, மனக்கலக்கம், சொந்த இடம்விட்டு வேறிடம் செல்லுதல், கலகங்கள் உண்டாதல் போன்ற துன்பங்கள் நேரிடும் என்றவாறு.

மின்னேகேள் வாக்குதனில் ஏழதனில் சசிதான்
மிகுந்திருந்தால் அவமிருத்து பயமுண்டாம் தாக்கும்
பின்னேகேள் பரிகாரம் வெள்ளைமா வதனைப்
பிராமணர்க் குகந்தளித்து நிதிதானம் செய்தால்
தன்னகரில் லாததன தானியமும் உண்டாம்
தழைத்திடுவன் அதிகசவுக் கியத்துடன்நல் யோகம்
பொன்னேபூங் குழல்மயிலே! அமுதேநல் தேனே!
புவியதனில் சோதிடர்கள் புகன்றனரிவ் வாறே. *(10) (19)*

(இ.ள்) மின்னலைப் போன்ற இடையையும் பொன்னைப் போல பொலிவுடன் விளங்கும் பூக்களைச் சூடியுள்ள கூந்தலையும் மயில்போன்ற சாயலையும் அமுதம் போன்ற மொழியையும், தேன்போன்ற இனிய தன்மையையும் கொண்ட பெண்ணே! நான் சொல்வதைக் கேட்பாயாக! இரண்டாம் இடத்தில், ஏழாம் இடத்தில் சந்திரன் பலவானாக நின்றால், மரண பயம் உண்டாகித் தாக்கும். இதற்குப் பரிகாரமாக வெள்ளைப் பசு ஒன்றினை பிராமணர்க்குத் தானமாக வழங்க வேண்டும். அவ்வாறு செய்தால் துன்பங்கள் தீரும் என்று சோதிடக்கலையில் வல்லவர்கள் கூறியுள்ளார்கள் என்பதை அறிவாயாக என்றவாறு.

1.3 சூரியதிசை – செவ்வாய் புத்தி

ஆதவனார் திசையனில் செவ்வாயின் புத்தி
ஆனதிங்கள் நாலுடனே நாளாறு தனக்கும்
போதமிகு குசன்யிரவிக் கந்தர்க்கத னாகப்
பொருந்திடினும் லக்கினகேந் திரகோணத் தேனும்
நீதமுடன் இருந்தாலும் உச்சவ னாக
நிற்கிலும்சொட் க்ஷேத்திரமூன் றினுட னாறில்
மாதரசு தனக்கரசே! குசனார்வந் தாலும்
வரும்பலன்கள் உரைத்திடுவேன் வகையாகக் கேளே!

(1)(20)

(இ.ள்) பெண்களுக்கெல்லாம் தலைமை பூண்டு விளங்கும் பெண்ணே! சூரியன் திசை ஆறுவருடங்களில், செவ்வாயின் புத்தி நான்கு மாதங்கள், ஆறு நாட்கள். செவ்வாயும், சூரியனும் சேர்ந்திருந் தாலும், இலக்கன கேந்திர வீடுகளான 1,4,7,10 ஆகிய இடங்களில் இருந்தாலும் 1,5,9 ஆகிய திரிகோண வீடுகளில் இருந்தாலும், செவ்வாய் மேஷ விருச்சிக வீடுகளில் ஆட்சி பெற்று இருந்தாலும், மகரவீட்டில் உச்சம் பெற்று இருந்தாலும், இலக்கனத்திற்கு மூன்றாமிடம், ஆறாமிடம் இவற்றில் நின்றாலும் உண்டாகும் பலன்களை உரைக் கின்றேன், என்றவாறு.

குறிப்பு: குசன் – செவ்வாய்.

(வேறு)

வகையுடனே பூமிவிவ சாய இலாபம்
மாதனதா னியலாபம் வந்து கூடும்
தொகைபெறுநா லாமிடத்துக் குடையோ னோடு
சொல்லியசேய் கூடிடினும் பூமி இலாபம்
சுகமான சால்வைமுத லான வஸ்திரம்
துரகதலா பமுந்தளகர்த் தனுமே யாவன்
செகராசர் சமரமதில் செயமுமது செய்வான்
திருநிறைந்த வாகனபூ ஷணமுண் டாமே. ***(2) (21)***

(இ.ள்) சாதகத்தில், செவ்வாய் பலவானாக விளங்கினால், நிலம், பயிர்த்தொழில் இவற்றால் செல்வமும் தானியமும் இலாபமாக வந்துசேரும். நான்காம் இடத்திற்கு அதிபதியுடன் செவ்வாய்

சேர்ந்திருந்தாலும் நிலம், பயிர்த்தொழில் இவற்றால் மிகுந்த இலாபம் இச்சாதகனுக்குக் கிடைக்கும். மேலும் உயர்ந்த ஆடைகள், வாகனங்கள் முதலானவை கிடைக்கும். தளகர்த்தனாக உயர்ந்த பதவி கிடைக்கும் அரசாங்கத்தின் சார்பில் பணிபுரிந்து வெற்றி பெறுவான். இச்சாதகன் செல்வம், ஆபரணங்கள், வாகனங்கள் முதலானவற்றைப் பெறுவான் என்றவாறு.

ஆகாத குசனீசன் ஆகிவிடும் போது
அரும்பாவி யுடனெட்டுப் பன்னிரண்டி லாறில்
வாகாகக் கூடிநிற்கில் சலத்தால்தோ ஷமுமாம்
மகாபாவம் அபகீர்த்தி கிரகமுடன் போகும்
நோகாத ராசவிரோ தங்களது சேரும்
நுவன்றசத்ரு பீடைவரும் சந்நியாசம் காட்டும்
போகாத புத்திரகளத் திரசேதம் சமரில்
பொருவிரணம் மனத்தாபம் அக்கினியால் பயமே. (3) (22)

(இ.ள்) தீயவனாகச் செவ்வாய் கடகத்தில் நீசமடைந்து இருந்தாலும், கொடிய கோள்களுடன் சேர்ந்து ஆறு, எட்டு, பன்னிரண்டு ஆகிய தீய வீடுகளில் இருந்தால் நீரினால் கண்டமும், பாவங்களும், தோஷங்களும் சேரும். அவமானமுடன் சொந்தவீடு கையைவிட்டுப் போகும். அரசாங்கத்தின் பகை சேரும். பகைவர்களால் துன்பம் வந்து சேரும். இச்சாதகன் சந்நியாசம் பூணுவான். புத்திரர்கள், களத்திரம் போன்றோரை இழக்க நேரிடும். காயம்படுதலும், மனவருத்தம் ஏற்படுதலும் நிகழும். தீயினால் பயம் உண்டாகும் என்றவாறு.

பயமில்லா லக்கனாதி பதியுடனே சேய்தான்
பதிந்திருக்கில் சவுக்கியமும் ராசப்பிரீ யமுமாம்
நயமான பதினொன்றுக் குடையவன்தன் னுடன்சேய்
நண்ணியிடில் தனலாபம் நவிலிரண்டு மூன்றின்
இயமான னுடனேசேய் உற்றிடில்சோ தரத்துக்
கிசைபீடை சத்துருபீடை யுஞ்சொற்ப சவுக்கியம்
அயலார்கள் உறவுதனக் குதவாமல் அன்ன
மதுசெலவு சோரரக்கினி ராஜபயம் காணே. (4) (23)

(இ.ள்) பலவானான இலக்கனாதிபதியுடன் செவ்வாய் சேர்ந்திருந்தால், உடல்நலமும் மனமகிழ்ச்சியும் உடையதாக விளங்கும். அரசாங்கத்தால் நன்மை உண்டாகும். பதினோராம் இடத்திற்கு அதிபதியுடன் செவ்வாய் சேர்ந்திருப்பின் பொருள் இலாபம்

உண்டாகும். இரண்டாம் இடத்திற்கு அதிபதி, மூன்றாம் இடத்திற்கு அதிபதி ஆகியோருடன் செவ்வாய் சேர்ந்திருப்பின் சகோதர்களுக்குத் துயரமும் சாதகனுக்குப் பகைவர்களால் துன்பம் ஏற்படும். குறைந்த நன்மைகள் உண்டாகும். மற்றவர்களுடைய உதவி கிடைக்காது. உணவிற்காக அதிகமான செலவு செய்ய நேரும். திருடர், தீ இவற்றாலும் அரசாங்கத்தாலும் பயம் உண்டாகும் என்றவாறு.

காணவே வாகனங்கள் நாசமதே யாகும்
களத்திரபுத் திரமித்திரர் வெகுநாச மாகும்
பூணவே பெருவிலங்கு பூட்டியே வைக்கும்
பொருந்தாறெட் டாமிடத்தில் சேயிருப்ப னாகில்
தோணவே ரணபீடை மகாபாவி யாவன்
செல்வாக்குப் பலியாது துயரமிக்க சேரும்
சேணிலா வேதயங்கும் வதனப்பெண் கொடியே!
செகதலத்தில் சோதிடர்கள் செப்பினதிவ் வாறே. (5) (24)

(இ.ள்) எட்டாத தொலைவில் இருக்கும் மதியமும் தயங்கும் அழகான முகமுடைய பெண்கொடியே! கேட்பாயாக! செவ்வாய், இரண்டாமிடத்திற்கு அதிபதி, மூன்றாம் இடத்திற்கு அதிபதி இவர்களுடனே சேர்ந்திருந்தால் பல துன்பங்களோடு வாகனத்தை இழக்க நேரிடும். களத்திரம், புத்திரர்கள், நண்பர்கள் இவர்களுக்கு அழிவு நேரிடும். தீயவீடுகளான ஆறு, எட்டு ஆகிய இடங்களில் செவ்வாய் இருந்தால், காயத்தினால் துன்பம் உண்டாகும். மிகுந்த பாவியாவான். செல்வாக்கினால் பலன் இருக்காது. அதிகமாகத் துன்பங்கள் வந்து சேரும். இவ்வாறு புவியுலகில் சோதிடக் கலையில் வல்லவர்கள் கூறியுள்ளார்கள் என்றாவறு.

செப்பியதோர் ஒருமூன்றில் கேந்திரகோ ணத்தில்
திகழ்லாப ஸ்தானத்தில் சேயிருந்தா னாகில்
சொற்சவுக்கி யமுடனே சில்லாபம் சேரும்
தூயநல்ல கன்மமுடன் சுகமுடனே காட்டும்[1]
தப்பிதமில் லாதிருந்த இடந்தனையும் பிரிக்கும்
தனப்பிரிவு சதிபீடை அபகீர்த்தி யுடனே
ஒப்பரிய பாவம்வரும் மனதுக்கத் துடனே
உறவுபகை மனபீடை உண்டாமென் றறியே. (6) (25)

(இ.ள்) கூறும்படியாகச் செவ்வாய், இலக்கனத்திற்கு மூன்றாம் இடத்தில், 1,4,7,10 ஆகிய கேந்திர வீடுகளில், 1,5,9 ஆகிய

திரிகோண வீடுகளில், இலாபஸ்தானம் என்று சொல்லப்படுகின்ற பதினோராம் வீட்டில் இருந்தால், அனைத்து நலன்களுடன் சில இலாபங்கள் கிடைக்கும். நல்ல செயல்களுடன் இனிமை தோன்றும். இருப்பினும் இருக்கின்ற இடத்தைவிட்டு இடம்பெயர வைக்கும். பொருள் கைவிட்டுப் போகும். மனைவிக்குத் துயரம் நேரும். அவமானமுடன் பாவம் சேரும். மனதில் துயரம் மிகும். உறவுகள் பகையாகும். மனதில் குழப்பம் உண்டாகும் என்றவாறு.

அறிவுடைய வாக்கேழுக் குடையவன்சே யாகில்
அதிரோக மனப்பீடை யதுமிகவுண் டாகும்
பொறிமயில்வா கனர்செபம்செய் தந்தணர்க்குத் தானும்
புகழ்வெள்ளை யிடபமொடு நிதிதான மளிக்கில்
குறியான பரிகார மாகுமிதில் நலமே
கொழுங்கரும்பு ரசத்துடனே முப்பழத்தின் ரசமும்
முறியாமல் உறக்காய்ச்சி வடித்தெடுத்த பாகின்
மொழிமடவார்க் கரசான மோகனப்பெண் ணரசே. (7) (26)

(இ.ள்) செழுமையான கரும்புச் சாற்றுடன் மா, பலா, வாழை ஆகியவற்றின் சாறுகளையும் விட்டுப் பதமாகக் காய்ச்சி வடித்து எடுத்த பாகைக் காட்டிலும் இனிமையான, பெண்களுக்கெல்லாம் தலைவியான வசீகரம் உடைய பெண்ணரசியே! அறிவுடைய வாக்குஸ்தானம் என்று சொல்லப்படுகின்ற இரண்டாம் இடத்திற்கு அதிபதி, மற்றும் ஏழாம் இடத்திற்கு அதிபதி செவ்வாயாக இருந்தால் நோய்களும் மன உளைச்சலும் அதிகம் உண்டாகும். இதற்குப் பரிகாரமாக புள்ளிகளையுடைய மயிலைத் தன் வாகனமாகக் கொண்ட முருகப்பெருமானுக்கு வழிபாடு செய்து அந்தணர்களுக்கு வெள்ளியால் ஆன காளையையும், செல்வத்தையும் தானமாக வழங்க வேண்டும். அவ்வாறு பரிகாரம் செய்தால் தீமைகள் நீங்கி, நன்மைகள் உண்டாகும் என்றவாறு.

❖

1.4 சூரியதிசை – இராகு புத்தி

செங்கதிரோன் திசையதனில் ராகுபுத்தி பத்துத்
திங்களுடன் இருபத்து நாலுநாள் அதனில்
துங்கமிகும் பாம்பரிக்கந் தர்க்கதனா கிடினும்
சொற்கேந்திரம் திரிகோணம் தன்னிலிருந் தாலும்

பொங்கமுறு முற்பாதி தனநாசம் பயமாம்
புகழ்சோரர் அக்கினியால் பயமரணம் பீடை
மங்கைநல்லாய்! அரசரால் தனநாசம் புத்திரர்
வருங்களத்திர பிரிவுபின்பா தியிற்சுகமுண் டாமே. (1) (27)

(இ.ள்) நல்ல மங்கையே! சிவந்த கதிர்களை உடைய சூரியன் திசை ஆறு ஆண்டுகளில் இராகு புத்தி பத்து மாதங்கள், இருபத்து நான்கு நாட்கள். இந்நாட்களில் சூரியனுடன் பாம்பாகிய இராகு சேர்ந்து இருந்தாலும் 1, 5, 9 ஆகிய திரிகோணங்களில் இருந்தாலும் சூரியதிசையில் இராகு புத்தியின் முன்பாதியில் பொருள் செலவும் பயமும் உண்டாகும். திருடர்களாலும், தீயினாலும்பயமும், மரணத் திற்கு ஒப்பான துன்பங்களும், அரசாங்கத்தால் பொருள் அழிவு, புத்திரர்கள், களத்திரம் இவர்களை விட்டுப் பிரிதல் போன்றவை நிகழும். இராகு புத்தியின் பின்பாதியில் நன்மைகள் உண்டாகும் என்றவாறு.

மேலான சுபக்கிரகத் துடனேநின் றாலும்
மிகுசுபரால் நோக்குறினும் வியன்சுபாங் கிசத்தில்
பாலாக இருந்திடினும் சுபராசி யதனில்
பண்புடனின் றாலுமுச்சத் திருந்தாலும் பதிவாய்ச்
சேலாரும் விழிமடவாய் திரிகோணத் தேனும்
சிறந்தபத்து மூன்றாறு பதினொன்றி லேனும்
வாலாரும் பாம்பிருந்த தானமது தன்னில்
மருவியிட அதன்பலனை வகுத்திடக்கே ளணங்கே!
(2)(28)

(இ.ள்) கெண்டைமீனை ஒத்த கண்களைக் கொண்ட இளமை யுடைய பெண்ணே! இராகு நற்கோள்களுடன் நின்றாலும், இராகுவை நற்கோள்கள் பார்த்தாலும் நல்ல சுபரங்கிசத்தில் இராகு இருந்தாலும், நல்ல இராசிகளில் இராகு நின்றாலும், இராகு தன் உச்சவீடாகிய விருச்சிக இராசியில் நின்றாலும், 1,5,9 ஆகிய திரிகோண வீடுகளில் இருந்தாலும், இராகு, மூன்றாமிடம், ஆறாம் இடம், பத்தாம் இடம், பதினோராம் இடம் ஆகிய இடங்களில் இருந்தாலும் அதனால் வரும் பலன்களை வகுத்திடச் சொல்லுகிறேன் அணங்கே! கேட்பாயாக! என்றவாறு.

பலமிகுந்த ராசவபி மானமது சேரும்
பண்புடனே ஆரோக்கியம் அதிகசவுக் கியமாம்
குலவுமகா சயதனதா னியலாபம் உண்டாம்
கூடுமே வஸ்திரமும் பூஷணலா பங்கள்

நலவிவசா யமும்பலிக்கும் அகாலபோ சனங்கள்
நடப்பிக்கும் சட்டாட்ட வியத்தினில்பாம் பிருக்கில்
சொலவரிய பாவிவந்து கூடினும்பார்த் தாலும்
துலங்குபலன் சொல்லுவன்கேள் தோகைமட மயிலே!

(3) (29)

(இ.ள்) மயில் தோகை போன்ற கூந்தலையும் மயில்போன்ற சாயலையும் உடைய இளமையான பெண்ணே! இராகு பலவானாக இருப்பின், அரசாங்கத்தால் நன்மை உண்டாகும். உடல்நலம் சிறக்கும். அனைத்து வசதிகளும் கிடைக்கும். பொருள் வருவாய் மிகுதியாகும். நல்ல காரியங்கள் கைகூடும், ஆடை, ஆபரணங்கள் மேன்மேலும் சேரும். பயிர்த்தொழிலில் இலாபம் கிடைக்கும் ஆனால் அகாலத்தில் உணவு உண்ண நேரிடும். தீயவீடுகள் என்று சொல்லக்கூடிய ஆறு. எட்டு, பன்னிரண்டாம் இடங்களில் இராகு இருந்தாலும், சொல்வதற்கு அரிய தீயக்கோள்களுடன் சேர்ந்து இருந்தாலும், தீயக்கோள்கள் இராகுவைப் பார்த்தாலும் நேரக் கூடிய பலன்களை விளக்கமாகச் சொல்லுகின்றேன். கேட்பாயாக! என்றவாறு.

தோகையரே பந்துசன பீடைகளும் உண்டாம்
சுயகிரக பயித்தியமாம் கொலும்விலங்கு பூணும்
தாகமுறும் சோராக்னி பிராணபயம் உண்டாகும்
சந்ததியும் களத்திரமும் தானபயம் உண்டாம்
சேகரமாய்ப் பசுக்காலி நட்டமிக வாகும்
செய்கிரக ஷேத்திராதி வெகுநாச மாகும்
பாகுமொழி மாதேகேள்! இராசபயம் உண்டாம்
பகர்காய்ச்சல் குன்மசய ரோகம்வரும் பாரே. ***(4) (30)***

(இ.ள்) மயிலின் தோகை போன்ற கூந்தலையும், சர்க்கரைப் பாகு போன்ற இனிய மொழியையும் உடைய பெண்ணே! நான் சொல்வதைக் கேட்பாயாக. இராகு தீய வீடுகளில் இருந்தாலும் தீயக்கோள்களுடன் சேர்ந்தாலும், தீயக்கோள்களின் பார்வையைப் பெற்றாலும் உற்றார் உறவினர்களுக்குத் துன்பங்கள் உண்டாகும் தன் வீட்டில் உள்ளோருக்கு மனநோய் உண்டாகும். விலங்கு பூட்டப்பட்டுச் சிறைக்குச் செல்ல நேரும். திருடர்களாலும் தீயாலும் பயணங்களாலும் அச்சம் ஏற்படும். புத்திரர்கள், களத்திரம் இவர்கள் குறித்துப் பயம் உண்டாகும். வீடு தொடர்பாகவும் அச்சம் ஏற்படும். பசுக்கள்வளர்ப்பின் அவற்றால் நஷ்டம் ஏற்படும். வீடுகள், நிலங்கள், இவை அழிந்து

போகும். அரசாங்க பயம் உண்டாகும். காய்ச்சல், குன்மம், சயரோகம் முதலான நோய்களால் உடல்நலக்குறைவு தோன்றும் என்றவாறு.

குறிப்பு: குன்மம் – இதுவயிற்று மந்தம் என்று சொல்லக்கூடிய நோயாகும். வாதகுன்மம், பித்த குன்மம், சிலேத்தும குன்மம், சன்னி குன்மம், தலைகுன்மம், அரி குன்மம், சத்தி குன்மம், வலி குன்மம் என இந்நோயை எண்வகையாகக் கூறுவர் சித்தமருத்துவர்கள்.

சயரோகம் – இது எலும்புருக்கி நோய் என்று சொல்லக்கூடிய நோய். சித்த மருத்துவம், சயரோகம், பிர்மசயம், சத்திரிய சயம், வைசியசயம், சூத்தியசயம் எனப் பலவகைகளைக் குறிப்பிடும்.

பாரமுலைப் பெண்கொடியே! அதிசார பீடை
பகர்க்குதலை வலிமரணம் விஷபேதி உண்டாம்
வீரமிகு லக்கினம்பத் தாறுமூன் றுடனே
மிகுபதினொன் றில்லரவம் இருந்தாலும் சுபர்கள்
வாரமுடன் கூடிடிலன் னோர்கள்பார்த் தாலும்
வருமதிக பாக்கியமும் அதிககீர்த் தியுமாம்
சாரமிகு களத்திரபுத் திராதிமனம் சேரும்
தனதான்ய மிகச்சேரும் சம்பத்துண் டாமே. (5) (31)

(இ.ள்) கனமான ஸ்தனங்களைக் கொண்ட பெண் கொடியே! தீய வீடுகளில் இராகு இருந்தாலும், தீயக் கோள்களோடு சேர்ந்து இருந்தாலும், தீயக்கோள்களின் பார்வை இராகுவிற்கு இருந்தாலும் அதிசாரநோய், தலைவலி, விஷபேதி முதலான நோய்கள் உண்டாகும். மரணம் நேரிடக் கூடும். இராகு பலம் பொருந்திய இலக்கனம், மூன்று, ஆறு, பத்து, பதினொன்று ஆகிய இடங்களில் இருந்தாலும், நற்கோள்கள் இராகுவுடன் கூடினாலும், இராகுவை நற்கோள்கள் பார்த்தாலும், அதிக நன்மைகள், அதிகமான புகழ் உண்டாகும். களத்திர மகிழ்ச்சி, புத்திரர்களின் திருமணங்களால் மகிழ்ச்சி உண்டாகும். பொருள், தானியங்கள், முதலான செல்வங்கள் மிகுதியாகச் சேரும் என்றவாறு.

குறிப்பு: அதிசாரம் – வயிற்றுப்போக்கு அல்லது பேதி என்று சொல்லக்கூடிய நோயாகும்.

சம்பத்துத் தருமிரண்டில் ஏழினிலே ராகு
தனித்திருக்கில் அதற்குடையோன் நோக்கமுறில் கூடில்
வெம்புற்ற மிருத்துபயம் விஷபேதி பயமாம்
மேலதற்குப் பரிகாரம் துர்க்கைசெபம் செய்தே

கொம்புற்ற தகர்தானம் கருங்காளை தானம்
கொடுத்திடவே சாந்தமிகக் கொடுக்குமென்று பகர்ந்தார்
வம்பற்ற பயோதரங்கள் நெருங்கி விம்மிப் பணைத்து
மதத்தெழுந்த சிறுத்தவிடை மடமயில்நல் லாளே. (6) (32)

(இ.ள்) குற்றமற்ற கொங்கைகள் நெருங்கி விம்மி, பருத்து மதர்த்து எழுதலால் பாரம் தாங்காமல் இருக்கக் கூடிய சிறிய இடையை உடைய இளமையான மயில் போன்ற சாயலை உடைய பெண் நல்லாளே! செல்வங்களை வழங்கும் இரண்டாம், ஏழாம் இடங்களில் இராகு தனித்து இருந்தாலும், இரண்டாம் இடத்திற்கு அதிபதியும், நான்காம் இடத்திற்கு அதிபதியும் இராகுவைப் பார்த்தாலும், இவ்விருவரும் இராகுவுடன் சேர்ந்திருந்தாலும் மரண கண்டம், விஷபேதி இவற்றால் அச்சம் உண்டாகும். இதற்குப் பரிகாரமாகத் துர்க்கைக்கு வழிபாடு செய்து, கொம்புகள் உள்ள ஆடுகளைத் தானம் செய்தாலும் கரிய காளை மாட்டை தானம் செய்தாலும் தீமையான பலன்கள் மாறி, அமைதி உண்டாகும் என்று சாத்திரங்களில் வல்லவர்கள் கூறியுள்ளார்கள் என்றவாறு.

குறிப்பு: பயோதரம் - முலை, மிருத்து - மரணபயம்.

❖

1.5 சூரியதிசை – குரு புத்தி

நல்லதொரு பானுவுட திசையி லேதான்
நான்மறையோன் அபகாரம் மதியொன்ப துடனே
வல்லதொரு பதினெட்டு நாள தாகும்
வரும்பலனை இயம்புகின்றேன் வகைய தாக
எல்லவர்க்கந் தர்க்கதனாய் இருந்திட் டாலும்
எழிலுடைய இலக்கினகேந் திரகோ ணத்தில்
சொல்லரிய உச்சசொட்க்ஷேத் திரத்தி லேனும்
சூரியன்தன் னுடன்கூடி இருக்கில் கேளே. (1) (33)

(இ.ள்) நல்ல சூரியனுடைய திசை ஆறு ஆண்டுகளில் குருவின் புத்தி மாதம் ஒன்பது, நாட்கள் 18. சூரியனுடன் குருவும் சேர்ந்து இருந்தாலும் அழகுடைய இலக்கினம், 1,4,7,10 ஆகிய கேந்திர வீடுகளில் இருந்தாலும் 1,5,9 ஆகிய திரிகோண வீடுகளில் இருந்தாலும், சொல்லுவதற்கு அரிய குரு, ஆட்சிவீடுகளான தனுசு,

மீன இராசிகளில் சூரியன் கூடி இருந்தாலும் உச்ச வீடான கடகராசியில் சூரியனுடன் கூடி இருந்தாலும் அதன்பலனைக் கேட்பாயாக என்றவாறு.

குறிப்பு: பானு – சூரியன், மறையோன் – குரு, மதி – திங்கள், அபகாரம் – புத்தி, எல் – சூரியன்.

கூடியதோர் அஞ்சுபதி னொன்றி லேதான்
 குறித்தபெல வானுடனே கூடி னாலும்
நாடியதோர் விவாகமுடன் இராச பேட்டி
 ரத்தினதா னியலாபம் புத்திர இலாபம்
தேடியதோர் அதிகசுகம் தேக புஷ்டி
 செகராசர் சமானம் திரலாபம் உண்டாம்
நீடியதோர் அதிகீர்த்தித் தரும சிந்தை
 நிகழ்த்திலுல கப்ரீதி கூடும் தானே. (2) (34)

(இ.ள்) இலக்கினம், ஐந்தாமிடம், பதினோராமிடம் ஆகிய இடங்களில் பலவானுடன் கூடி இருந்தாலும், திருமணம் நடை பெறும். அரசாங்கத்தால் நன்மை ஏற்படும். நவமணிகள், தானியம் இவற்றில் இலாபம் ஏற்படும். புத்திரர்களால் நன்மை உண்டாகும். சுகம் உண்டாகும். உடல் ஆரோக்கியம் சிறந்திருக்கும். உயர்ந்த ஆடைகள் வாங்குவர். அதிக புகழ் கிடைக்கும். தருமசிந்தனை உண்டாகும். உலகத்தாரால் விரும்பப்படுவர் என்றவாறு.

தானான ஒன்பதுபத் துடையோ னோடே
 சதுர்மறையோன் கூடியிருப் பானே யாகில்
மானேகேள்! ராச்சியலா பங்கள் உண்டாம்
 மகாசந்தோ ஷமுமடைவன் சிவிகை இலாபம்
சேனாதி பதியாய்வஸ் திரலா பந்தான்
 சேருமதி சுகம்புதுக் கிரகம் உண்டாம்
பூநாறும் குழல்மடவாய்! பாபகர்மம் சேரும்
 பொருட்சேத மாகுமனோ வியாதியு முண்டாம். (3) (35)

(இ.ள்) மான் போன்ற சாயலையும் மணம் பொருந்திய கூந்தலையுடையயும் உடைய இளமையான பெண்ணே! கேட்பாயாக! ஒன்பதாம் இடத்திற்கு அதிபதி, பத்தாம் இடத்திற்கு அதிபதி இவர்களுடன் குரு சேர்ந்திருந்தால், அச்சாதகன் மிகுந்த சந்தோஷம் உடையவனாக விளங்குவான். வாகன இலாபம் கிடைக்கும். மிகப்பெரிய பதவி கிடைத்து மகிழ்வான். உயர்ந்த ஆடைகள்

வாங்குவான். சுகமடைவான் புதிய வீடு கட்டுவான். ஆனால் பொருட்கள் சேதமாகும். மனவியாதி உண்டாகும்.

குறிப்பு: சதுர்மறையோன் – குரு.

ஆதிமறை யவனீச மாகியுறும் போது
அஸ்தமனத் தடைந்திடினும் தனநாச மாகும்
தீதுவரும் அதிகபயம் ராஜகோ பங்கள்
சேருமிட்ட சனநாசம் சேர்ந்துபயம் உண்டாம்
வேதமுனி கேந்திரத்தி லிருந்தானே யாகில்
வெகுபுத்திர இலாபமுடன் அதிகசுகம் உண்டாம்
தீதறுநற் கருமங்கள் அதிசெல்வ முடனே
தேகசவுக்யம் சிவபூசை மிகச்செய்கு வானே. *(4) (36)*

(இ.ள்) குரு, மகர இராசியில் நீசமடைந்திருந்தாலும், அஸ்தமனமாகி இருந்தாலும் பொருள்கள் கைவிட்டுப் போகும். தீமைகள் வரும். மனதில் பயம் தோன்றும். அரசாங்கத்தின் கோபத்திற்கு ஆளாக நேரிடும். அன்புடன் கூடிய உறவினர்களை இழக்க நேரிடும். குரு, *1,4,7,10* ஆகிய கேந்திர வீடுகளில் இருந்தால், புத்திரர்களால் நன்மையும் அதிக சுகமும் உண்டாகும். நல்ல காரியங்களால் நன்மையும் அதிக சுகமும் உண்டாகும். நல்ல காரியங்கள் நிகழும். அதிக செல்வத்துடனும் உடல் நலத்துடனும் விளங்குவான். சிவ பூசைகள் செய்து மகிழ்வான் என்றவாறு.

குறிப்பு: வேதமுனி – குரு.

செய்யசுபக் கிரகமது மறையோன் தன்னைத்
தீர்க்கமுடன் பார்ப்பானேல் புராணமிகும் கேள்வி
ஐயமில்லாத் தடாகங்கோ புரம்பிர திட்டை
அநேகபுண்ய தர்மமெல்லாம் அவனே செய்வன்
வையகத்தி லரசரபி மானம் சேரும்
வளர்தனவா னாவனஞ்சில் ஒன்பான் நிற்கில்
கையிலணி வளையுடைய கருங்கண் மாதே!
கணிதர்களா ராய்ந்தபடி கருதிப் பாரே. *(5) (37)*

(இ.ள்) அழகான வளையல்களைக் கைகளில் அணிந்துள்ள கரிய மைபூசப்பட்ட கண்களையுடைய பெண்ணே! குருவை, நற்கோள்கள் பார்த்தால் புராணங்களைப் படிப்பான். கேள்வி ஞானம் மிகும். சந்தேகமின்றி கோயில்களையும், குளங்களையும்,

அமைப்பான். புண்ணிய தர்மங்கள் பலவற்றையும் செய்வான். அவனுக்கு அரசாங்கத்தின் ஆதரவு கிடைக்கும். குருவானவர் ஐந்தாமிடம், ஒன்பதாமிடம் ஆகிய இடங்களில் நின்றால், மேலும் மேலும் பெருகக்கூடிய செல்வத்தை உடையவனாக விளங்குவான் என்று சோதிட சொல்லுநர்கள் ஆராய்ந்து கூறியுள்ளார்கள் என்றவாறு.

கருதரிய புத்திரலா பம்கல் யாணம்
கதித்துவரும் ஐஸ்வரியம் தேவ பூசை
தருபலன் தானபலன் மந்திர சித்தி
தருங்குருநற் பத்தியுடன் புத்திர லாபம்
பொருவரிய பூஷணவா கனலா பங்கள்
பொன்னவனார் பதினொன்றில் பொருந்தி நின்றால்
வருமதிக சுகமுடனே கிரகம் பூமி
வளர்தனலா பங்கள்சத் துருநாசந் தானே. *(6) (38)*

(இ.ள்) குரு, ஐந்தாமிடம் ஒன்பதாமிடம் ஆகிய இடங்களில் இருப்பின், புத்திரர்களால் நன்மை ஏற்படும், திருமணம் கூடிவரும். செல்வங்கள் சேரும். இறை பூசைகள் செய்வான். தான தர்மங்கள் செய்வான். மந்திரம் சித்திக்கும். பெறுவதற்கு அரிய கௌரவம் கிடைக்கும். வாகனங்கள் வாங்குவான். குரு, இலாபத்தானமான பதினோராம் வீட்டில் பொருந்தி நின்றால், அதிக சுகங்கள் உண்டாகும். புதுவீடு கட்டுவான். நிலங்கள் வாங்குவான். செல்வம் மேன்மேலும் பெருகும். பகைவர்கள் அழிவர் என்றவாறு.

நாசமுறும் சட்டாட்ட வியத்தி லேதான்
நான்மறையோன் இருந்திடினும் நலமில் லாத
தோசமுறும் பாவியுடன் கூடி னாலும்
சோராக்னி ராசபயம் வியாதி உண்டாம்
வாசமுடன் சுபரோடே வியாதி உண்டாம்
வருஞ்சவுக்கிய பாக்கியமும் போச னங்கள்
பேசரிய வஸ்திரபூ ஷணங்கள் உண்டாம்
பிணையினையும் மயிலினையும் பழித்த மாதே! *(7) (39)*

(இ.ள்) பெண் மானின் விழியினையும் மயிலின் சாயலையும் பழிக்கும் பெண்ணே! குருவானவர், அழிவைத் தரக்கூடிய ஆறு, எட்டு, பன்னிரண்டாம் வீடுகளில் இருந்தாலும் தீமைகளைத் தரக்கூடிய தீயக்கோள்களுடன் கூடி இருந்தாலும் திருடர்களாலும்,

தீயாலும், அரசாங்கத்தாலும் பயம் உண்டாகும். நோய்கள் வரும். குரு, நன்மைகளைத் தரும் நற்கோள்களுடன் கூடி இருந்தால், உடல் நலமும் மன மகிழ்ச்சியும் உண்டாகும். வாழ்க்கை வசதிகள் பெருகி, நல்ல உணவு, உயர்ந்த உடைகள், போன்றவை கிடைக்கும். மற்றோரால் போற்றப்படுவான் என்றவாறு.

மாமறையோன் அபகாரம் ஆதியில்சோ பனமாம்
மத்தியிலே பரதேச சஞ்சாரம் உண்டாம்
சேமமுறும் அந்தியத்தில் சிலலாப முடனே
சிலதுகஷ்டம் உண்டாகும் தீதுறும்ரெண் டேழுக்
காமிவனே அதிபதியாய் உற்றிருக்கில் பீடை
அதிகநோய் இதுதனக்குப் பரிகார மறைவேன்1
சேமநிதி தானமுடன் ஈசர்செபம் புரிய
செழித்திடுமா ரோக்யபலம் திடமுண்டா யிடுமே.

(8) (40)

(இ.ள்) சூரியதிசை. குருவின் புத்தியில் முதலில் சோபன காரியங்கள் நடைபெறும். மத்தியபாகத்தில் வெளிநாடு சென்று அலைய நேரிடும். இறுதி பாகத்தில் சில இலாபங்களும் சில கஷ்டங்களும் உண்டாகும். இரண்டாமிடம், ஏழாமிடம் இவற்றுக்கு அதிபதியாக குரு இருப்பானேயானால், துன்பங்களும் நோயும் உண்டாகும். இதற்குப் பரிகாரமாகத், தானம் கொடுப்பதோடு, சிவபெருமானுக்கு வழிபாடு செய்துவர, உடல் நலம் பெறும். உடல்வலிமை பெறும் என்றவாறு.

குறிப்பு: மாமறையோன் – குரு, அபகாரம் - புத்தி.

❖

1.6 சூரியதிசை – சனி புத்தி

இரவியினில் சனிபுத்தி மாதம்பன் னொன்றோ
டிசையுநாள் பன்னிரண்டின் பலனதனைச் செப்பில்
பரவுசனி பானுவுக்கந் தர்க்கதனா கிடினும்
பலித்திடுலக் கினகேந்திர திரிகோணத் தவனும்
விரவியிடு முச்சசொக்ஷேத் திரத்தானத் தவனும்
மிகுசுபரோ டேகரியோன் கூடியிருப் பானேல்
திருவுறையும் தனதான்ய விவாகமது சேரும்
தீர்க்கசுகம் சத்துருவைச் செயம்புரிவான் மின்னே! *(1) (41)*

(இ.ள்) மின்னலையொத்த இடையையுடைய பெண்ணே! சூரியதிசை ஆறு வருடங்களில் சனிபுத்தி மாதம் பதினொன்று, நாள் பன்னிரண்டு. சனி, சூரியனுடன் கூடியிருந்தாலும், இலக்கினம், 1,4,7,10 ஆகிய கேந்திர வீடுகளில் இருந்தாலும் 1,5,9 ஆகிய திரிகோண வீடுகளில் இருந்தாலும் உச்சவீடாகிய துலாம் இராசியில் இருந்தாலும் ஆட்சி வீடுகளாகிய மகர இராசி, கும்ப இராசி ஆகிய வீடுகளில் இருந்தாலும, சனியானவன், நற்கோள்களோடு கூடி இருந்தாலும், செல்வம் சேரும், தன தான்ய இலாபம் உண்டாகும். திருமணங்கள் கைகூடும். சுகத்துடன் வாழ்வான். பகைவர்களை வெற்றி கொள்வான் என்றவாறு.

குறிப்பு: பானு – சூரியன், கரியோன் – சனி.

செயமான வாகனத்தா னத்தோனைக் காரி
சேர்ந்திருக்கத் திரவியமும் வஸ்திரபூ ஷணமும்
நயமான வாகனமும் புதுக்கிரகத் துடனே
நல்லசுப சோபனமும் ராசப்ரீ தியுமாம்
சுயபூமி லாபமொடு தனதான்ய லாபம்
தொகுத்துவரும் பாவரிவன் தனைநோக்கி வாரேல்
பயம்ராச கோபமொடு தாயாதிக் கலகம்
பந்துவினால் உயிர்ச்சேதம் பருவிலக்கு வருமே.

(2) (42)

(இ.ள்) செயமுடைய வாகனத்தானத்தோனாகிய, நான்காம் இடத்திற்கு அதிபதியைச் சனி சேர்ந்திருந்தால் செல்வங்களும், ஆடை ஆபரணங்களும் கிடைக்கும். வாகன யோகமும் உண்டாகும். புதுவீடு கட்டுவான். நல்ல சோபனமும் அரசாங்கத்தால் நன்மையும் உண்டாகும். சொந்த நிலங்களில் தனதான்ய இலாபம் உண்டாகும். சனியைத் தீயக்கோள்கள் நோக்கினால், பயம், அரசாங்கத்தால் தீமை, பங்காளி களால் கலகங்கள் நேரும். உறவினர்களால் உயிர் அழிவு உண்டாவதோடு, சிறைச் செல்ல நேரிடும் என்றவாறு.

குறிப்பு: வாகனத்தோன் - நான்காம் வீட்டிற்கு அதிபதி.

விலங்குவரும் தனநாசம் காரியநா சங்கள்
விளங்குமிட்ட கிலேசமொடு மிகபயமும் உண்டாம்
கலங்கிமிகச் சண்டைவரும் சட்டாட்ட வியத்தில்
காரிநிற்கில் புத்திரகளத் திரநாசந் தேகம்

பெலன்குறையும் அதிகபயம் தொடுத்தகா ரியமும்
புரண்டுவரும் வயிற்றுவலி வாயுவினால் ரோகம்
சொலுங்காய்ச்சல் அதிசாரம் சன்னியுமுண்டாகும்
தூயமொழிப் பவளவிதழ் தோகையிள மயிலே! *(3) (43)*

(இ.ள்) பவளச் செவ்வாயில் தூய்மையான மொழிகளைப் பேசும் தோகையினை உடைய இளமயிலை ஒத்த சாயலை உடைய பெண்ணே! பொருள் அழிவு ஏற்படுவதோடு, காரிய நாசங்கள் உண்டாகும். மனக்குழப்பத்தோடு மிகுந்த பயம் உண்டாகும். மனக்கலக்கத்தோடு, சண்டைகள் வரும். சனி, ஆறு, எட்டு, பன்னிரண்டு ஆகிய தீய வீடுகளில் இருந்தால் புத்திரர்கள், களத்திரம் போன்றோருக்கு அழிவு நேரும். உடல் நலக்குறைவு ஏற்படும். அதிக பயம் உண்டாகும். எடுத்த காரியங்கள் மாறிவரும். வயிற்றுவலி, வாயு தொடர்பான நோய்கள், காய்ச்சல், பேதி, சன்னி முதலான நோய்கள் வந்து வருத்தும் என்றவாறு.

குறிப்பு: காரி – சனி.

மயிலேகேள்! காரிபுத்தி யாதிமித்திரர் நாசம்
வரும்நடுவில் அற்பசுகம் கடையில்மகா கிலேசம்
பயிலரசர் மூலத்தால் தனதான்ய நாசம்
பகர்கேந்திர கோணத்தில் பாவருடன் கூடி
இயல்பாக மார்பதனில் வெகுகுத்துக் காணும்
இசைபுத்திரர் நாசமன்னிய தேசஞ்சா ரங்கள்
தையலேயா றெட்டினில்தீக் கோளுடனே கூடில்
தானதிக பயமுண்டாம் சத்ருபய மாமே. *(4) (44)*

(இ.ள்) மயில் போன்ற சாயலை உடைய பெண்ணே! கேட்பாயாக! சனிபுத்தியின் தொடக்கத்தில் நண்பர்களை இழக்க நேரிடும். நடுவில் சிறிதளவு சுகம் உண்டாகும். கடைசியில் மிகுந்த மனக்கலக்கம் ஏற்படும். அரசாங்கத்தால் பொருளை இழக்க நேரிடும். 1,4,7,10 ஆகிய கேந்திர வீடுகளில் சனி, தீயக்கோள்களுடன் கூடி இருந்தாலும், 1,5,9 ஆகிய திரிகோண வீடுகளில் சனி, தீயக்கோள்களுடன் கூடி இருந்தாலும் மார்பில் குத்துவது போன்ற வலி உண்டாகும். புத்திரர்களை இழக்க நேரிடும். அந்நிய தேசங்களுக்குச் சென்று அலைய நேரிடும். பெண்ணே! சனி, ஆறு, எட்டாம் இடங்களில் தீயக்கோள்களுடன் கூடி இருந்தால் அதிக பயமுண்டாகும். குறிப்பாகப் பகைவர்களால் மிகுதியான பயம் உண்டாகும் என்றவாறு.

சத்துருவாம் புத்திரனும் தாரத்தால் பிரிவாம்
சயித்தியமும் பயித்தியமும் சரீரமா னமுமாம்
மெத்தவுள ராசபயம் சத்துருபயம் கூடும்
மிகுந்தெய்வ நிந்தைதர்ம நிந்தையது சேரும்
நத்திவரும் சகோதரர்க்குப் பீடைபந்து நாசம்
நலமில்லா விவசாயம் நாற்காலி சேதம்
சித்தமுடன் பருவிலங்கு பூணவுமே செய்யும்
செழுங்காரி பாவியுடன் சேர்ந்திடில்நல் லாளே. (5) (45)

(இ.ள்) மேலும் தீயக்கோள்களுடன் ஆறு, எட்டு ஆகிய தீய வீடுகளில் சனி அமர்ந்திருப்பின், புத்திரர்களையும் தாரத்தையும் விட்டுப் பிரிய நேரிடும். சயித்தியம், பைத்தியம், உடல்நோய்களும் உண்டாகும். அரசாங்கத்தால் பயமும், பகைவர்களால் பயமும் அதிக மாகும். தெய்வ குற்றம், தர்ம குற்றம் வந்து சேரும். தன்னை வந்து சேரும் சகோதரர்களுக்குத் துன்பம் நேரும். உறவினர்களை இழக்க நேரிடும். பயிர்த்தொழிலாலும், நான்குகால் விலங்குகளாலும் நஷ்டம் உண்டாகும். சிறைக்குச் செல்ல நேரும் என்றவாறு.

நல்லதொரு லாபத்தா னத்தினிலே காரி
நண்ணியிடில் அதிதருமம் களத்ரபுத்ர லாபம்
சொல்லரிய பூஷணவஸ் திரதான்ய லாபம்
சொலுங்கரியோன் இரண்டேழுக் கதிபதியாய் இருந்தால்
மெல்லவரும் அவமிருத்துக் கண்டமுண்டாய் அகலும்
விளம்புபரி காரமது மிகுகருப்புக் காளை
வல்லதொரு ஆதானம் மறையவர்க்குக் கொடுத்தால்
வாழ்ந்திடுவன் அவமிருத்துத் தோஷமுமா றிடுமே.
(6) (46)

(இ.ள்) நல்ல இடமாகிய இலாபஸ்தானம் என்று சொல்லப் படுகின்ற பதினோராமிடத்தில் சனி இருந்தால், அதிக தர்மங்கள் செய்வான். களத்திரத்தாலும் புத்திரர்களாலும் இலாபம் கிட்டும். மேலும், ஆடை, ஆபரணங்கள், தன, தான்யங்கள் இவற்றால் இலாபம் உண்டாகும். சனி இரண்டாமிடம், ஏழாமிடத்திற்கு அதிபதியாக இருந்தால் மரணத்தையொத்த கண்டம் தோன்றி அகலும். இதற்குப் பரிகாரமாகக் கருப்புநிறக் காளை ஒன்றை அந்தணர்க்குத் தானமாகக் கொடுத்தால், மரணபயம் மாறி, சுகம் உண்டாகும் என்றவாறு.

1.7 சூரியதிசை – புதன் புத்தி

தோஷமில்லா ரவிதிசையில் புதன்புத்தி மாதம்
தொடுத்தபத்து நாளாறில் சொலும்பலனைக் கேளாய்
நாசமில்லா புதன்கேந்திர சொஷேத்ர உச்சம்
நல்லபல வானுடனே கூடியிருந் தாலும்
பேசரிய சுபருடனே கலந்திருந்தா னேனும்
பெருத்தசுகம் பூலாபம் சந்தோஷம் உண்டாம்
நேசமிகு புத்ரமித்ர களத்திரரா திக்கு
நேரான சவுக்கியமுண் டாமெனச்சொல் மாதே. *(1) (47)*

(இ.ள்) பெண்ணே! குற்றமற்ற சூரியன் திசை ஆறில் புதன்புத்தி மாதம் பத்து, நாள் ஆறு. புதன், 1,4,7,10 ஆகிய கேந்திரவீடுகளில் இருந்தாலும் சொந்த வீடான மிதுன இராசியில் இருந்தாலும் ஆட்சி வீடாகவும் உச்ச வீடாகவும் விளங்கும் கன்னி இராசியில் இருந்தாலும் நல்ல பலவானுடன் கூடியிருந்தாலும், நற்கோள்களுடன் சேர்ந்து இருந்தாலும் மிகுந்த சுகம் உண்டாகும். பூமி இலாபத்துடன் அதிக மகிழ்ச்சி ஏற்படும். அன்புமிகு புத்திரர்கள், நண்பர்கள், களத்திரம் போன்றோருக்கும் அனைத்து நன்மைகளும் உண்டாகும் என்றவாறு.

குறிப்பு: இரவி – சூரியன்.

மாதேகேள்! ராசசன்மா னங்களுட னேதான்
வருமதிகக் கீர்த்திவித்தை லாபமுமே யாகும்
தீதேதுமில் லாததுதான் கைகூடும் கோவால்
சிறக்கும்வஸ் திரபூஷணமும் லாபமுமே உண்டாம்
கோதேதுமில் லாததர்ம தீர்க்கதா னங்கள்
கொடுத்திடநாற் காலிவெகு லாபமிக உண்டாம்
போதேவீ டாகவளர் சீதேவி சேரும்
பூங்கொடியே! கணிதநூல் புகன்றனரிவ் வாறே. *(2) (48)*

(இ.ள்) பூங்கொடியை ஒத்த பெண்ணே! கேட்பாயாக அரசாங்கத்தால் நன்மை, அதிக புகழ் ஆகியவை கிடைக்கும். தாம் ஈடுபடும் துறைகளில் வளர்ச்சி, இலாபம் போன்றவை கிடைக்கும். தீமையற்ற செயல்கள் கைகூடும். அரசாங்கத்தால் கௌரவம் கிடைக்கும். ஆடை, ஆபரண இலாபம் உண்டாகும். குற்றமற்ற தர்ம தானங்கள் செய்வான். நான்குகால் விலங்குகளால் மிகுந்த இலாபம் உண்டாகும். திருமகள் நாளும் வளர்கின்ற இடமாக இல்லம் திகழும் என்று சோதிடநூல் வல்லுநர்கள் கூறியுள்ளார்கள் என்றவாறு.

சத்தியபாமா காமேஸ்வரன்

வாகான பிதுர்த்தான லாபத்தா னத்தான்
வகைக்கதிப னுடன்கூடி புத்திநின்றால் பலன்கேள்!
நோகாமல் திரவியவஸ் திரத்தினோடு வுலகில்
நோக்கரிய பூஷணமும் வாகனமும் உண்டாம்
போகாத சிவிகையுண்டாம் திரிகோணம் தனில்மால்
பொருந்தியிடில் ராசசன்மா னங்களுடன் தக்க
யோகாதி நல்லபுத்தி தானதரு மங்கள்
உடன்தேக சவுக்கியமும் உடையவனா வானே. (3)(49)

(இ.ள்) புதன், பிதுர்த்தானம் என்று சொல்லப்படுகின்ற ஒன்பதாம் இடத்தின் அதிபதியுடனும் இலாபத்தானம் என்று சொல்லப்படுகின்ற பதினோராம் இடத்திற்கு அதிபதியுடனும் கூடி நின்றால், செல்வங்களும் உயர்ந்த ஆடை ஆபரணங்களும், கௌரவமும் வாகனங்களும் கிடைக்கும். புதன், 1,5,9 ஆகிய திரிகோண வீடுகளில் அமர்ந்திருந்தால் அரசாங்கப் பரிசுகளுடன் நல்லயோகம் உண்டாகும். நல்ல சிந்தனைகளுடன் தான தர்மம் செய்வான். உடல் ஆரோக்கியம் உடையவனாக விளங்குவான் என்றவாறு.

குறிப்பு: சிவிகை - பல்லக்கு, மந்தி - புதன், மால் - புதன்.

ஆகுமே பூராசர் பிரியத் தோடு
ஆனதொரு விவசாயம் பூமி லாபம்
வாகுபெரு தரளமணி மாலை யோடு
வரும்நரவா கனம்வஸ்த்ரா பரணம் தானும்
யோகமிகு வித்வசன ருடனே கூடி
ஒழுங்குபெற கல்வியறிந்த திடுவ னப்பா
போகமிடும போசனந்தான் சவுக்கிய மாகும்
பொருமிவிம்மிப் பணைத்தமுலைப் பூவையருக் கரசே!
(4)(50)

(இ.ள்) விம்மி புடைத்த தனங்களை உடைய பெண்களுக்குள் தலைமையாக விளங்கும் பெண்ணே! அரசாங்க நன்மையும் பயிர்த்தொழில், நிலம் போன்றவற்றால் இலாபம் கிட்டும். முத்து மாலை முதலான ஆபரணங்களோடு, உயர்ந்த ஆடைகளையும் வாகனங்களையும் வாங்கிடுவான். கற்றோருடன் கூடி, கல்வி அறிவைப் பெறுவான். நல்ல உணவு பெற்று, நலமுடன் விளங்குவான் என்றவாறு.

குறிப்பு: பூராசர் - புவியரசர்.

பூவையரே சட்டாட்ட வியத்தி லேனும்
பொருந்திடா நீசத்தா னத்தி லேனும்
பாவனையாய்ப் புந்தியுறில் அன்னோன் புத்தி
பாராதி சவுக்கியம்பூ ஷணமா ரோக்யம்
கோவைமிகும் புத்திரபூ ஷணலா பங்கள்
கொடுக்கும்வஸ்தர லாபமுடன் சவுக்கியம் உண்டாம்
தேவைநிகர் அபிமானம் போஜனங்கள் செய்வள்
செப்பினையும் பொருப்பினையும் பழித்தமுலைத் திருவே
(5) (51)

(இ.ள்) செம்பினையும் மலையினையும் பழிக்கும் கொங்கை களை உடைய திருமகளை ஒத்த பெண்ணே, புதன், ஆறு, எட்டு, பன்னிரண்டு ஆகிய தீய வீடுகளில் இருந்தாலும் நீசவீடான மீன இராசியில் இருந்தாலும் அவனது புத்தியில், பூமியால் நன்மையும், ஆபரணங்கள் சேர்கையும் நிகழும். சாதகனின் உடல் ஆரோக்கியத் துடன் விளங்குவதுடன், புத்திரர்கள் நன்மைகளைப் பெறுவார்கள். உயர்ந்த ஆடைகள், வாழ்க்கை வசதிகள் உண்டாகும். அரசாங்க அபிமானம் உடையவான விளங்குவான். நல்ல உணவைப் பெற்று நலமுடன் விளங்குவான் என்றவாறு.

வேகமிகு மத்தியத்தில் சதாரோக பீடை
மிகுத்துவிடும் கடையதனில் தலையிடிக்கும் காய்ச்சல்
சோகமுறப் பரதேச சஞ்சார மன்னர்
சொலுங்கோபம் சூரனுடன் இவன்கூடி இருக்கில்
வாகுபெரு நாற்காலி களத்திரமும் நாசம்
வரும்வாக்குச் சல்லியமும் அரசர்பயம் உண்டாம்
பாகினையும் அமுதினையும் தேனினையும் பழித்துப்
பழகுமொழி மடமாதே பகர்த்தனர்முன் னூலே. ***(6) (52)***

(இ.ள்) சர்க்கரைப் பாகினையும் அமுதத்தினையும் தேனினையும் பழிக்கின்ற இனியமொழியைப் பேசுகின்ற இளமைப் பொருந்திய பெண்ணே! சூரியதிசையில் புதன் புத்தியில் மத்திய காலத்தில் எந்நேரமும் நோயினால் துன்பம் மிகுந்திருக்கும். கடைசி காலத்தில், தலைவலி, காய்ச்சல், முதலான நோய்கள் வரும். வெளிநாடுகளுக்குச் சென்று அலைதல், அரசாங்க தண்டனைப் பெறுதல் முதலானவை நிகழும். தீயக்கோள்களுடன் புதன் சேர்ந்து இருந்தால், நான்குகால் விலங்குகளை இழப்பான். மனைவிக்குத் துயரம் நேரும். வீண்

வாக்குவாதங்கள் செய்ய நேரிடும். அரசாங்க தண்டனை கிடைக்கும். வாக்குச் சல்லியமும் உண்டாகும் என்று பழைய சோதிட நூல்களில் சொல்லப்பட்டிருப்பதைச் சோதிடக்கலையில் வல்லவர்கள் கூறியுள் ளார்கள் என்றவாறு.

முன்னூலின் படியிரண்டே மூக்குடையோ னாகி
முதிர்புலவன் தானிருக்கில் மோசம்வெகு சேதம்
அன்னோர்க்கு தலைவலியும் சுரபீடை உண்டாம்
அதுதனக்குப் பரிகாரம் அதுசகஸ்ர நாமம்
தன்னாலே செபம்செபிக் கத்தகர் வெள்ளை
இடபமதன் தானமிக்க கொடுக்கசௌக்யம் என்றே
சொன்னார்கள் சோதிடநூல் ஆய்ந்துகரை கடந்தோர்
தோகையென வளர்சாயல் சொல்லினிளஞ் சுகமே. (7) (53)

(இ.ள்) தோகையென கூந்தல் வளர்ந்துள்ள மயிலின் சாயலையும் கிளியின் மொழியைப் போன்று இனியமொழியையும் கொண்ட பெண்ணே! பழைய சோதிட நூல்களின்படி இரண்டாம் இடத்திற்கு அதிபதி, ஏழாம் இடத்திற்கு அதிபதியாக, புதன் இருந்தால் பிறரால் வஞ்சிக்கப்படுவான். மிகுந்தபொருள் இழப்பு உண்டாகும். தலைவலி, சுரம் இவற்றால் துன்பம் நேரும். இதற்குப் பரிகாரமாக இறைவனுக்கு சகஸ்திர நாம அர்ச்சனை செய்து, ஆடு, வெள்ளை பசு ஆகியவற்றைத் தானமாக வழங்கவேண்டும் என்றவாறு.

குறிப்பு: அஞ்சுகம் – கிளி, முதிர்ப்புலவன் - புதன்.

❖

1.8 சூரிய திசை – கேது புத்தி

சுகமில்லாச் சூரியனில் கேதுபுத்தி மாதம்
சொலுநாலு நாளாறில் தோன்றுபலன் கேளாய்!
மிகுரவிக்கந் தர்க்கதனாய்க் கேதிருந்தால் செலவு
மிகுதேக பீடைமனோ பீடையுடன் துக்கம்
வெகுராச கலகமுடன் பந்துசன நாசம்
மிகுந்தலக்கி னாதிபதி யுடன்கூடி இருக்கில்
தகுமாதி தனில்சவுக்கியம் தனலாபம் நடுவில்
தருபீடை கடையினிலே சேதமிகத் தருமே. (1) (54)

(இ.ள்) சுகமில்லாத சூரியனின் திசை ஆறு ஆண்டுகளில் கேதுபுத்தி 4 மாதங்கள், 6 நாட்கள், திசாநாதனான சூரியனோடு கேது கூடி இருந்தால், அதிகமான செலவும், உடல்நலக் குறைவும், மனதில் குழப்பமும், துயரமும், உண்டாகும் அரசாங்கத் தண்டனை கிடைக்கும். உற்றார் உறவினர்களை இழக்க நேரிடும். இலக்கனாதிபதியுடன் கேது கூடி இருந்தால், கேதுபுத்தியின் முதல்பாகத்தில் பொருள் வரவும் நன்மைகளும் உண்டாகும் நடுபாகத்தில் துன்பங்களும் கடைசிபாகத்தில் அதிக அளவிலான சேதங்களையும் தரும் என்பதைக் கேட்பாயாக என்றவாறு.

தருகாதா றெட்டினில்கே திருந்திடினும் பாவர்
தன்னுடன்சேர்ந் திருந்தாலும் கனரோகம் தாக்கும்
வருகிரக மாற்றிவிடும் மாதுரதி பீடை
வளர்பிதுரு நாசமதாம் பானுவுடன் கூடில்
பொருள்நாச முடன்ரோகம் அதிகபயத் தோடு
புயங்கபய களத்ரபுத்ர நாசமது காட்டும்
உருகாத இரும்புருக இனியமொழி புகலும்
ஒண்டொடியே! கணிதநூ லுரைத்தனரிவ் வாறே. (2) (55)

(இ.ள்) உருகாத இரும்பையும் உருகவைக்கும் இனிய மொழி களைப் பேசக்கூடிய ஒளிபொருந்திய வளையல்களை அணிந்த பெண்ணே! நன்மைகளைத் தராத ஆறாம், எட்டாம் வீடுகளில் கேது இருந்தாலும், தீயக்கோள்கள் கேதுவுடன் சேர்ந்து இருந்தாலும் மிகுந்த துன்பத்தைத் தரக்கூடிய நோய்கள் வரும். வீட்டை மாற்ற வேண்டியதாகும். தாய்க்கு மிகுந்த துன்பம் உண்டாகும். தந்தையை இழக்க நேரிடும். இந்தக் கேது சூரியனுடன் சேர்ந்திருந்தால் பொருள் நாசம் உண்டாவதோடு நோய்களால் அச்சம் தோன்றும். பாம்பினால் பயம். களத்திர, புத்திரர்களுக்கு நாசம் உண்டாகும் என்று சோதிட நூலார் கூறியுள்ளார்கள் என்றவாறு.

உரைத்தமூன் றாறுபத்துப் பதினொன்றில் கேது
உதித்திடினும் சுபனுடனே கூடியிருந் தாலும்
தரைக்குள்வெகு தனலாபம் கலியாணம் சேரும்
சந்தோஷ காரியங்கள் நன்றாகக் கூடும்
பொருத்தமிகு பிதுர்பாக்கியத் தானத்தோன் தன்னைப்
புயங்கமது பொருந்திடினும் புத்திரலா பந்தான்
கருத்துறவே ராசாபி மானமது சேரும்
கசதுரக தனலாபம் மிகவுண் டாமே. (3) (56)

(இ.ள்) கேது இலக்கனத்திற்கு மூன்றாமிடம், ஆறாமிடம், பத்தாமிடம், பதினோராமிடம் ஆகியவற்றில் இருந்தாலும், நற்கோள் களுடன் கூடியிருந்தாலும், பூமியினால் அதிக பொருள் வரவு கிடைக்கும். திருமணம் நடைபெறும். மகிழ்ச்சியான காரியங்கள் கைகூடும். பிதுர்பாக்கியத்தானத்தோன் என்று சொல்லப்படும் ஒன்பதாம் இடத்திற்கு அதிபதியுடன் கேது சேர்ந்திருந்தால், புத்திரர்களால் நன்மைகள் உண்டாகும். அரசாங்கத்தின் ஆதரவு கிடைக்கும். யானை, குதிரை முதலான வாகன இலாபம் கிட்டும். தன இலாபம் மிகுதியாகக் கிடைக்கும் என்றவாறு.

குறிப்பு: புயங்கம் – கேது.

உண்டாகும் லாபத்தா னத்தோனைத் தானே
உரைகேது கூடியிடிற் சவுக்யமிக உண்டாம்
தண்டாத மூன்றுடையோ னுடன்கூடி நின்றால்
சகோதரத்தில் நாசமுறும் தனித்திடுமா றாதி
அண்டாத சுரபீடை பத்தினிலே நின்றால்
அவனினைத்த காரியங்கள் கைகூடா தேபோம்
வண்டாரும் பூங்கூந்தல் கருமேக மென்ன
மயிலாடும் மதிவதன மானிணைக்கண் மாதே. (4) (57)

(இ.ள்) வண்டுகள் மொய்க்கின்ற பூக்களைச் கூடிய, கரிய மேகத்தைப் போன்ற கூந்தலைக் கண்டு, கரிய மேகமெனக் கருதி மயில் ஆடி நிற்கவும் பூரண சந்திரனை ஒத்த அழகான ஒளிபொருந்திய முகத்தையும் மானின் கண்களை ஒத்த அழகுடைய விழிகளையும் உடைய பெண்ணே! கேது, இலாபத்தோனான பதினோராம் இடத்திற்கு அதிபதியோடு சேர்ந்து இருந்தால், அதிக நன்மைகள் உண்டாகும். கேது, மூன்றாம் இடத்திற்கு அதிபதியுடன் சேர்ந்து நின்றால் சகோதர நாசம் உண்டாகும். ஆறாம் இடத்திற்க அதிபதியுடன் கேது சேர்ந்து நின்றால் சுரத்தினால் துன்பங்கள் உண்டாகும். கேது, பத்தாம் இடத்திற்கு அதிபதியுடன் சேர்ந்து நின்றால், இச்சாதகன் நினைத்த காரியங்கள் எவையும் கைகூடாது போய்விடும் என்றவாறு.

கண்ணாகும் ஏழிரண்டில் கேதுவந்து நின்றால்
கடியதொரு அவமிருத்து சூன்யபயம் உண்டாம்
எண்ணாகும் பரிகாரம் துர்க்கைசெப முடனே
இசைந்தநாகப் பிரதிஷ்டை இயற்றிப் பின்னும்

தண்ணாரும் மிருத்யுஞ்ச செபம்தானே புரிந்து
தருமங்கள் மிகப்புரிந்தால் சௌக்கியமுண் டாமே
பண்ணாரும் சுரும்பினிசை பாடிடுமைக் கூந்தல்
பங்கயமா முகத்திருவே பகர்ந்தனர்நல் லோரே. (5) (58)

(இ.ள்) இன்னிசையோடு வண்டுகள் ரீங்காரம் செய்கின்ற மலர்களைச் சூடியுள்ள கருமையான கூந்தலையும் தாமரையை ஒத்த அழகான முகத்தையும் உடைய பெண்ணே! இலக்கனத்திற்கு ஏழாமிடம், இரண்டாமிடம் ஆகிய இடங்களில் கேது நின்றால், கொடுமையான மரண பயம், பில்லி, சூன்யம் முதலானவற்றால் பயங்கள் முதலியவை உண்டாகும். இதற்குப் பரிகாரமாகத் துர்க்கைக்கு வழிபாடு செய்து, நாகர் ஒன்றை பிரதிஷ்டை செய்து, மிருத்யுஞ்ச யாகம் செய்தால், சுகவாழ்வு கிடைக்கும் என்று சோதிடத்தில் வல்லவர்களான நல்லோர்கள் கூறியுள்ளனர் என்றவாறு.

1. அச்சுநூலில் மிகுதியான பாடவேறுபாடுகளுடன் இப்பாடல் அமைந்துள்ளது. அப்பாடல்,

கண்ணாகும் இரண்டேழில் கேதுவந்து நின்றால்
கடியதொரு பீடைவந்து கழிந்துவிடும் பின்னே
எண்ணியவா கனமும் பூமிதன தான்யம்
ராசாக்களின் விசுவாசம் இனும்பலநற் பலன்கள்
தண்ணாரும் சோலையுடன் புதுமணங்க ளாதி
சமைத்ததிக சுகவாழ்வு தன்னையடை வானே
பண்ணாரும் சுரும்பினிசை பாடிடுமை கூந்தல்
பங்கயமா முகத்திருவே பகர்ந்தனர்நல் லோரே.

❖

1.9 சூரிய திசை – சுக்கிர புத்தி

பங்கயநண் பன்திசையில் புகரபகா ரந்தான்
பன்னிரண்டு மாதமதில் பலாபலம்சொல் லிடக்கேள்!
செங்கதிரோன் புகர்க்கந்தர் கதனாகி யிடினும்
திரிகோண கேந்திரவுச்சம் தனில்புகர்சேர்ந் தாலும்

பொங்கமுறு நாற்காலி தனலாப முடனே
பொருந்துகளத் திரசவுக்கியம் பிறதேச வாசம்
துங்கமுறு அரசர்மறை யோர்களிட்ட வாசம்
தூயமிகு லாபமும்சந் தோஷமிகச் சொல்லே. ***(1) (59)***

(இ.ள்) தாமரை மலருக்கு நண்பனான சூரியன் திசை ஆறு ஆண்டுகளில் சுக்கிரனின் புத்தி *12* மாதங்களாகும். சூரியன், சுக்கிரனுடன் சேர்ந்து இருந்தாலும், *1,5,9* ஆகிய திரிகோண வீடு களில் இருந்தாலும் *1,4,7,10* ஆகிய கேந்திர வீடுகளில் இருந்தாலும் உச்சவீடாகிய மீன இராசியில் சுக்கிரன் இருந்தாலும் நான்குகால் விலங்குகளால் பொருள் வரவு உண்டாகும். களத்திற்கு நன்மைகள் ஏற்படும். வேறு தேசம் சென்று தங்குவான். அரசர், அந்தணரின் அன்புக்குப் பாத்திரமாவான். மகிழ்ச்சியும் பலவழிகளல் இலாபங் களும் கிடைக்கும் என்றவாறு.

குறிப்பு: பங்கயம் – தாமரை, பங்கய நண்பன் – சூரியன், புகர் – சுக்கிரன்.

சொல்லரிய பாவியுடன் புகரதுசேர்ந் திடினும்
சொலுநீச னுடனுறினும் சட்டாட்ட வியத்தில்
வல்லமையாய் அஸ்தமனக் கிரகமுடன் கூடி
வந்திடினும் புத்ரகளத் திரபீடை யுடனே
நல்லகிர கம்பிரிவு தனம்பூமி நாசம்
நவின்றபந்து வால்நாசம் நாற்காலி நாசம்
கல்லல்மிகு உத்தியோக நாசமது காட்டும்
கனதேக பீடைரத்துரு கலகமும்உண் டாமே. ***(2) (60)***

(இ.ள்) சொல்லுவதற்கு அரிதான தீக்கோள்களுடன் சுக்கிரன் சேர்ந்து இருந்தாலும், சுக்கிரன்ண் தன் நீச வீடான கன்னி இராசியில் இருந்தாலும், நீசக் கோள்களோடு சேர்ந்து இருந்தாலும், ஆறு, எட்டு, பன்னிரண்டு ஆகிய தீய இடங்களில் இருந்தாலும் அஸ்தமன மானாலும், அஸ்தமனமான கோள்களுடன் சேர்ந்து இருந்தாலும், புத்திரர்களாலும் களத்திரத்தாலும் துன்பங்கள் உண்டாகும். நல்ல வீட்டைவிட்டுச் செல்ல நேரிடும். பொருள், நிலம் போன்றவை நாச மாகும். உறவினர்களால் இழப்பு உண்டாகும். நான்குகால் விலங்குகளை இழக்க நேரிடும். செய்யும் பணியிலும் நஷ்டங்கள் உண்டாகும். உடல் நலக்குறைவு ஏற்படும். பகைவர்களால் கலகம் உண்டாகும் என்றவாறு.

குறிப்பு: புகர் – சுக்கிரன்.

கலகம்மிகும் நோய்சேரும் கிரகவுபத் திரத்தால்
கனராசர் விரோதமற்ப சௌக்கியமும் உண்டாம்
உலகில்மனத் தாபமுடன் ராசாபி மானம்
உடன்சுபா சுகமாகும் உடையதிசை நாதன்
குலவுகேந் திரகோணந் தனிலிருக்கில் குறித்த
தனலாபம் வரும்லக்னம் பன்னொன்றாம் இடத்தில்
பலமுறவே இருந்தாலும் உச்சசொட்க்ஷேத் திரத்தில்
பதிந்தாலும் அதன்பலனைப் பகருவன்கேள் மின்னே. (3) (61)

(இ.ள்) மின்னலை ஒத்த இடையையுடைய பெண்ணே! நோய்கள் உண்டாகும். வீட்டில் சண்டைகள் சச்சரவுகள் உண்டாகும். அரசாங்க தண்டனை கிடைப்பதுடன் சிறிதளவு நன்மை நிகழும். அரசாங்க நன்மை சிறிதளவு ஏற்படுவதுடன் மனக்கஷ்டம் உண்டாகும். வலிமை யுடைய திசை நாதனுக்கு 1,4,7,10 ஆகிய கேந்திர வீடுகளிலும் 1,5,9 ஆகிய திரிகோண வீடுகளிலும் சுக்கிரன் இருந்தால் தன இலாபம் உண்டாகும். இலக்கனத்திற்குப் பதினோராம் இடத்தில் சுக்கிரன் நின்றாலும், உச்சவீடாகிய மீன இராசியில் சுக்கிரன் இருந்தாலும், ஆட்சி வீடுகளாகிய ரிஷப இராசி, துலாம் இராசிகளில் சுக்கிரன் நின்றாலும் அதன் பலனைக் கூறுகிறேன். கேட்பாயாக என்றவாறு.

பகர்வன்கேள்! மேதினிலா பத்துடனே உயர்ந்த
பார்த்திபர்சன் மானமுறும் பரிசிவிகை சேரும்
நிகரில்லா வஸ்திரபூ ஷணலாபம் கீர்த்தி
நேரிழையார் சவுக்கியம்புத் திரலாபம் உண்டாம்
செகமன்னரால் உத்யோக சீவனமும் உண்டாம்
தெய்வதா பத்திகளத் திரபுத்திர சவுக்கியம்
புகழ்பெருகு கசதுரக மிவன்பாலிற் சேரும்
பொன்னுசப்ர மஞ்சமுடன் பொருந்தியவாழ் வுண்டே. (4) (62)

(இ.ள்) பூமி இலாபத்துடன் அரசாங்கத்திடம் பரிசுபெறும் வாய்ப்புண்டாகும். வாகனங்கள் சேரும். ஒப்பற்ற உயர்ந்த ஆடை ஆபரணங்கள் கிடைக்கும். புகழ் உண்டாகும். களத்திரம், புத்திரர்கள் ஆகியோரால் மகிழ்ச்சி உண்டாகும். அரசாங்கப் பணி கிடைக்கும். தெய்வபக்தியுடன் களத்திரம், புத்திரர்கள் நலத்தோடு விளங்குவர். மேன்மேலும் உயர்ந்த வாகனங்கள் இவனிடத்தில் சேரும். வசதி களுடன் கூட சுகவாழ்வு உண்டாகும் என்றவாறு.

குறிப்பு: கசம் – (கஜம்) – யானை, துரகம் – குதிரை, பரி – குதிரை, சிவிகை – பல்லக்கு.

பொருந்திநிற்கும் சட்டாட்ட வியத்தானம் தனிலே
புகருறினும் பாவருடன் பொருத்தமுடன் கூடி
இருந்தாலும் தனம்புத்ர களத்திரநா சங்கள்
இராசகோபங் களுண்டாமி வன்புத்தி முதலில்
வருங்காலம் சிவிகையுறு மத்தியத்தில் கஷ்டம்
வந்துவிடும் அந்தியத்தில் தனதான்ய நாசம்
தருங்கிரகம் பொருந்திவிடும் தேகமதில் பீடை
தானுண்டாம் பந்துசன நாசமதுண் டாமே. (5) (63)

(இ.ள்) சுக்கிரன், ஆறு, எட்டு, பன்னிரண்டு ஆகிய தீய வீடுகளில் இருந்தாலும், சுக்கிரன், தீயக்கோள்களுடன் சேர்ந்து இருந்தாலும், பொருள், புத்திரர்கள், களத்திரம் இழப்பு நேரிடும். அரசாங்கத்தின் கோபத்திற்கு ஆளாவான். சுக்கிர புத்தி முதல் பாகத்தில் நல்ல வாகனங்கள் உண்டாகும். மத்திய பாகத்தில் கஷ்டங்கள் வரும். இறுதி பாகத்தில் பொருள், தானியம் இழப்பு ஏற்படும். தன் சொந்த வீட்டில் வசிக்க இயலாது. உடலில் பலநோய்கள் உண்டாகும். உற்றார் உறவினர்களுக்கு நாசம் உண்டாகும் என்றவாறு.

நாசமுறும் ரெண்டேழில் பிருகுடையோ னானால்
நல்தேக பீடைதுக்கம் அட்டமத்தோ னுடனே
வாசமுறில் அவமிருத்து பயமாகும் இதற்கும்
வகையான பரிகாரம் மிருத்யுஞ்ச செபமும்
நேசமிகு வெண்காளை மறையோருக் குத்தான்
நிதிடனே கொடுத்திடவே சௌக்கியமு மாகும்
பூசியசாந் திழைத்தெழுந்து புடைத்துவிம்மிப் பணைத்துப்
பொருப்பெனவே உயர்ந்தமுலைப் பொற்கொடிமின் னரசே.
(6) (64)

(இ.ள்) சந்தனம் பூசப்பட்ட புடைத்து விம்மி பருத்து மலையை ஒத்து விளங்கக் கூடிய உயர்ந்த கொங்கைகளை உடைய பொன்னாலாகிய கொடியைப் போல நளினமுடன் மின்னலை ஒத்த இடையுடன் கூடிய பெண்களுக்கெல்லாம் தலைவியாக விளங்கும் பெண்ணே! சுக்கிரன், இரண்டாம், ஏழாம் இடங்களுக்கு அதிபதியாக இருந்தால், உடலில் நோய்களும் மனதில் துக்கமும் உண்டாகும். சுக்கிரன் எட்டாம் இடத்திற்கு அதிபதியுடன் சேர்ந்து இருந்தால், மரணபயம் வந்து, பின் நீங்கும். இதற்குப் பரிகாரமாக மிருத்யுஞ்ச

யாகத்தைச் செய்து, வெள்ளைநிறக் காளை ஒன்றைப் பணத்துடன் சேர்த்து அந்தணர்க் கொடுக்க வேண்டும். அவ்வாறு செய்தால் துயரங்கள் நீங்கி சௌக்கியங்கள் உண்டாகும் என்றவாறு.

2. சந்திர திசைப் படலம்

சந்திரன் திசையி லாண்டு தானது பத்துக் குள்ளே
வந்திடும் சிவிகை லாபம் வளர்த்தபோ சனம்ப டுக்கை
செந்திரு மிகவும் சேர்வாள் சிறப்பிலாச் சத்ரு நாசம்
இந்தவா றுண்டாய் என்றே இயம்பினர் கமல மாதே! *(1) (65)*

(இ.ள்) செந்தாமரை மலரில் வீற்றிருக்கும் திருமகளுக்கு ஒப்பான அழகுடைய பெண்ணே! சந்திரன் திசை பத்து ஆண்டுகளில் வாகன லாபம் ஏற்படும், நல்ல உணவு, படுக்கை இலாபம் கிடைக்கும். செல்வம் அதிகமாகச் சேரும். பகைவர்கள் நாசமடைவர் என்று சோதிட நூலில் வல்லவர்கள் கூறியுள்ளார்கள் என்றவாறு.

மாமதி வாக்கி லேனும் வளர்பதி னொன்றி லேனும்
நேமமாய்க் கேந்திர கோணம் நின்றாலும் சுபர்க ளோடு
தாமுற நிதியி லாபம் தான்யநாற் காலி லாபம்
பூமியில் களத்திரத் தோடு புத்திர லாபம் தானே. *(2) (66)*

(இ.ள்) வளர்பிறைச் சந்திரன் வாக்குஸ்தானம் என்று சொல்லப் படும் இரண்டாம் இடத்தில் நின்றாலும், இலாபஸ்தானமாகிய பதினோராம் இடத்தில் நின்றாலும், 1,4,7,10 ஆகிய கேந்திர வீடு களில் நின்றாலும் 1,5,9 ஆகிய திரிகோண வீடுகளில் நின்றாலும், நற்கோள்களோடு சேர்ந்து இருந்தாலும், பொருள் இலாபம், தானிய இலாபம், நாற்கால் விலங்குகளால் இலாபம் உண்டாகும். மேலும் களத்திரத்தாலும் புத்திரர்களாலும் நன்மை ஏற்படும் என்றவாறு.

தானறி வித்தை யார்க்கும் சாற்றுவான் அரச ராலே
மேன்மையாம் சந்தோ ஷங்கள் விளையுமா றெட்டா னாலும்
ஊனமாம் பனிரெண் டேனும் உதித்திடில் களத்ர புத்ரர்
ஈனமாந் தானிய நாசம் இசைந்திடும் என்று செப்பே.
(3) (67)

(இ.ள்) தான் அறிந்துள்ள கலைகளை அனைவருக்கும் கூறுபவனாக விளங்குவான். அரசாங்கத்தால் நன்மை அடைவான். மகிழ்ச்சி உண்டாகும். தீய வீடுகளான ஆறு, எட்டு, பன்னிரண்டாம் வீடுகளில் சந்திரன் நின்றால் களத்திரத்திற்கும் புத்திரர்களுக்கும் தீங்கு நேரிடும். தானியங்கள் நாசமாகும் என்று கூறுவாயாக என்றவாறு.

செப்பிய பரதே சத்தில் சென்றுசஞ் சாரம் செய்வன்
ஒப்பிலாச் சலத்தால் கண்டம் உற்றிடும் லக்கினம் தன்னில்
தப்பிலா பத்தா மிடத்திற் குடையவன் தானே பார்த்து
இப்புவி அதனில் பின்னே சுகமுண்டாம் எனச்சொல் மானே.
(4)(68)

(இ.ள்) இச்சாதகன் வெளிநாடுகளுக்குச் சென்று அலைவான். நீரினால் கண்டம் ஏற்படும். குற்றமற்ற பத்தாம் இடத்திற்கு அதிபதி, இலக்கினத் தானத்தைப் பார்த்தால், இவ்வுலகில் அவனுக்குப் பின்னாளில் சுகம் உண்டாகும் என்பதை மானை ஒத்த விழிகளையுடை பெண்ணே! நீ சொல்வாயாக என்றவாறு.

சொல்லிய திசையி லாதி சுகமன்னர் சமான மாகும்
நல்லமத் தியத்தில் புத்ர களத்திர நாசம் காட்டும்
வல்லதோர் கடையில் தான்ய தனமுடன் கிரக வாழ்வு
செல்வமும் உண்டாம் என்று செப்பினர் கயல்கண் மாதே!
(5)(69)

(இ.ள்) கயல் மீனை ஒத்த கண்களையுடைய பெண்ணே! சந்திரதிசையில் முதல் பாகத்தில் சுகமடைவான். அரசாங்கத்தால் நன்மை அடைவான். சந்திர திசையின் மத்தியப் பாகத்தில் புத்திரர் களுக்கும் களத்திரத்திற்கும் தீங்கு விளையும். சந்திரதிசையின் கடைசி பாகத்தில் பொருள், தானிய இலாபமுடன், புதியவீடு கட்டுவான். செல்வமும் உண்டாகும் என்று சோதிடநூலில் சிறந்தவர்கள் கூறினார்கள் என்றவாறு.

❖

2.1 சந்திரதிசை – சந்திர புத்தி

மாமதி அதனில் அந்த மதிபுத்தி மாதம் பத்தில்
நேமமாய் உச்ச கேந்திரம் நிற்கினும் திரிகோ ணத்தில்
தாமுற வாட்சி வீட்டில் தரும்பதி னொன்றி லேனும்
சேமமாய்ச் சுபர்கள் கூடில் பார்த்திடில் சிறப்புண் டாமே. *(1) (70)*

(இ.ள்) சந்திர திசை பத்து ஆண்டுகளில் சந்திர புத்தி, மாதங்கள் பத்து. சந்திரன் உச்ச வீடான ரிஷப இராசியில் நின்றாலும், நல்ல வீடுகளான 1,4,7,10 ஆகிய கேந்திர வீடுகளில் நின்றாலும், 1,5,9, ஆகிய திரிகோண வீடுகளில் நின்றாலும் ஆட்சி வீடான கடக இராசியில் நின்றாலும், பதினோராம் இடத்தில் நின்றாலும், சந்திரனை நற்கோள்கள் பார்த்தாலும், சந்திரனோடு நற்கோள்கள் சேர்ந்து இருந்தாலும் சிறப்புகள் உண்டாகும் என்றவாறு.

உண்டாகும் விவாகம் தானும் உறுபுத்ர லாபம் தானும்
கொண்டாடும் அரச ராலே குறைவிலாக் கிராமம் பூமி
தண்டாத சிவிகை யோடு தான்வரும் தீர்க்கம் ஆயுள்
வண்டாடும் குழலாய்! பின்னும் மாசவுக் கியமு மாமே. *(2) (71)*

(இ.ள்) வண்டுகள் மொய்க்கின்ற கூந்தலை உடைய பெண்ணே! திருமணம் நடைபெறும், புத்திர இலாபம் உண்டாகும். அரசாங்கத்தால் நன்மை உண்டாகும். வாகனம் வாங்குவர். நீண்ட ஆயுளோடு அதிகமான நலங்களோடு சிறக்க வாழ்வார்கள் என்றவாறு.

மேவுபூ ரணமாய்ச் சந்திரன் வீற்றிருப் பானே யாகில்
பாவக மாகப் பூர்ண பலன்சுகம் அதிக மாகும்
பூவையே பாக்கியம் கர்மம் பூபதி யுடனே சேர்ந்தால்
மாவுடன் மதக யங்கள் வரும்பல மின்னே கேளே! *(3) (72)*

(இ.ள்) மின்னலை ஒத்த இடையை உடைய பெண்ணே! சந்திரன், பூரணச் சந்திரனாக இருந்தால், பலன்களை அதிகமாகக் கொடுப்பான். மேலும் பாக்கியஸ்தானம் என்று சொல்லப்படுகின்ற ஒன்பதாம் இடத்திற்கு அதிபதி, கர்மஸ்தானம் என்று சொல்லப்படுகின்ற பத்தாம் இடத்திற்கு அதிபதி இவர்களோடு சந்திரன் சேர்ந்திருந்தால், பல வாகனங்களை உடையவனாக விளங்குவான் என்றவாறு.

குறிப்பு: மா – குதிரை, மதகயங்கள் – மதயானைகள்.

பலனுறு தெய்வ பக்தி குருபக்தி பலநூல் கேள்வி
நலனுறு வஸ்திர லாபம் நண்ணிடும் பாவ ரோடே
பலமுறச் சேரி லாறெட் டீராறில் பலத்து நிற்கில்
குலவிய தனநா சந்தான் கூடுமெனக் கன்னி கேளே. *(4) (73)*

(இ.ள்) கன்னிப் பெண்ணே! ஒன்பதாம் இடத்திற்கு அதிபதி, பத்தாம் இடத்திற்கு அதிபதி ஆகியோருடன் சந்திரன் கூடி

இருந்தால், தெய்வபக்தி உண்டாகும், குரு பக்தி உடையவனாய், பலநூல்கள் கற்றவனாகக் கல்வி, கேள்விகளில் சிறந்தவனாக இச்சாதகன் விளங்குவான். புதிய ஆடைகள் வாங்குவான். சந்திரன் தீயக்கோள்களுடன் சேர்ந்து இருந்தாலும், தீய வீடுகளான ஆறு, எட்டு, பன்னிரண்டு ஆகிய வீடுகளில் பலத்துடன் நின்றாலும் தனநாசம் உண்டாகும் என்றவாறு.

கன்னியே கிரகம் போகும் கனமன ஸ்தாப மாகும்
மன்னரால் அமைச்ச ராலே வருங்குரோ தமுமுண் டாகும்
பின்னுறு தேக நாசம் பெருவட திசையி லேதான்
அன்னிய தேசப் போக்கும் அவன்கொடுத் திடுவன் மாதே!
(5) (74)

(இ.ள்) வீடு கைவிட்டுப்போகும். சண்டைகள் உண்டாகும். அரசாங்கத்தால் தீமை உண்டாகும். உடல் நலக்கேடு விளையும். வடதிசையில் இருக்கக்கூடிய வெளிநாட்டிற்குச் செல்லக் கூடிய நிலையும் சந்திரதிசை சந்திரபுத்தியில் நிகழும் என்றவாறு.

வனமிகு ஆறு ளோனும் வலியசெவ் வாயும் கூடில்
தனமிகும் சத்ரு வோடே சமர்பெரு தவமா குந்தான்
புனைகுவன் சேனை போகும் புகழ்மித்ர பந்து நாசம்
கனமெனுங் குழலாய்! ராசத் துரோகமும் காட்டுந் தானே.
(6) (75)

(இ.ள்) பாரமானது என்னும் படியான நிறைந்த கூந்தலைக் கொண்டுள்ள பெண்ணே! சந்திரனோடு, ஆறாம் இடத்திற்கு அதிபனும் செவ்வாயும் கூடியிருந்தால், பலம்மிகுந்த பகைவரோடு சண்டையிட்டுப் பெருத்த அவமானமடைவான். தன் பலத்தை இழப்பான், நண்பர்களுக்கும் உறவினர்களுக்கும் தீங்கு நேரும். அரசாங்கத்திற்கு எதிராகச் செயல்படுவான் என்றவாறு.

காட்டிடும் இரண்டே ழுக்குக் கதிர்மதி உதிப்பா னாகில்
கோட்டமிவ் வெட்டுள் ளோனைக் கூடினால் தேக பீடை
வாட்டிடும் அவமி ருத்து தான்வரும் பரிகா ரங்கேள்
காட்டினில் வெள்ளைக் காளை நற்றானம் செய்கு வாயே. ***(7) (76)***

(இ.ள்) ஒளிவீசும் சந்திரன், இரண்டாமிடம், ஏழாமிடம் ஆகிய இடங்களுக்கு அதிபதியாக இருந்தாலும், எட்டாமிடத்திற்கு அதிபதியைக் கூடினாலும், உடல்நலத்திற்குக் கேடு விளையும்.

மரணபயம் உண்டாகும். இதற்குப் பரிகாரமாக வெள்ளைக் காளையொன்றைத் தானமாகத் தரவேண்டும். அவ்வாறு செய்தால் துன்பங்கள் நீங்கி சுகம் உண்டாகும் என்றவாறு.

❖

2.2 சந்திரதிசை – செவ்வாய் புத்தி

வான்மதி திசையில் செவ்வாய் வரும்புத்தி ஏழு மாதம்
மானசந் திறற்குச் சேயந் தர்க்கத னாகி னாலும்
ஞானகேந் திரகோ ணத்தில் நலம்பெறும் ஆட்சி உச்சம்
தானங்கள் தனிலே செவ்வாய்த் தங்கிடில் பலனைக் கேளே.

(1) (77)

(இ.ள்) சந்திரதிசை பத்து ஆண்டுகளில் செவ்வாய் புத்தி ஏழு மாதங்கள். சந்திரனும், செவ்வாயும் ஒன்று சேர்ந்து இருந்தாலும், *1,4,7,10* ஆகிய நல்ல வீடுகளான கேந்திர வீடுகளில் இருந்தாலும் *1,5,9* ஆகிய திரிகோண வீடுகளில் இருந்தாலும், செவ்வாய், தன் ஆட்சி வீடுகளான மேஷ ராசி, விருச்சிக ராசிகளில் இருந்தாலும், மகர இராசியில் செவ்வாய் உச்சம் பெற்று விளங்கினாலும் அதன் பலனைக் கேட்பாயாக என்றவாறு.

செய்யதோர் தேகா ரோக்யம் செயம்சவு பாக்யம் சேரும்
வையக மன்ன ராலே வஸ்த்ரபூ ஷணமும் பொன்னும்
எய்திடும் சிவிகை பூமி கிராமமும் இயல்பாய்ச் சிக்கும்
தையலே! நினைத்த தெல்லாம் தான்பலித் திடுமென் றோதே.

(2)(78)

(இ.ள்) பெண்ணே! உடல் ஆரோக்கியத்துடன் எடுத்த காரியங் களில் வெற்றி கிட்டும். சகல சௌபாக்கியங்களும் உண்டாகும். அரசாங்கத்தால் கௌரவிக்கப்படுவர். வாகன யோகமும் பூமி யோகமும் உண்டாகும். நினைத்த செயல்களெல்லாம் நிறைவேறும் என்று கூறுவாயாக என்றவாறு.

ஓதுமா றெட்டீ ராறில் உற்றிடப் பாவி கூட
தீதுறு நீசத் தானம் செறிபகைத் தானம் சேரில்
கோதறு கரும நாசம் கோர்ப்பகை தேக பீடை
வாதுறு கிரகம் போகும் வருஞ்சுரம் பயித்தி யந்தான்.

(3) (79)

(இ.ள்) செவ்வாய், இலக்கனத்திற்கு ஆறு, எட்டு, பன்னிரண்டாம் இடங்களில் நின்றாலும், தீயக்கோளுடன் சேர்ந்து இருந்தாலும், செவ்வாய், கடக இராசியில் நீசம் பெற்று இருந்தாலும், பகைவீட்டில் இருந்தாலும் காரியங்கள் தடைபட்டுப் போகும். அரசாங்கப்பகை உண்டாகும். உடல்நலத்திற்குக் கேடு விளையும். சொந்தவீடு கைவிட்டுப் போகும். சுரம், மனநோய் போன்றவை உண்டாகும் என்றவாறு.

தானெனும் ஆறெட் டீராற் தனில்சுபர் கூடி னாலும்
மானவர் பார்த்திட் டாலும் அதிகலா பத்தா னத்தை
மோனமாய்ச் சேர்ந்திட் டாலும் மூரித்தா ரணிபொன் புத்ரர்
கூனலம் சிவிகை யாவும் கூடும்பால் பாக்கியம் தானே. (4) (80)

(இ.ள்) செவ்வாய், ஆறு, எட்டு, பன்னிரண்டு ஆகிய இடங்களில் நின்று நற்கோள்களுடன் கூடினாலும் அல்லது ஆறு, எட்டு, பன்னிரண்டு ஆகிய இடங்களில் உள்ள செவ்வாய் நற்கோள்கள் பார்த்தாலும் இலாப தானமான பதினோராம் இடத்தில் செவ்வாய் நின்றாலும் பூமி சேர்க்கை, ஆபரணச் சேர்க்கை ஏற்படும். வாகனங்கள் சேரும். பால் பாக்கியம் அதிகமாகும் என்றவாறு.

குறிப்பு: மற்றுங்கேந் திரகோ ணாதி.

கூடிடும் இரண்டில் செவ்வாய்க் குறுகிடில் அத்த நாசம்
வாடிடும் தேக பீடை வரும்பரு விலங்கு சோரர்
நாடுமக் கினியால் கோவால் நடுக்கிய பயமுண் டாகும்
தோடவிழ் மலர்ப்பூங் கூந்தல் தூய்மதி முகத்தி னாளே. (5) (81)

(இ.ள்) இதழ்கள் விரிந்த மலர்களைச் சூடிய கூந்தலையும், தூய்மையான பூரணச் சந்திரனை ஒத்த முகத்தையும் உடைய பெண்ணே! செவ்வாய், இரண்டாம் இடத்தில் நின்றால், சொத்துக்கள் நாசமாகும். உடல்நலக்கேடு உண்டாகும். சிறைக்குச் செல்ல நேரிடும். திருடர்கள், தீ, அரசாங்கம் இவற்றால் மனதில் பயம் உண்டாகும் என்றவாறு.

மதித்திடுகேந் திரகோண முச்சசொக்ஷேத் திரத்தில்
வதிந்திடினும் மூன்றுமிரு மூன்றுபத்துப் பன்னொன்
திதத்துடனே இருந்தாலும் ஒன்பதுலக் கனத்துக்
கிறைவர்கள் சம்பந்த மெய்திடிலும் இயல்பாம்
கதித்திடும்மா கம்புரவி பதாதிதன தான்யம்
கருதுநர வாகனமும் காசினியும் உண்டாம்
விதந்துடனே சப்ரமஞ்சம் சாலுவைவஸ் திரங்கள்
மிகுமன்னர் சமானமித்ர புத்திரசவுக் கியமே. (6) (82)

(இ.ள்) செவ்வாய், 1,4,7,10 ஆகிய கேந்திர வீடுகளில் இருந்தாலும் 1,5,9 ஆகிய திரிகோண வீடுகளில் இருந்தாலும் உச்ச வீடான மகர இராசியில் நின்றாலும் சொந்த ஆட்சி வீடுகளான மேஷ இராசி, விருச்சிக இராசி இவற்றில் இருந்தாலும் மூன்று, ஆறு, பத்து, பதினொன்று ஆகிய இடங்களில் இருந்தாலும் ஒன்பதாம் இடத்திற்கு அதிபதி, இலக்கனாதிபதி இவர்களோடு சம்பந்தப்பட்டாலும் வாகனங்கள், தனம், தானியம், பூமி முதலான செல்வங்களைப் பெறுவர். சமுதாயத்தில் அரசனுக்குச் சமமாகச் சொல்லக்கூடிய மிகவும் உயரிய நிலையைப் பெறுவர். நண்பர்களும் புத்திரர்களும் நலமுடன் விளங்குவர் என்றவாறு.

இயம்பக்கேள் சட்டாட்ட வியமதிலே செவ்வாய்
இருந்திடிலோ மனஸ்தாபம் நாசம் பீடை
செயம்பெற நினைத்ததெல்லாம் அபசயம தாகும்
தீர்க்கமுடன் இரண்டேழில் சேயிருந்தான் எனினும்
கயம்புரமெட் டாமிடத்துக் குடையவன்தன் னுடனே
கருதுமெட்டா றீராறில் கலந்திருந்தா னேனும்
பயமிகுந்த அவமிருத்து பிராணபயம் அகலப்
பரிகாரம் சிவபூசை பண்ணிடில்தீர்ந் திடுமே. **(7) (83)**

(இ.ள்) செவ்வாய் ஆறு, எட்டு, பன்னிரண்டு ஆகிய தீயவீடுகளில் இருந்தால் சண்டைகளும் பொருள் நஷ்டமும் உண்டாகும். வெற்றிபெற வேண்டும் என்று நினைத்துச் செய்யும் காரியங்கள் அனைத்தும் தோல்வியைத் தழுவும். இலக்கனத்திற்கு இரண்டாமிடம், ஏழாமிடம் ஆகிய இடங்களில் செவ்வாய் இருந்தாலும் 6,8,12 ஆகிய வீடுகளில், எட்டாம் இடத்திற்கு அதிபதியோடு சேர்ந்து நின்றாலும் கண்டம் உண்டாகும். இதற்குப் பரிகாரமாகச் சிவபூசையைச் செய்துவந்தால் துன்பங்கள் நீங்கி நன்மை விளையும் என்றவாறு.

❖

2.3 சந்திரதிசை – இராகு புத்தி

மேதினியில் சசிதிசையில் இராகுபுத்தி தனிலே
மிகுமாதம் பதினெட்டு விளங்கிடும்சந் திரர்க்கே
ஆதரவாயந் தர்க்கதனாய் இருந்து சுபனோ
டடுத்திருக்கில் நினைத்ததெல்லாம் பலித்திடுமூன் றாறில்

நீதமுடன் பத்துடன்பன் னொன்றுகேந் திரத்தில்
நின்றாலும் உச்சமதில் நின்றிடினும் தானே
ஆதியிலே சவுக்கியம்சத் துருநாச மத்தியம்
அதில்சோராக் கினிராச பயமிகவுண் டாமே. (1) (84)

(இ.ள்) சந்திரதிசை பத்து ஆண்டுகளில் இராகுபுத்தி பதினெட்டு மாதங்கள். இராகு சந்திரனோடு சேர்ந்து இருந்தாலும் நற்கோளுடன் சேர்ந்து இருந்தாலும் நினைத்த காரியங்கள் எல்லாம் கைகூடும். மூன்றாமிடம், ஆறாமிடம், பத்தாமிடம், பதினோறாம் இடம் ஆகிய வற்றில் இராகு இருந்தாலும் 1,4,7,10 ஆகிய . கேந்திர வீடுகளில் நின்றாலும் உச்சவீடாகிய விருச்சிகத்தில் இருந்தாலும் இராகுபுத்தியின் தொடக்கத்தில் நன்மைகளும், பகைவர்களுக்குக் கேடும் விளையும். இராகுபுத்தியின் மத்தியபாகத்தில் திருடர்கள், தீ இவற்றாலும் அரசாங்கத்தாலும் அதிக பயம் உண்டாகும் என்றவாறு.

உண்டான நாற்காலி பீடைமிகச் சேரும்
உருமாச மூன்றுவரை பந்துசன நாசம்
விண்டாடும் அதற்குமேல் தனதான்ய லாபம்
மிகுராசர் அபிமானம் நிருதிதிக்கில் லாபம்
திண்டோளர் சண்டையினில் செயம்படைக்கும் மேலாம்
இலாபமனை வஸ்திரங்கள் அளவிலாத இலாபம்
வண்டாரும் குழலாய்சேய் அத்தமன முற்றால்
வலியஆ யுதத்தாலே அவமிருத்து பயமே. (2) (85)

(இ.ள்) வண்டுகள் மொய்க்கின்ற மலர்களைக் சூடிய கூந்தலை யுடைய பெண்ணே! நான்கு கால் விலங்குகளால் தீங்கு நேரிடும். மூன்று மாதங்கள் வரை உறவினர்களுக்குத் தீங்கு நேரிடும். அதற்குப் பின்பு தன தானிய இலாபம் உண்டாகும். அரசாங்கத்தால் நன்மை. தென்மேற்குத் திசையிலிருந்து இலாபம் வரும். வலிமை வாய்ந்தவர் களோடு செய்யும் சண்டையில் வெற்றி வாய்க்கும். வீட்டினால் இலாபம் உண்டாகும். உயர்ந்த ஆடைகள் மற்றும் அனைத்திலும் இலாபம் வந்து சேரும். இராகு, அஸ்தமனமுற்ற செவ்வாயுடன் இருந்தால், வலிமையான ஆயுதங்களாலும் கண்டம் உண்டாகும் என்றவாறு.

பயமான அவமிருத்துத் தோஷபரி காரம்
பருத்தகய தானமது பண்ணினால் தீரும்
சுயமான அட்டமத்தான் சம்பந்தம் பெற்றால்
சொல்லரிய விலங்குண்டாம் சுபக்கோள்சம் பந்தம்

நயமாகப் பெற்றிருக்கில் சுகமுண்டாம் அரசால்
நற்பதிவஸ் திரங்கீர்த்தி தேகமா ரோக்கியம்
செயமான கேந்திரத்தில் இருந்தாலும் முன்னே
செப்பியதோர் பலனனைத்தும் தேர்ந்துரைசெய் வாயே.
(3) (86)

(இ.ள்) மரணபயம் உண்டாகும். இதற்குப் பெரிய யானை ஒன்றைத் தானம் செய்ய வேண்டும். இராகு எட்டாம் இடத்திற்கு அதிபதியோடு சம்பந்தம் பெற்றால், சிறைக்குச் செல்ல நேரிடும். இராகு, நற்கோள்களுடன் கூடி இருந்தால், சுபம் உண்டாகும். அரசாங்கத்தால் நன்மை ஏற்படும். நல்ல இடம், உயர்ந்த ஆடைகள் போன்றவற்றை வாங்குவான். புகழ் உண்டாகும். உடல் ஆரோக்கியத்துடன் விளங்கும். இராகு, 1,4,7,10 ஆகிய கேந்திரவீடுகளில் இருந்தாலும் மேற்கூறிய பலன்கள் அனைத்தும் கிடைக்கும் என்பதைத் தேர்ந்து உரைப்பாயாக என்றவாறு.

உரைசெவ்வாய் இந்துவினுக் கெட்டீரா றதனில்
உறுபாவி யுடன்கூடித் துற்பலமாய் உறினும்
தரையிலிலக் கனம்வாக்கில் புத்திரதா னத்தில்
சார்ந்திடினும் யோகபங்கம் தனச்செலவுண் டாகும்
விரைவாகும் புத்திரநா சங்களத்ர சல்லியம்
மிகுகுட்ட நோய்விலங்கு வீடுமுடன் போகும்
நிரையாயுள் அவமிருத்துச் சத்ருசர்ப்ப பயமும்
நீங்காத சண்டையுண்டாம் நெரிசுரிபூங் குழலே! (4) (87)

(இ.ள்) சுருண்டு நெருங்கிய கூந்தலையுடைய பெண்ணே! செவ்வாய், சந்திரனுக்கு எட்டு, பன்னிரண்டு ஆகிய தீய வீடுகளில் இருந்தாலும், தீயக் கோள்களுடன் கூடி வலிவின்றி இருந்தாலும் இலக்கனம், இரண்டாமிடம், ஐந்தாமிடம் ஆகியவற்றில் இருந்தாலும் யோகங்களுக்குத் தடை உண்டாகும். பொருட்செலவு அதிகமாகும். புத்திரர்களுக்கும் களத்திரத்திற்கும் தீங்குண்டாகும். துன்பமிகு குஷ்டநோய் வரும். விலங்கு பூண நேரும். சொந்தவீடு கைவிட்டுப் போகும். பகைவர்களாலும் பாம்பாலும் கண்டம் ஏற்படும். சண்டைகள் உண்டாகும் என்றவாறு.

பூங்குழலே! பாம்பேழாம் இடந்தனிலே இருந்தால்
பொருந்துதன தானியங்கள் அதிகவிர்த்தி யுண்டாம்
பாங்குறவே முன்சொன்ன தன்றிமற்ற தானம்
பதிந்திருந்தால் பீடைஅன்ய தேசசஞ்சா ரங்கள்

நீங்கரிய எழில்மா ரகத்தான னுடனே
நின்றாலும் எட்டுடையோன் சம்பந்தம் பெறினும்
தீங்கான அவமிருத்துப் பயந்தேக பீடை
தீர்ப்பதற்குப் பரிகாரம் ஆதானம் செய்யே. (5) (88)

(இ.ள்) பூக்களைச் சூடிய கூந்தலைக் கொண்ட பெண்ணே! இராகு பாம்பு, ஏழாம் இடத்தினில் இருந்தால், பொருட்செல்வம், தானியங்கள் இவை பெருகும். துன்பம், பிற நாடுகளில் அலைதல் போன்றவை நேரும். இராகு, ஏழாம் இடத்தில், எட்டாம் இடத்திற்கு அதிபதியுடனே நின்றிருந்தாலும் எட்டாம் இடத்திற்கு அதிபதியுடன் சம்பந்தம் பெற்றிருந்தாலும், உடல் நலக்கேடு, மரண பயம் போன்றவை உண்டாகும். இவற்றைத் தீர்ப்பதற்குப் பரிகாரம் பசுவைத் தானம் செய்யவேண்டும் என்றவாறு.

❖

24. சந்திரதிசை – குரு புத்தி

செய்யமதி திசையதனில் குருபுத்தி மாதம்
செப்புபதி னாறதனில் சிறந்தபலன் கேளாய்
அய்யமில்லாச் சந்திரர்க்கந் தர்க்கத னாக
அமர்ந்திடில் புத்திரலாபம் அதிகசுகம் சிவிகை
தெய்வபிரா மணபூசை அரசரபி மானம்
சிறந்தவஸ்திர பூக்ஷணங்கள் நாற்காலி லாபம்
வையகத்தில் சோபனம்கங் காஸ்நான பலனும்
வருமிஷ்ட தேவதையும் பிரார்த்தனைசெய் வானே. (1) (89)

(இ.ள்) சந்திரனுடைய திசை பத்து ஆண்டுகளில், குருபுத்தி 16 மாதங்களாகும். இந்த ஓராண்டு, நான்கு மாதங்களில் நிகழக்கூடிய பலன்களைக் கேட்பாயாக. சந்திரனுடன், குரு கூடி இருந்தால், புத்திர இலாபம், அதிக சுகம், வாகனங்கள், போன்றவை கிடைக்கும். மேலும் பிராமணர்களைக் கொண்டு தெய்வ வழிபாடு நடத்துவான். அரசாங்கத்திடம் நற்பெயர் கிட்டும். உயர்ந்த ஆடைகள், ஆபணரங்கள் கிடைக்கும். நான்கு கால் விலங்குகளால் இலாபம் ஏற்படும். சோபனங்கள், புண்ணிய தீர்த்தமான கங்கையில் நீராடுவான். இஷ்டதேவதைக்குப் பிரார்த்தனை செய்து வழிபடுவான் என்றவாறு.

நேரான உச்சகேந்திர கோணத் தேனும்
நிற்கசொக்ஷேத் திரத்திலே இரண்டுபன்னொன் றானும்
பேராம லேயிருக்கில் ராசாபி மானம்
பெருத்ததன கர்த்தர்சுகம் பேசுகய லாபம்
வாராத சட்டாட்ட வியந்தனிலே யத்த
மனமாகில் நீசனாய்வந் தாலும் பாவி
யாரோடுங் கூடிடினும்களத் திரபுத்திர நாசம்
அருங்கிரகம் வெந்துவிடும் முற்றதுக்கம் வருமே. *(2) (90)*

(இ.ள்) குரு, தன் உச்ச வீடான கடக இராசியில் இருந்தாலும் *1,4,7,10* ஆகிய கேந்திர வீடுகளில் இருந்தாலும் *1,5,9* ஆகிய திரிகோண வீடுகளில் இருந்தாலும், தன் ஆட்சி வீடுகளான தனுசு இராசி, மீன இராசிகளில் இருந்தாலும், இரண்டாமிடம், பதினோராம் இடம் ஆகியவற்றில் இருந்தாலும் அரசாங்கத்திடம் நற்பெயர் உண்டாகும். பெரிய பதவி கிடைக்கும் சுகம், வாகன இலாபம் உண்டாகும் குரு, தீய வீடுகளான ஆறு, எட்டு, பன்னிரண்டாம் வீடுகளில் அஸ்தமனமாகி இருந்தாலும், மகர இராசியில் நீசம் பெற்று இருந்தாலும், தீயக்கோள்களோடு சேர்ந்திருந்தாலும், களத்திரத்திற்கும் புத்திரர்களுக்கும் தீங்கு உண்டாகும். வீடு எரிந்துவிடும். மிகுதியான துக்கங்கள் வந்து சேரும் என்றவாறு.

துக்கமிகும் சண்டையுறும் கிரகக்ஷேத் திரமும்
சொர்ணங்கள் அதிநாசம் கேந்திரகோ ணத்தில்
சிக்கெனவே இருந்தாலும் திரிகோண மூலத்
திரிகோணம் பெற்றிடினும் நல்லபோ சனமாம்
மிக்கதொரு விவாகமுடன் மறையோர்கள் உறவு
மிகுந்தநற் கீர்த்தியோடு சிவிகையா பரணம்
வக்ரமொடு தனலாப முடன்புத்திர களத்திர
வர்த்தனையோ டனதானம் வாகனம்வந் திடுமே. *(3) (91)*

(இ.ள்) மேலும், சண்டைகள் ஏற்படும், வீடு, இடங்கள், பொன் ஆபரணங்கள் நாசமாகும். குரு, *1,4,7,10* ஆகிய கேந்திர வீடுகளில் இருந்தாலும் *1,5,9* ஆகிய திரிகோண வீடுகளில் இருந்தாலும், நல்ல உணவு கிடைக்கும். திருமணம் நடைபெறும். அந்தணர்களின் நட்புறவு, ஏற்படும். நல்ல புகழ் உண்டாகும். வாகனங்கள், ஆபரணங்கள், பொருள்கள் வாங்கும் யோகம் உண்டாகும்.

புத்திரர்கள் பிறப்பர், களத்திரம் பெருகும். அன்னதானம் முதலான தர்ம காரியங்களை இச்சாதகன் செய்வான். வாகனத்தால் இலாபம் உண்டாகும் என்றவாறு.

வந்திடுமே ராச்சியமும் தனமும்உண் டாகும்
வருஞ்சமரில் செயம்படைக்கும் மன்னவர்க ளாலே
தந்திடுமே பூமிதனில் நிதிவியஞ்சட் டாட்டம்
தனில்பிலனாய் இருப்பானேல் சாதகன்தன் பலன்கேள்!
நிந்தைதரும் அன்னியதே சந்தனிலே யோட்டும்
நீங்கரிய போசனகஷ் டங்களுமே உண்டாம்
சொந்தமெனச் சுபர்கூடில் ஆதியிலே சுகமாம்
சொல்லுமத்தி வியாதிகூட களத்ரபுத்ரர் கேடே. *(4) (92)*

(இ.ள்) பூமி வரவும் பொருளும் அதிகமாகக் கிடைக்கும். செய்யும் பணியில் வெற்றி உண்டாகும். அரசாங்கத்தால் நன்மை உண்டாகும். குரு, ஆறு, எட்டு ஆகிய தீய வீடுகளில் பலவானாக இருந்தால், அந்தச் சாதகனுக்குரிய பலனைக் கேட்பாயாக. வெளிநாடுகளுக்குச் சென்று அலைய நேரிடும். சொல்லமுடியாத அளவிற்கு உணவுக்காகக் கஷ்டப்பட நேரும். ஆறு, எட்டு ஆகிய வீடுகளில் குரு இருந்து, நற்கோள் அதனுடன் கூடி இருந்தால், குரு புத்தியின் முதல்பகுதியில் சுகம் உண்டாகும். மத்திய பாகத்தில் வியாதியும் கடைசி பாகத்தில் களத்திரத்திற்கும் புத்திரர்களுக்கும் கேடு உண்டாகும் என்றவாறு.

கேடுறும் இரண்டேழ் நாதன் கிளர்குரு வாகி னானேல்
நீடவ மிருத்து வந்து நேரிடும் பரிகா ரந்தான்
நாடிடில் சிவச கஸ்ர நாமமே செபமும் செய்து
வாடுநுண் ணிடையாய்! சொன்ன தானமும் வகையாய்ச் செய்யே
(5) (93)

(இ.ள்) வாடுகின்ற நுண்ணிய இடையையுடைய பெண்ணே! தீமையைச் செய்கின்ற, இரண்டாம் இடத்திற்கு அதிபதி, ஏழாம் இடத்திற்கு அதிபதி குருவாக இருக்குமேயானால், மரணபயம் உண்டாகும். இதற்குப் பரிகாரமாக சிவசகஸ்ர நாம, அர்ச்சனை செய்து பொன் தானத்தைச் சாத்திரங்களில் கூறியுள்ளபடி வகை யுடன் செய்வாயாக என்றவாறு.

❖

2.5 சந்திரதிசை – சனி புத்தி

வகையாம்சந் திரன்திசையில் காரிபுத்தி யதுதான்
வருடமொன்றேழ் திங்கள்வரு மதிக்குக்கா ரியுமே
தொகையாமந் தர்க்கதனாய்க் கேந்திரதிரி கோணத்
துற்றிருந்தால் அற்பசுகம் லாபமற்ப மாகும்
மிகவேதான் பந்துஜன விரோதமுடன் பீடை
விபரீதம் காரியங்கள் அபசெயமாய்ப் போகும்
பகைசேரும் பயமுடனே நாற்காலி சேதம்
பரதேச சஞ்சாரம் பலித்துவிடும் தானே. *(1) (94)*

(இ.ள்) சந்திரன்திசை பத்து ஆண்டுகளில் சனியின் புத்தி ஒருவருடம், ஏழு மாதங்களாகும். சந்திரனும், சனியும் ஒன்றாக இருந்தாலும் 1,4,7,10 ஆகிய கேந்திர வீடுகளில் இருந்தாலும் 1,5,9 ஆகிய திரிகோண வீடுகளில் இருந்தாலும் சிறிதளவு சுகமும், சிறிதளவு இலாபமும் உண்டாகும். உற்றார் உறவினர்களின் பகை ஏற்படும். உடல் நலக்குறைவு நேரும். செய்கின்ற செயல்களில் தோல்வியே கிட்டும். பகைவர்கள் தோன்றுவார்கள். எந்நேரமும் பயம் உண்டாகும். நான்கு கால் விலங்குகளால் தீங்கு உண்டாகும் பிற தேசங்களுக்குச் சென்று அலைய நேரிடும் என்றவாறு.

(வேறு)

பலனான கேந்திரகோ ணத்தி லேனும்
பகர்கின்ற லாபத்தா னத்தி லேனும்
பலவான்கள் தன்னுடனே சேர்ந்திட் டாலும்
பின்புசொஷேத் திரவுச்சம் பெற்றிட் டாலும்
நலமான ஆறெட்டீ ராறு தன்னில்
நல்லசனி பலவானாய் இருந்திட் டாலும்
தனலாபம் புதுக்கிரகம் புத்திர இலாபம்
தருஞ்சிவிகை கலியாணந் தானுண் டாமே. *(2) (95)*

(இ.ள்) சனி, நல்ல வீடுகளான 1,4,7,10 ஆகிய கேந்திர வீடுகளில் இருந்தாலும், 1,5,7 ஆகிய திரிகோண வீடுகளில் இருந்தாலும், இலாபத்தானம் என்று சொல்லப்படுகின்ற பதினோராம் இடத்தில் இருந்தாலும், பலவான்களோடு சனி சேர்ந்திருந்தாலும், மகர இராசி, கும்ப இராசி இவற்றில் ஆட்சி பெற்றிருந்தாலும் துலாம் இராசியில் உச்சம் பெற்றிருந்தாலும், சனிக்கு நன்மையான ஆறு,

எட்டு, பன்னிரண்டு ஆகிய வீடுகளில் பலவானாக இருந்தாலும், பொருள் சேர்க்கை, புதுவீடு கட்டும் யோகம், புத்திரர்களால் நன்மை போன்றவை உண்டாகும். வாகனங்கள் வாங்கும் யோகம் கிடைக்கும். வீட்டில் திருமணம் நடைபெறும் என்றவாறு.

தானான வஸ்திரபூ ஷணமுண் டாகும்
சகராச ரால்நினைத்த தெல்லாங் கூடும்
சேனாதி பதியாவன் கிராமம் பூமி
திரவியலா பங்கள்மிக சேர வாடும்
ஆனாலும் ஆறெட்டீ ராறு தன்னில்
அவனீச னாம்சுபரோ டடைந்தா னாகில்
மானேகேள்! அசுபபலன் அதிகக் கஷ்டம்
வருநீச ஸ்திரீபோகம் வருமென் றாரே. *(3) (96)*

(இ.ள்) மானை ஒத்த விழிகளைக் கொண்ட பெண்ணே! மேலும் கேட்பாயாக! உயர்ந்த ஆடை, ஆபரண சேர்க்கை உண்டாகும். அரசாங்க காரியம் நினைத்தபடி கைகூடும். உயர்ந்த பதவி பெறுவான். அதிக அளவில் நிலங்கள், செல்வங்கள் சேரும். சனி, ஆறு, எட்டு, பன்னிரண்டு ஆகிய வீடுகளில் நீசனாக உள்ள நற்கோள்களோடு சேர்ந்து நின்றால் தீயபலன்களே கிடைக்கும். அதிகமான கஷ்டங்கள் உண்டாகும். தூய்மையற்ற பெண்களிடம் இன்பம் துய்ப்பான் என்றவாறு.

ஓதியதோர் புத்ரகளத் திரங்கள் தானும்
உடன்பிரிவாம் மாதுர்பிதுர் நாச மாகும்
போதுகுன்ம ரோகபயித் தியமும் உண்டாம்
புகழமிரண் டேழினுக்கு நாத னாகில்
தீதுவரும் சுரநோவு தானும் உண்டு
தீருதற்குப் பரிகாரம் திகழிடப மேடம்
கோதகலும் நல்லெண்ணெய் குடம்தான மாக
கொடுத்திடத் தீர்ந்திடுமெனக் குறித்தனர்சோ திடரே.

(4) (97)

(இ.ள்) மேலும் புத்திரர்களும் களத்திரரும் இச்சாதகனை விட்டுப் பிரிந்து செல்வர். தாய், தந்தை இருவருக்கும் தீங்கு நேரிடும். குன்மரோகமும், மனநோயும் உண்டாகும். சனி, இரண்டாம் இடத்திற்கு அதிபதியாகவும் ஏழாமிடத்திற்கு அதிபதியாகவும் இருந்தால் தீமைகள் நேரிடும். சுரநோய் வரும். இதற்குப்

பரிகாரமாகக் காளை, ஆடு, நல்லெண்ணெய்க் குடம் இவற்றைத் தானமாகக் கொடுக்க துன்பங்கள் நீங்கும் என்று சோதிடர்கள் கூறியுள்ளார்கள் என்றவாறு.

❖

2.6 சந்திரதிசை – புதன் புத்தி

திடமான சந்திரனில் புலவன் புத்தி
சேர்ந்துவரும் ஓராண்டோ டைந்து மாதம்
இரண்டான திங்களுக்கு புதனும் அங்கே
இசைந்திடுமந் தர்க்கதனாய் எய்தி னாலும்
தடமாகும் கேந்திரகோ ணங்கள் தன்னில்
சார்ந்தாலும் ஆட்சிசுபரங் கிசமே விடினும்
வடமேரு முகின்முலையாய் உச்ச மாகி
வதிந்தாலும் அதன்பலனை வகுக்கக் கேளே. *(1) (98)*

(இ.ள்) மேருமலையை ஒத்த தனங்களையுடைய பெண்ணே! சந்திரன்திசை பத்து ஆண்டுகளில், புதன் புத்தி ஒரு வருடம், 5 மாதம். சந்திரனோடு புதன் சேர்ந்திருந்தாலும் புதன், 1,4,7,10 ஆகிய கேந்திர வீடுகளில் இருந்தாலும் 1,5,9 ஆகிய திரிகோண வீடுகளில் இருந்தாலும், மிதுன ராசியில், ஆட்சி பெற்று நின்றாலும் கன்னி ராசியில் உச்சம் பெற்றும் இருந்தாலும், சுபாங்கிசம் பெற்றிருந்தாலும் வரக்கூடிய பலன்களை வகுத்துச்சொல்வதைக் கேட்பாயாக என்றவாறு.

வகுத்திடும்பா லன்னமுடன் பாக்கியம் பூமி
மன்னரால் நினைத்ததெல்லாம் வந்து சேரும்
மிகுத்துவரும் வித்தையுண்டாம் செட்டு லாபம்
மித்திரர்கள் சந்தோஷம் ஞான விர்த்தி
பகுத்துரைக்கில் எக்காலும் வித்தை நோக்கம்
பதியும்நர வாகனமும் பவுசும் உண்டே
நகத்தினைசெப் பினைப்பெர்ருப்பைப் பணைத்து விம்மி
நளினமுகை போலே இந்தநகில மாதே. *(2) (99)*

(இ.ள்) மலையினையும் செம்பினையும் ஒத்த பருத்து விம்மி நிற்கும் அழகான மொட்டு போன்ற இரு தனங்களையுடைய பெண்ணே! உயர்ந்த உணவுடன், அனைத்துச் சௌகர்யங்களும்

கிடைக்கும். பூமி சேர்க்கை உண்டாகும். அரசாங்கத்தால் நினைத்தவை நிறைவேறும். அதிகமான வித்தைகள் கற்பான். பயிர்த்தொழிலால் இலாபம் கிடைக்கும். நண்பர்கள் மகிழ்ச்சியுடன் விளங்குவர். அறிவுப் பெருக்கம் உண்டாகும். வித்தையின் நோக்கம் நிறைவேறும். இடச்சேர்க்கையும், வாகனச் சேர்க்கையும், சிறப்புக்களும் உண்டாகும் என்றவாறு.

மாதேநீ சத்திலுற்றோர் தனைச்சேர்ந் தாலும்
 வருமஸ்த மனமாறெட் டீரா றேனும்
தீதாத இருந்தாலும் பாவி யோடே
 சேர்ந்தாலும் வரும்அதிக தேக பீடை
சூதாகுங் களத்திரபுத்ர பீடை காய்ச்சல்
 தூரதேசம் கமனஞ் சிரநோ வுண்டாம்
வாதாடும் அரசரால் சோர ராலும்
 வருமதிகக் கலகமென வகுத்தார் பெண்கொடியே.
                                                                                    (3) (100)

(இ.ள்) பெண்கொடியே! புதன் நீசமானாலும் நீசனாக உள்ள கோள்களைச் சேர்ந்தாலும் அஸ்தமன மானாலும், ஆறு, எட்டு, பன்னிரண்டு ஆகிய வீடுகளில் இருந்தாலும், தீயக்கோள்களோடு சேர்ந்திருந்தாலும் அதிகமான உடல்நலக்கேடு உண்டாகும். களத்திரத்திற்கும் புத்திரர்களுக்கும் துன்பங்கள் நேரும். தலைவலி, காய்ச்சல், உண்டாகும். தொலைவில் உள்ள இடங்களுக்குச் சென்று அலைய நேரிடும். அரசாங்கத்தாலும், திருடர்களாலும், தீங்கு ஏற்படும். அதிகக் கலகங்கள் உண்டாகும் என்றவாறு.

தனதான லக்கினத்தோ னுடனே புந்தி
 தான்கூடில் ஆதியிலே சவுக்கியத் தோடு
கனலாபம் அரசரபி மானம் உண்டாம்
 கருதரிய சட்டாட்ட வியத்தி லேனும்
இனமான கோணத்தி லேனும் கேந்திரம்
 இருந்தாலும் விவாகம்வரும் மிக்க லாபம்
சினநூலின் இளைத்தஇடை மாதே கேளாய்!
 சேர்ந்திடுமே கர்மவினைச் சாபம் தானே.   *(4) (101)*

(இ.ள்) மெல்லிய நூலைக் காட்டிலும் நுண்ணியதான இடையையுடைய பெண்ணே! இலக்கனாதிபதியுடன் புதன் சேர்ந்து

இருந்தால், புதன் புத்தியின் முதல் பாகத்தில், அனைத்து நலங்களும் இலாபங்களும் கிடைக்கும். அரசாங்கத்திடம் நற்பெயர் கிட்டும். கருதுவதற்கு அரிய ஆறு, எட்டு, பன்னிரண்டாம் இடங்களில் இருந்தாலும் 1,4,7,10 ஆகிய கேந்திர வீடுகளில் இருந்தாலும் 1,5,9 ஆகிய திரிகோண வீடுகளில் இருந்தாலும் திருமணங்கள் நடந்தேறும். மிகுந்த இலாபம் கிடைக்கும். கடைசி பாகத்தில் கர்மவினையின் பயனாகச் சாபங்கள் கிடைக்கும் என்பதைக் கேட்பாயாக என்றவாறு.

தானமொடு ராசரபி மானம் உண்டாம்
தருங்கனக சிவிகைலஸ்திர தனலா பங்கள்
ஆனதொரு சட்டாட்ட வியத்தில் பாவி
அவனுடனே புதன்கூடில் ஹானி யான
வருங்கிரக மாற்றமனோ வியாதி உண்டாம்
தேனமரு மொழிமாதே எடுத்த தெல்லாம்
செயமில்லை அபகீர்த்தி சேரும் சொல்லே. *(5) (102)*

(இ.ள்) தேன்போன்ற இனிய மொழியைப் பேசும் பெண்ணே! அரசாங்கத்தின் நம்பிக்கைக்குப் பத்திரமாவர். வாகனயோகம், உயர்ந்த ஆடை சேர்க்கை உண்டாகும். பொருள் இலாபங்கள் கிடைக்கும். புதன், ஆறு, எட்டு, பன்னிரண்டு ஆகிய இடங்களில் தீயக்கோள்களோடு சேர்ந்து இருந்தால், அழிவுகள் ஏற்படும். பாவ காரியங்களில் மனம் ஈடுபடும். வீடுமாற்றம் உண்டாம். மனவியாதி உண்டாகும். எடுத்த காரியங்கள் அனைத்தும் தோல்வியைத் தழுவும். புகழுக்கு இழுக்கு வந்து சேரும் என்பதைக் கூறுவாயாக என்றவாறு.

சொல்லிய இரண்டே ழுக்குச் சொல்புத னாத னாகில்
வல்லதோர் அவமி ருத்து வரும்பரி காரம் கேளாய்!
நல்லதோ ரரிச கஸ்ர நாமமும் செபமே செய்தால்
ஒல்லையில் தீரும் என்று உரைத்தனர் கணித நூலோர். (6) (103)

(இ.ள்) இரண்டாமிடத்திற்கு அதிபதி, ஏழாம் இடத்திற்கு அதிபதியாக புதன் இருந்தால் மரணபயம் உண்டாகும். இதற்குப் பரிகாரமாகத், திருமாலுக்குச் சகஸ்திர நாம அர்ச்சனை செய்தால், விரைவில் துன்பங்கள் தீரும் என்று சோதிடநூலில், வல்லவர்கள் எடுத்துரைத்துள்ளனர் என்றவாறு.

ஆக விருத்தம் *103*

2.7 சந்திரதிசை – கேது புத்தி

உரைத்தஇந்து திசையதனில் கேது புத்தி
உயர்மாத மேழதனின் பலனைக் கேளாய்
நிறைந்தசசிக் கந்தர்க்கத னாகி னாலும்
நிறைந்தசுபக் கிரகமுடன் கூடி னாலும்
வரைத்தமூன் றாறுபத்துப் பன்னொன் றின்மேல்
வருமுச்சம் ஆகிடினும் சுபர்ப்பார்த் தாலும்
தரைத்தலத்தி லதிநரவா கனமும் சேரும்
தன்கிரகத் திறசுபங்கள் மிகக்கூ டிடுமே. (1) (104)

(இ.ள்) சந்திரன் திசை பத்து ஆண்டுகளில், கேது புத்தி ஏழு மாதங்கள். கேது, பூரணச் சந்திரனுடன் சேர்ந்து இருந்தாலும், நற்கோள்களுடன் கூடி இருந்தாலும், மூன்றாமிடம், ஆறாமிடம், பத்தாமிடம், பதினோராமிடம் ஆகிய இடங்களில் இருந்தாலும் விருச்சிக இராசியில் உச்சம் பெற்று விளங்கினாலும், நற்கோள்களால் பார்க்கப்பட்டாலும், வாகனச் சேர்க்கை உண்டாகும். தன்னுடைய வீட்டில் அதிக அளவில் சுபகாரியங்கள் நடக்கும் என்றவாறு.

கூடிவரும் ராசாபி மானம்விவ சாயம்
குறைவில்லாத் தனதான்யம் மிகுமதிக சுகமாம்
நாடியனு கூலமுறும் சோரர்களி னாலே
ஞாயமிலாக் காரியமும் நற்கல மீறும்
தேடரிய வாறுமிகு நான்குபனி ரெண்டில்
தீயவர்க ளோடரவு சேர்ந்துலவு மாகில்
மாடுமுதல் ஆடுவரும் மேல்சுகமும் வாழ்வும்
மத்திமம் தானபல னூற்றுமிக வோதே! (2) (105)

(இ.ள்) இச்சாதகன் அரசாங்கத்தின் நம்பிக்கைக்குப் பாத்திர மாவான். பயிர்த்தொழிலில் தானியங்களும் பொருளும் மிகுந்த அளவில் கிடைக்கும். சுகங்கள் உண்டாகும். காரிய அனுகூலம் உண்டாகும். திருடர்களினால் நியாயமில்லாச் செயல்களும் கலகங் களும் உண்டாகும். தீயவீடகளான ஆறு, எட்டு, பன்னிரண்டு ஆகிய வீடுகளில் தீயக்கோள்களுடன் கேது சேர்ந்து இருந்தால். கால்நடை களால் இலாபம் உண்டாகும் வாழ்க்கை வசதிகளும் இன்பமும் மத்திம மான அளவிலேயே கிடைக்கும் என்று சொல்லுவாயாக என்றவாறு.

ஓதியதோர் அந்தியத்திற் நஷ்டபல னுடனே
உறுமூத் திரகிரிச்சிர ரோகம் காணும்
தீதுபெறும் வாக்கேழிற் சிகிகுளிகன் சேரில்
தீர்க்கமாய் மரணமவன் புத்தியிலே காட்டும்
மாதுயரம் தீரவென்றால் பரிகாரம் சொலக்கேள்
வாய்த்தவெள்ளி யால்மேடம் வகுத்ததனைத் தானம்
ஓதுமறை யோர்தனக்குக் கொடுத்திடுவா னாகில்
உறுதுயரம் தீருமென உரைத்திடுபூங் கிளியே! *(3) (106)*

(இ.ள்) கேது, ஆறு, எட்டு, பன்னிரண்டு ஆகிய தீய இடங்களில் இருந்தால் புத்தியின் கடைசி காலத்தில் பல வகையான நஷ்டங்கள் உண்டாகும். மூத்திர கிரிச்சிர நோய் ஏற்படும். இரண்டாமிடம், ஏழாமிடம் ஆகிய இடங்களில், கேதுவுடன் குளிகன் சேர்ந்து இருந்தால், கேது புத்தியில் இச்சாதகனுக்கு மரணகண்டம் நிச்சயமாக இருக்கும். இப்பெரிய துன்பம் நீங்க வேண்டுமென்றால் பரிகாரம் செய்யவேண்டும். வெள்ளியால் ஆடு ஒன்றைச் செய்து, தானமாக அந்தணர்க்கு வழங்க, துன்பங்கள் நீங்கும் என்பதைப் பூங்கிளிபோன்ற பெண்ணே! உரைப்பாயாக என்றவாறு.

ஆகவிருத்தம் *106*

❖

2.8 சந்திரதிசை – சுக்கிர புத்தி

பூங்கிளியே! சந்திரனில் சுக்கிரன் புத்தி
பொருந்திநிற்கும் வருடமொன்று மாதம் எட்டில்
பாங்குபெறத் திசைநாதன் தனக்கே யிந்தப்
பார்க்கவன்தா னந்தர்க்க னாகி னாலும்
நீங்கரிய கேந்திரகோ ணத்துற் றாலும்
நித்தியமாம் லாபத்தில் பலவா னோடே
ஆங்குகவி கூடிடினும் ராஜ்ய லாபம்
மதுசேரும் மதியாகும் முகத்தி னாளே! *(1) (107)*

(இ.ள்) பூங்கிளி போன்ற பெண்ணே! சந்திரன் திசை பத்து ஆண்டுகளில் சுக்கிர புத்தி ஒரு வருடம், எட்டு மாதம். திசை நாதனான சந்திரனுடன், சுக்கிரன் ஒன்று சேர்ந்து இருந்தாலும், சுக்கிரன், 1,4,7,10 ஆகிய கேந்திர வீடுகளில் இருந்தாலும், 1,5,9

ஆகிய திரிகோண வீடுகளில் இருந்தாலும், இலாபஸ்தானமான பதினோராம் இடத்தில் பலவானுடன் கூடி நின்றாலும் பூமியால் அதிக அளவில் இலாபம் கிடைக்கும். இனிமைமிக்க, நிலவைப் போன்ற முகத்தைக் கொண்ட பெண்ணே! இதனை அறிவாயாக என்றவாறு.

மதியாத வாக்கதனில் நவத்தி லேனும்
வந்திருந்தால் புதையலுண்டாம் அரச ராலே
துதிசேரும் வஸ்திரபூ ஷணத்தி னோடே
சொல்லருநாற் காலிபுத்திர களத்திர விர்த்தி
புதிதான கிரகமுண் டாகும் நல்ல
போசனா சனமிகவும் பொருந்தி வாழ்வான்
கதிசேரில் ராசமங்கை போகம் உண்டு
கனத்ததன மடமயிலே கருதிப் பாரே. ***(2) (108)***

(இ.ள்) பாரமான தனங்களையும் இளமயிலின் சாயலையும் கொண்ட பெண்ணே! சுக்கிரன் வாக்குத்தானம் என்று சொல்லக் கூடிய இரண்டாமிடத்தில் இருந்தாலும் ஒன்பதாம் இடத்தில் இருந்தாலும் புதையல் எடுக்க வல்லவனாவான். அரசாங்கப் பாராட்டினைப் பெறுவான். உயர்ந்த ஆடை, ஆபரணச் சேர்க்கை உடையவனாக விளங்குவான். நான்குகால் விலங்குகள் வளர்ப்பின் பெருகும். புத்திரர், களத்திரம் சிறப்பர். புதிதான வீடு கட்டும் வாய்ப்புண்டாகும். சுவை மிகுந்த உணவுகளை உண்பான். அனைத்து வசதிகள் உள்ள வாழ்க்கையைப் பெறுவான். இச்சாதகனுக்கு உயர்ந்த பெண்களின் சேர்க்கை உண்டாகும் என்பதைக் கருதிப் பார்ப்பாயாக என்றவாறு.

கருதியபத் தாமிடத்துக் குடையவன்தன் னுடனே
கலந்திருந்தால் அதிகசுகம் ராச்யமுத லாபம்
கிரகமதி லேகளத்திர புத்திரர்க ளூடனே
கேடிலா துர்மாதுர் சுகமிகவுண் டாகும்
வருமதிக வித்தையொடு கீர்த்தியுண்டாய் ஓங்கும்
வரையைமதன் மகுடமதை வாய்த்தவிள நீரைப்
பொருகரடக் கயமருப்பை மலர்முகையைப் பழித்துப்
புடைத்தெழுந்தண்ணாந்தமுலைப் பூங்கொடிப்பெண்ணமுதே!
(3) (109)

(இ.ள்) மலையையும் மன்மதக் குடத்தையும் இளநீரையும் யானையின் தந்தங்களையும் தாமரை மொட்டையும் பழிப்பது

போன்று புடைத்தெழுந்த குளிர்ச்சி பொருந்திய தனங்களை உடைய, அமுதம் போன்ற இனிமையையுடைய பூங்கொடியே! சுக்கிரன், பத்தாம் இடத்திற்கு அதிபதியுடன் சேர்ந்து நின்றால், அதிக சுகம் கிடைக்கும். பூமி சேர்க்கை உண்டாகும். சொந்த வீட்டில் களத்திரம், புத்திரர்களுடனும் தாய், தந்தையுடனும் சுகமாக வாழ்வான். அதிக வித்தைகளைக் கற்பான். புகழ் ஓங்கும் என்றவாறு.

பெண்ணமுதே! கவிநீச னாகியஸ்த மனமாய்ப்
பெரும்பாவி யுடன்கூடிச் சட்டாட்ட வியத்தில்
நண்ணவுமே சேய்பார்வை யுற்றிடினும் பூமி
நாசமுறும் சிரநோயால் நற்கிரகம் போக்கும்
வண்ணமிகு நாற்காலி யாலதிக நாசம்
வருமரசர் கோபம்புத் திரகளத்ர நாசம்
பண்ணமரும் குயில்மொழியாய் கணிதநூல் முழுதும்
பழுதரவாய்ந் தோருரைத்த பலனிதுவு மாமே. ***(4) (110)***

(இ.ள்) இன்னிசைப் பொருந்திய குயில்மொழியை ஒத்த இனிய சொல்லை உடைய, பெண்களில் அமுதமாக விளங்கும் பெண்ணே! சுக்கிரன் நீசனாக இருந்தாலும் அஸ்தமனம் பெற்று இருந்தாலும், தீயக்கோள்களுடன் சேர்ந்து ஆறு, எட்டு, பன்னிரண்டு ஆகிய இடங்களில், இருந்தாலும், செவ்வாயின் நோக்குப் பெற்று இருந்தாலும், இச்சாதகனுக்குச் சொந்தமான பூமிக்குக் கேடு ஏற்படும். நல்ல வீடு அவன் கையைவிட்டுப் போகும். தலையில் நோய் உண்டாகும். அன்புடன் வளர்த்த நான்குகால் விலங்குகளுக்குக் கேடு நேரிடும். அரசாங்கத்தின் கோபத்திற்கு ஆளாக நேரிடும். களத்திரத்திற்குத் தீங்கு நேரிடும். சோதிட நூல்களை முழுமையாகக் குற்றமறக் கற்றுணர்ந்தோர் கூறும் பலன் இதுவாகும் என்றவாறு.

ஆனதொரு உச்சசொக்ஷேத் திரங்களது தனிலே
அதிகசவுக் யாதிபதி யுடன்கூடி நிற்கில்
தானதன்மம் சிவபூசை குருபக்தி யுடனே
தகுமறையோர் விசுவாசம் தனமுமிகச் சேரும்
சேனைமன்னர் அபிமானம் சிவிகைபுத்ர களத்ரம்
திரமான தளகர்த்தம் சேர்ந்தினிதாய் இருப்பான்
மீனினையம் பினைப்பழித்தங் கின்னுயிரைக் கவரும்
விளங்கியவேல் விழிமாதே விளம்பியதிப் படியே.

(5) (111)

(இ.ள்) கயல் மீனையும் அம்பினையும், வேலையும் பழித்து இன்னுயிரைக் கவர்வது போன்ற விழிகளையுடைய பெண்ணே! சுக்கிரன், உச்சவீடான மீன இராசியில் நின்றாலும் ஆட்சி வீடுகளான ரிஷப இராசி, துலாம் இராசிகளில் சுக்கிரன் நின்றாலும், அதிக நன்மைகளைத் தரக்கூடிய நற்கோள்களுடன் கூடி நின்றாலும் தானதர்மங்கள் செய்வான். குருபத்தி உடையவனாக விளங்குவான். சிவபூசை முதலானவற்றைச் செய்வான். இச்சாதகனுக்கு அந்தணர்களின் நட்பும் தனமும் மிகவும் சேரும். அரசாங்கத்திடம் நற்பெயர் கிடைக்கும். வாகனச் சேர்க்கை உண்டாகும். புத்திரர்கள், களத்திரம் நன்மையை அடைவர். உயர்ப்பதவி கிடைக்கும். சோதிடநூலார் கூறியுள்ளதை அறிவாயாக என்றவாறு.

படிமீது திரிகோண கேந்திரத்தி லேனும்
பகல்வாக்கில் பாக்கியத்தில் கவியிருந்தா னேனும்
முடிவேந்தர் அபிமானம் பூமியொடு வித்தை
மொழியும்நர வாகனபூ ஷணவஸ்திர முடனே
வடிவாருங் களத்திரபுத்திர காலிவிவ சாயம்
வாய்க்குமனு பாலனமும் குளந்தேனும் புசிப்பன்
கடியாரும் பூங்குழலாள்! மாதுர்பிதுர் சவுக்கியம்
கருணைதரும் சிவபக்திக் காரனென உரையே.   (6) (112)

(இ.ள்) மணம்மிக்க மலர்களைக் கூந்தலில் சூடியுள்ள பெண்ணே! பூமியில் சுக்கிரன், 1,5,9 ஆகிய திரிகோண வீடுகளில் இருந்தாலும், 1,4,7,10 ஆகிய கேந்திர வீடுகளில் இருந்தாலும், வாக்குஸ்தானமான இரண்டாம் இடத்தில் இருந்தாலும், பாக்கியஸ்தானமான ஒன்பதாம் இடத்தில் இருந்தாலும் அரசாங்கத்திடம் நற்பெயர் கிட்டும். பூமி இலாபம், வித்தைலாபம் ஏற்படும். வாகனச் சேர்க்கை, ஆடை, ஆபரணச் சேர்க்கை உண்டாகும் களத்திரம், புத்திரர்கள் நன்மை அடைவர். கால்நடைகள், பயிர்த்தொழில் இவை சிறப்புடன் விளங்கும். நல்ல உணவுகளை உண்பன். தாய், தந்தையர் நலமுடன் விளங்குவர். கருணையுடைய சிவபக்தன் என்று உரைப்பாயாக என்றவாறு.

உரைத்திடுசட் டாட்டவியத் தானத்தில் பாவி
உடன்கூடில் அதிஷ்டம்உற் றவர்சத் துருவாம்
தரித்திரங்களத் திரசல்லி யம்பந்து நாசம்
தான்புத்ர பிதுர்நாசம் தரணிமன்னர் கோபம்

பருத்தகுட்ட நோய்நிகழ் பந்தனத்தோ டிருமல்
பரதார கமனமுமே பலபலவுண் டாகும்
நிறைத்தஇரண் டேழினுக்கு இவனாத னாகில்
நிகமும்அவ மிருத்தாகும் உருத்திரசெபம் நிகழ்த்தே.

(6) (112)

(இ.ள்) சுக்கிரன் ஆறு, எட்டு, பன்னிரண்டு ஆகிய இடங்களில் தீயக் கோள்களுடன் கூடி இருந்தால், அதிக துன்பங்கள் நேரிடும். உற்றார் உறவினர்கள் பகைவராவர். வறுமை உண்டாகும். களத்திரத் திற்குத் துன்பம் நேரிடும். சுற்றத்தாருக்கும் புத்திரர்களுக்கும் தந்தைக்கும் தீங்கு நேரும். அரசாங்கப்பகை ஏற்படும். குஷ்ட நோய், இருமல் முதலான நோய்கள் வரும். சாதகன் விலங்கிடப் படுவான். பிறபெண்கள் மீது விருப்பம் தோன்றும். மேலும் பல மனக் குழப்பங்கள் உண்டாகும். இரண்டாம் இடத்திற்கு ஏழாம் இடத்திற்கு சுக்கிரன் அதிபதியாக இருந்தால் மரணபயம் நேரும் இதற்குப் பரிகாரமாக உருத்திரன் வழிபாடு செய்ய வேண்டும் என்றவாறு.

❖

2.9 சந்திரதிசை – சூரிய புத்தி

நிகரிலிந்து திசையதனில் இரவிபுத்தி மாதம்
நிகழாறு தனில்பலனை நிகழ்த்திடுவோம் கேளாய்
பருமிந்து தனக்குரவி அந்தர்கத னாகில்
பண்புடன்சொ ஷேத்ரஉச்சத் திரிகோண கேந்திர
மிகவாக்கு மூன்றாறு ஒன்பதுபத் துடனே
விழித்திடுபன் னொன்றினிலே மேவிடில்செந் திருவும்
சுகராசர் சமானமுடன் தனலாப சுகங்கள்
சொல்லிடில்சோ பனம்பூமி போனதெல்லாம் வருமே

(1) (114)

(இ.ள்) சந்திரன் திசை பத்து ஆண்டுகளில், சூரியன் புத்தி 6 மாதங்கள். இதன்பலனைக் கேட்பாயாக. சந்திரனும் சூரியனும் சேர்ந்து இருந்தாலும், சூரியன் சொந்த வீடான சிம்ம இராசியில் இருந்தாலும், உச்ச வீடான மேஷ இராசியில் இருந்தாலும் 1,4,7,10 ஆகிய கேந்திர வீடுகளில் இருந்தாலும், 1,5,9 ஆகிய திரிகோண வீடுகளில் இருந்தாலும், வாக்குஸ்தானம் என்று சொல்லப்படுகின்ற

சத்தியபாமா காமேஸ்வரன்
75

இரண்டாவது வீட்டில் இருந்தாலும் இரண்டு, மூன்று ஆறு, ஒன்பது, பத்து, பதினொன்று ஆகிய இவற்றில் ஏதேனும் ஒரு வீட்டில் இருந்தாலும் திருமகளாகிய செல்வம் வந்து சேரும். அரசரைப் போன்று உயர்ந்த நிலையை அடைவான் பொருள் சேர்க்கையும், உடல்நலமும், உள்ள மகிழ்ச்சியும் உண்டாகும். சோபனங்கள், பூமி கைவிட்டுச் சென்ற நிலங்கள்மீண்டும் கைக்குக் கிடைக்கும் என்றவாறு.

> வருமேநல் லிரவிபுத்தி கடையினிலே ரோகம்
> வலுத்ததலை இடிகாய்ச்சல் சோம்பல்மிக உண்டாம்
> தருமேசட் டாட்டவியம் தனில்பாவி யுடனே
> சார்ந்திடினும் பாவநோக்குத் தான்வரினும் குன்மம்
> பெருநோவு தலைவலியும் முகநோவு மூத்ரப்
> பெருங்கிரிச்ச ரோகமுடன் சத்ருவிருத் தியுமாய்
> நறுமலர்ப்பூங் குழல்திருவே! அபகீர்த்தி யுடனே
> நாடுமித்ர நாசமுடன் நலிவும்சார்ந் திடுமே.   (2) (115)

(இ.ள்) மணம் பொருந்திய மலர்களைச் சூடிய திருமகளை ஒத்த அழகுடைய பெண்ணே! சந்திரதிசை, சூரியன் புத்தியின் கடைசி பாகத்தில் தலைவலி, காய்ச்சல் முதலான நோய்கள் உண்டாகும். மிகுந்த சோம்பல் ஏற்படும். சூரியன், ஆறு, எட்டு, பன்னிரண்டாம் வீடுகளில் தீயக்கோள்களுடன் சேர்ந்து இருந்தாலும், தீயக் கோள்களின் பார்வை விழுந்தாலும் குன்மம், தொழுநோய், தலைவலி, முகநோய், மூத்திரகிரிச்சரம் முதலான நோய்கள் வரும். பகைவர்கள் பெருகுவர். புகழுக்கு இழுக்கு உண்டாகும். நண்பர்களுக்குத் தீங்கு உண்டாகும் என்றவாறு.

> சார்ந்தலக் கனாதிபன்தான் பிதுர்க்கதிப னுடனே
> தான்சேரு வானாகில் தனலாபம் இன்பம்
> சேர்ந்துவரும் கடையதனில் செறியுமனக் சிலேசம்
> திறமான மாதுர்பிதுர் நாசமது வாகும்
> ஆர்ந்தசகோ தரஸ்தானம் கேந்திரத்திரி கோணம்
> அதிலாபத் தானத்தில் அடைந்திருக்கும் பலன்கேள்!
> தேர்ந்திருநாற் றிசைவாக்குப் பலத்தி னாலே
> திறமான ராசாபி மானமெனச் செப்பே.   (3) (116)

(இ.ள்) இலக்கனாதிபதி, பிதுர்க்கதிபதியான ஒன்பதாம் இடத்திற்கு அதிபதியுடன் சேர்ந்திருந்தால் தன இலாபம் கிடைக்கும். இன்பமாக வாழ்வான். சந்திரதிசையில் சூரியபுத்தியின் கடைசி

பாகத்தில் மனத்துன்பம் உண்டாகும். தாய், தந்தைக்குத் தீங்கு நேரிடும். சூரியன் சகோதர ஸ்தானமாகிய மூன்றாம் இடத்தில் நின்றாலும், 1,4,7,10 ஆகிய கேந்திர வீடுகளில் நின்றாலும் 1,5,9 ஆகிய திரிகோண வீடுகளில் நின்றாலும் லாபஸ்தானமாகிய பதினோராம் இடத்தில் நின்றாலும் இச்சாதகன், நான்கு திசைகளிலும் தன் வாக்குத்திறத்தால் அரசாங்கத்தின் நம்பிக்கைக்குப் பாத்திரமாவான் என்பதைக் கூறுவாயாக என்றவாறு.

செப்புநர வாகனமும் வஸ்திரபூ ஷணமும்
சிறந்தபுத்திர லாபமுடன் புதுக்கிரகம் உண்டாம்
ஒப்பில்வெகு சந்தோஷம் தேகசவுக் கியமும்
உடன்பெறுவன் சட்டாட்ட வியம்பாவி கூடில்
தப்பாது ராசரக்கினி சோரர்பயம் உண்டாம்
தலைவலியும் குன்மமுடன் காய்ச்சலதி சாரம்
இப்பாரில் அன்னியதே சத்துறுவன் பைத்தியம்
இசைந்தனனென் றறியுமென விளம்பினர்சோ திடரே.

(4) (117)

(இ.ள்) வாகனச் சேர்க்கை, ஆடை ஆபரணச் சேர்க்கை உண்டாகும். நல்ல புத்திரர்களால் நன்மைகள் ஏற்படும். புது வீடு கட்டுவான். மிகுந்த மகிழ்ச்சி ஏற்படும். உடல் நலத்துடன் விளங்கும். சூரியன், ஆறு, எட்டு, பன்னிரண்டாம் இடங்களில் தீயக்கோளோடு சேர்ந்து இருந்தால், அரசாங்கக் கோபத்திற்கு ஆளாவான். திருடர் பயம் உண்டாகும். தலைவலி, குன்மம், காய்ச்சல், அதிகாரம் முதலான நோய்களால் துன்பம் அடைவான். வேறு நாடுகளுக்குச் சென்று அலைவான். மன வியாதி ஏற்படும் என்று சோதிடர்கள் கூறியுள்ளனர் என்றவாறு.

திடமுடனே இரண்டேழுக் கதிபதியா தவனேல்
செப்புதலை வலிகாய்ச்சல் ரோகமது சேரும்
அடவுடனே பரிகாரம் தனைஅரையக் கேளாய்!
அலரிதனக் கின்பமுடன் நமஸ்காரம் செய்யில்
மடமையுள்ள நோயகன்று சுகமேயுண் டாகும்
வாளயில்வேல் கூற்றெனும்கண் வாளெயிற்று நாகப்
படமெனவே வளரும்அல்குல் மாதேநூ லாய்ந்து
பகர்ந்தனர்கள் கணிதமுறைப் பயனறிந்தோர் தாமே.

(5) (118)

(இ.ள்) வாள், கூரியவேல் இவற்றை ஒத்து எமன் என்று சொல்லும்படியான கண்களையும், ஒளிபொருந்திய நாகப்படத்தை ஒத்த அல்குலையும் உடைய மாதே! இரண்டாம் இடத்திற்கு அதிபதி, ஏழாம் இடத்திற்கு அதிபதியாகச் சூரியன் இருந்தால், தலைவலி, காய்ச்சல் முதலான நோய்கள் வந்து சேரும். இதற்குப் பரிகாரம் சொல்லக் கேட்பாயாக. சூரிய நமஸ்காரத்தைப் பக்தியோடு செய்து வந்தால், நோய் தீர்ந்து உடல்நலம் உண்டாகும் என்று சோதிட நூல்களைக் கற்றுப் பயன் அறிந்த சோதிடத்தில் வல்லவர்கள் கூறியுள்ளார்கள் என்றவாறு.

ஆக விருத்தம் *118*

3. செவ்வாய்திசைப் படலம்

தாமுறுஞ் செவ்வாய் திசையிலே ழாண்டு
தனிற்பல னரசர்சோ ராக்னி
மாமன வியாதி களத்திர சண்டை
வருந்தரித் திரியமத் துடனே
சேமமாம் கிரகமாற் றந்துர்க் கருமம்
சிறந்திடும் பிதுர்கள்புத் திரர்கள்
பூமியுநா சமென்று உரைப கர்ந்தார்
பூங்குயில் அனையபொற் கொடியே. ***(1) (119)***

(இ.ள்) பூங்குயில் போல இனிமையான சொற்களை இசைக்கக் கூடிய பூங்கொடி போன்ற பெண்ணே! செவ்வாய் திசை ஏழு ஆண்டுகள். இந்த ஏழு ஆண்டுகளில் அரசராலும், திருடர்களாலும், தீயினாலும், மனவியாதியினாலும், களத்திர சண்டையினாலும், மனக்கலக்கம் அடைவர். வறுமைவந்து சேரும். சிறிதளவு நன்மைகளும் உண்டாகும். வீட்டை மாற்ற நேரிடும். தீயகாரியங்களில் தலையிட நேரிடும். தந்தை, புத்திரர்கள் ஆகியோருக்குக் கெடுதல் உண்டாகும். பூமியும் நாசமாகும் என்று சோதிட வல்லோர் உரைத்துள்ளார்கள் என்றவாறு.

பொற்புறும் உச்சம் ரண்டினில் பத்தில்
புகழ்ந்திடு மூன்றினில் ஆறில்
நற்பல வானாய் சேயிருப் பானேல்
நலமுடன் சுபமுடன் ராச்சியம்

கற்புள களத்திர புத்திர வஸ்திரம்
காதல்சேர் சகோதரா பரணம்
விற்பொரு நுதலாய்! இதுவெலாம் கிடைக்கும்
விளங்கிடு மேன்மையும் தருமே. *(2) (120)*

(இ.ள்) வில்லைப் பழிக்கும் புருவத்தை உடையவளே! செவ்வாய் அழகுடைய தன் உச்சவீடாகிய மகர இராசியில் இருந்தாலும், இரண்டாம் இடத்தில், பத்தாம் இடத்தில், மூன்றாம் இடத்தில், ஆறாம் இடத்தில் நல்ல பலவானாக இருந்தாலும், நல்ல சுகங் களுடன் அதிக பூமிச் சேர்க்கை, உண்டாகும். நல்ல களத்திரம், புத்திரர்கள் ஆகியோரால் மகிழ்ச்சி உண்டாகும். நல்ல ஆடை, ஆபரணச் சேர்க்கை உண்டாகும். சகோதரர்கள் அன்பு மிக்கவர்களாக விளங்கு வார்கள். இச்சாதகன் உயர்ந்தநிலையை அடைவான் என்றவாறு.

மேன்மையிலா சட்டாட்ட வியத்தனிலுறில் துர்ப்பலமாய்
மிகுசெவ்வா யுற்றிருக்கில் புத்ரமித்ர களத்ரம்
ஆனதொரு வஸ்திரபூ ஷணநாச மாகும்
அதிககுன்ம ரோகமொடு விவசாயங் குறுகும்
மான்விழியாய்! தனநாசம் சகோதரமு நாசம்
வருஞ்சுபனோ டேகூடில் வளர்கலகம் உண்டாம்
ஈனமில்லாத் திசையாதி தனநாசம் நடுவில்
இசைசோராக் கினிமுடிவில் இகலுறும்சத் துருவே.

(3) (121)

(இ.ள்) சிறப்பில்லாத ஆறு, எட்டு, பன்னிரண்டு ஆகிய இடங்களில் நீசமுற்று செவ்வாய் இருந்தால், புத்திரர்கள், நண்பர்கள், களத்திரம் ஆகியோருக்குத் தீங்கு உண்டாகும். ஆடை, ஆபரணங் களை இழக்க நேரிடும். பொருள் நாசம் உண்டாகும். பயிர்த்தொழில் நஷ்டம் உண்டாகும். அன்புச் சகோதரர்களுக்குக் கெடுதல் ஏற்படும். செவ்வாய் நற்கோள்களுடன் கூடி இவ்வீடுகளில் நின்றால், மேன்மேலும் வளர்கின்ற கலகங்கள் உண்டாகும். செவ்வாய் திசையின் தொடக்கத்தில் பொருள்நாசம் ஏற்படும். இத்திசையின் மத்தியபாகத்தில் திருடர்களாலும், தீயாலும் துன்பமடைய நேரும். செவ்வாய் திசையின் கடைசி பாகத்தில் வலிமையான பகைவர்களால் துன்பங்களுக்கு ஆளாவான் என்றவாறு.

ஆக விருத்தம் 121

❖

3.1 செவ்வாய்திசை – செவ்வாய் புத்தி

இகலாரற் திசையதனின் அபகாரம் அதுதான்
இசைமாத நாலுமிரு பத்தேழு நாளில்
மிகவேதான் சேய்கேந்திர திரிகோணம் பெறினும்
மிருந்தலக் னாதிபன்தன் னுடன்கூடி யிடினும்
செகமீதில் அற்பசவுக் கியமற்ப லாபம்
திகழ்சோம்பல் அபகாரம் மத்தியத்தில் சவுக்கியம்
பகையாகும் சகோதரங்கள் புத்திரசந் தோஷம்
பால்பாக்கியம் அரசரால் நிதிதான்யம் வருமே. *(1) (122)*

(இ.ள்) செவ்வாய் திசை ஏழு ஆண்டுகளில் செவ்வாய் புத்தி நான்கு மாதங்கள், பதினேழு நாட்கள். செவ்வாய் 1,4,7,10 ஆகிய கேந்திர வீடுகளில் இருந்தாலும் 1,5,9 ஆகிய திரிகோண வீடுகளில் இருந்தாலும், இலக்கனாதியுடன் கூடி இருந்தாலும் குறைந்த நன்மைகளும் குறைந்த இலாபங்களும் கிடைக்கும். சோம்பல் உண்டாகும். செவ்வாய் புத்தியின் மத்திய பாகத்தில் சந்தோஷம் உண்டாகும். கால்நடைகளால் வருமானம் கிடைக்கும். அரசாங்கத்தால் பொருள் வருவாய் உண்டாகும். ஆனால் சகோதரர்களின் பகை உண்டாம் என்றவாறு.

வருமைதரு நீசமஸ்த மனத்தையடைந் தாலும்
வருமெட்டா றீராறில் வதிந்திடுவன் எனினும்
பெருமையில்லா மானபங்க மனஸ்தாபம் தீயால்
பெருத்தகள்ள ரால்பயமாம் சகோதரத்தால் உறவால்
பொருமையிலா விரோதமுடன் பிணிராச கோபம்
பொருந்தும்விலங் குடன்மூத்திர கிரிச்சிரரோ கங்கள்
தருமேபின் பயமுண்டாம் என்றுவட நூலார்
சாற்றினர்தப் பாதிதுவுந் தாழ்குழல்பெண் ணரசே! *(2) (123)*

(இ.ள்) நீண்ட கூந்தலை உடைய பெண்களுக்கெல்லாம் தலைவி போன்ற பெண்ணே! செவ்வாய், நீசத்தை அடைந்தாலும், அஸ்தமனத்தை அடைந்தாலும், ஆறு, எட்டு, பன்னிரண்டு ஆகிய இடங்களில் இருந்தாலும், அவமானம் உண்டாகும். மனவருத்தம் ஏற்படும், தீயாலும், திருடராலும் பயம் உண்டாகும். சகோதரர்களிடம் விரோதம் ஏற்படும். அரசாங்கக் கோபத்திற்கு ஆளாவார்கள்.

விலங்கு பூண நேரிடும். மூத்திர கிரிச்சர ரோகங்கள் உண்டாகும். மிகுந்தபயம் உண்டாகும் என்று வடமொழி சோதிட நூலோர் கூறியுள்ளார்கள் என்றவாறு.

சேயவனும் சுபாங்கிசமாய்ச் சுபனோடே கூடித்
திகழ்ந்தவனா லேபார்க்கில் சேர்க்கிரகம் பூமி
ஆயமொரு நாற்காலி பசுலாபம் அரசர்
அனுக்கிரகம் இட்டசித்தி அதிகசுகம் உண்டாம்
தீயவன்தான் அவர்கேழுக் கதிபதிய தாகச்
சேர்ந்திருக்கில் வெகுபீடை மனவியாதி யாகும்
தூயபரி காரமது சுப்பிரமணியர் செபமும்
சொலுமிடப தானமுஞ்செய் தால்சுகமு மாமே. *(3) (124)*

(இ.ள்) செவ்வாய் சுபாங்கிசத்தில் இருந்தாலும், நற்கோள்களோடு சேர்ந்து இருந்தாலும், சுபக்கிரகங்களாலே பார்க்கப் பட்டாலும் வீடுசேர்க்கை, பூமி சேர்க்கை உண்டாகும். கால்நடைகளால் இலாபம் ஏற்படும். அரசாங்கத்தின் நன்மை கிட்டும். நினைத்த காரியங்கள் கைகூடும். அதிகசுகம் உண்டாகும். தீயக்கோள்கள் ஏழாமிடத்திற்கு அதிபதியாகி செவ்வாயுடன் சேர்ந்து நின்றால், அதிக துன்பங்களும் மனவியாதிகளும் வரும். இதற்குப் பரிகாரமாக, சுப்பிரமணியருக்கு விரதமிருந்து வழிபாடு செய்து, காளை மாட்டைத் தானமாகக் கொடுத்தால், தோஷங்கள் நீங்கி சுகமுண்டாகும் என்றவாறு.

ஆக விருத்தம் *124*

❖

3.2 செவ்வாய்திசை – இராகு புத்தி

அதிகமிகு குசன்திசையில் இராகுஅப காரம்
ஆண்டொன்று நாள்பதினெட் டாகுமதின் பலன்கேள்
பதியான சேய்க்கந்தர்க் கதனாக இருக்கில்
பார்சண்டை ராசபயம் தனதான்ய நாசம்
அதிகமான வியாதியுடன் நாற்காலி நாசம்
அவமானம் சத்ருபயம் விவசாய நட்டம்
சதிசெவ்வாய் ராகுமொரு பாதமது தனிலே
தருராச பயம்கலகம் சார்ந்திடுமென் றுரையே. *(1) (125)*

(இ.ள்) செவ்வாய் திசை ஏழாண்டுகளில், இராகு புத்தி, ஓர் ஆண்டு, பதினெட்டு நாட்கள். அதன் பலனைக் கூறுவேன் கேட்பாயாக. செவ்வாயுடன் இராகு சேர்ந்து இருந்தால், சண்டை, அரசாங்க பயம் ஏற்படும். தனதான்ய நாசம் உண்டாகும். அதிக மனவியாதியுடன், கால்நடைகளுக்குத் தீங்கு நேரிடும். அவமானம் உண்டாகும். பகைவர்களால் பயம் ஏற்படும். பயிர்த்தொழிலில் பொருள் இழப்பு ஏற்படும். செவ்வாயும் இராகுவும் ஒரே நட்சத்திர பாதத்தில் இருந்தால், அரசரால் பயமும் உண்டாகும். கலகங்கள் நிகழும் என்றவாறு.

உரைத்தரவு சேய்சுபனோ டேகூடி னாலும்
உற்றசுப னார்ப்பார்வை யுறவேபெற் றாலும்
தரைதலத்தில் மூன்றாறு தசமதில்பன் னொன்றில்
சார்ந்திடினும் திரிகோண கேந்திரமுற் றிடினும்
நிரைத்தபலன் ராசாபி மானத்தி னாலே
நெடும்பூமி லாபமுத்தி யோகமது தன்னால்
வரைத்தனத் தாய்தனலா பங்களத்திர புத்திரர்
வாழ்வுடனே விவசாயம் வளருமினம் தானே. ***(2) (126)***

(இ.ள்) மலை போன்ற தனங்களை உடைய பெண்ணே! இராகு, செவ்வாயுடனும் நற்கோள்களுடனும் கூடி இருந்தாலும், நற்கோள்களின் பார்வையைப் பெற்றிருந்தாலு, இராகு, மூன்றாமிடம், ஆறாமிடம், பத்தாமிடம், பதினோராமிடம் ஆகியவற்றில் ஏதேனும் ஒன்றில் இருந்தாலும், 1,4,7,10 ஆகிய கேந்திர வீடுகளில் இருந்தாலும், 1,5,9 ஆகிய திரிகோண வீடுகளில் இருந்தாலும் நல்ல பலன்கள் உண்டாகும். அரசாங்கத்தின் நம்பிக்கைக்கு இச்சாதகன் பாத்திரமாவான். பூமி இலாபம் ஏற்படும். உயர்ந்த பதவி யோகம் கிட்டும். பொருள் இலாபத்துடன் களத்திரம், புத்திரர்கள் ஆகியோர் களுடன் சிறந்த வாழ்வு அமையும். பயிர்த்தொழில் இலாபம் கிடைக்கும். சுற்றத்தார் நலம் பெறுவர் என்றவாறு.

தானியலா பமுடனே தருஞ்சமுத்திர ஸ்தானம்
தான்கிடைக்கும் மத்தியிலன் னியதேசம் செல்வம்
ஆனதொரு களத்திரபுத்திர கிலேசம்வழி மார்க்கம்
அதிற்சோரர் பயமுண்டாம் அந்தியத்தி லேதான்
கோனவன்றன் கிருபையினால் நினைத்ததெல்லாங் கூடும்
குறித்திடுசட் டாட்டவியம் பாவியுடன் கூடில்
மானனையாய்! சுபர்நோக்குப் பெற்றாலும் அரசர்
மனஸ்தாபம் விவசாயம் நாசமுறும் தானே. ***(3) (127)***

(இ.ள்) மான்போன்ற விழிகளையுடைய பெண்ணே! தானிய இலாபமுடன், கடலில் புண்ணிய நீராட வாய்ப்புக் கிடைக்கும். இராகு புத்தியின் மத்தியில் பிறநாடுகளில் இருந்து செல்வம் கிடைக்கும். களத்திரத்தாலும் புத்திரர்களாலும் மனக்கலக்கம் ஏற்படும். செல்லுமிடங்களில் திருடர்களால் பயம் உண்டாகும். இராகு புத்தியின் கடைசியில் இறைவனின் கருணையினால் நினைத்தது எல்லாம் கைகூடும். ஆறு, எட்டு, பன்னிரண்டாம் வீடுகளில் தீயக் கோள்களுடன் கூடி இருந்தாலும், நற்கோள்களின் பார்வை இராகுவிற்குக் கிடைத்தாலும் அரசாங்கப்பகை ஏற்படும். பயிர்த்தொழிலில் பொருள் அழிவு உண்டாகும் என்றவாறு.

நாசமுறும் தேயமித்த க்ஷயரோகம் உண்டாம்
இராசரால் அக்கினியால் சோரரால் பயமாம்
பாசமுறும் பருவிலங்கு பாதமதில் பூட்டும்
பகர்ந்திடுமுன் றாறுபத்து பன்னொன்றி லேனும்
நேசமுறும் திசைநாதன் தனக்குலா பத்தில்
நின்றாலும் வித்தைவரும் அதிகசவுக் கியமாம்
தேசமதில் விவசாயத் தால்தான்ய இலாபம்
செகராசர்க் கிருபையினால் சந்தோஷம் வருமே. *(4) (128)*

(இ.ள்) நிலங்களில் அழிவு ஏற்படும். க்ஷயரோகம் உண்டாகும். அரசாங்கத்தாலும் தீயாலும் திருடராலும் அச்சம் உண்டாகும். பெரிய இரும்பு விலங்கைக் காலில் பூண நேரிடும். இராகு மூன்றாமிடம், ஆறாமிடம், பத்தாமிடம், பதினோராமிடம் ஆகியவற்றில் ஏதேனும் ஓரிடத்தில் இருந்தாலும், திசைநாதனான செவ்வாய்க்குப் பத்தாம் இடத்தில் நின்றாலும் அதிக வித்தைகள் கற்பான். மிகுந்த நலங்கள் உண்டாகும் பயிர்த்தொழிலில் தான்ய இலாபம் கிட்டும். உயர்ந்தோரின் அன்பால் வாழ்வில் சந்தோஷம் நிலவும் என்றவாறு.

வருமேதான் இவன்புத்தி ஆதியிலே பீடை
மத்தியில் சுபாசுபங்கள் வந்திடுமந் தியத்தில்
தருமேதான் அதிகசுகம் இரண்டேழில் செவ்வாய்
தானிருக்கில் அவமிருத்து பயங்களுண் டாமதற்குப்
பரிகாரம் அசதானம் பண்ணினால் சுகமாம்
பவளவிதழ் குவளைவிழி பாலனஞ்சேர் மொழியால்
உருகாத இரும்பினையும் உருக்கும்இளங் குயிலே!
உரைத்தனர்சோ திடமறிந்த உத்தமர்கள் தானே. *(5) (129)*

(இ.ள்) பவளம் போன்ற சிவந்த உதடுகளையும் குவளைமலர்ப் போன்ற விழிகளையும், பாலன்னத்தைப் போன்ற இனிய சொற் களையும் கொண்டு உருகாத இரும்பைப் போன்ற உள்ளத்தையும் உருக்கும் இளங்குயில் போல இசைக்கக்கூடிய பெண்ணே! செவ்வாய் திசையில் இராகு புத்தியின் ஆரம்பத்தில் துன்பங்கள் உண்டாகும். மத்திய பாகத்தில் சுபமான காரியங்கள் நிறைவேறும். இராகு புத்தியின் கடைசி பாகத்தில் அதிக சுகம் உண்டாகும். இரண்டாமிடம், ஏழாமிடம் ஆகிய இடங்களில் செவ்வாய் இருந்தால் மரணபயம் ஏற்படும். இதற்குப் பரிகாரமாக ஆட்டை, அந்தணர் களுக்குத் தானமாகக் கொடுத்தால் இன்பம் உண்டாகும். இதனைச் சோதிடமறிந்த உத்தமர்கள் எடுத்துக் கூறியுள்ளார்கள் என்றவாறு.

ஆக விருத்தம் *129*

❖

3.3 செவ்வாய்திசை – குரு புத்தி

நேசமுறும் செவ்வாயில் குருபுத்தி மாதம்
நீங்கரிய பதினொன்றோ டாறுநாள் பலன்கேள்
வாசமுறுங் குருகுசனுக் கந்தர்க்கத னாகி
வந்திடினும் கேந்திரகோ ணத்தையடைந் தாலும்
ராசசன் மானமதி கீர்த்திமிகவும் உண்டாம்
நல்லவஸ்தி ராபரணம் வரும் இராசமூ லத்தால்
பேசரிய தனமுடனே சாமரங்கள் சுருட்டிப்
பெருஞ்சிவிகை இலாபமெல்லாம் பெற்றிடுவன் மாதே.

(1) (130)

(இ.ள்) பெண்ணே! செவ்வாய் திசை ஏழாண்டுகளில், குருபுத்தி பதினோரு மாதங்கள், ஆறு நாட்கள். இதன் பலனைக் கேட்பாயாக. செவ்வாயுடன் குரு சேர்ந்திருந்தாலும், 1,4,7,10 ஆகிய கேந்திர வீடுகளில் இருந்தாலும், 1,5,9 ஆகிய திரிகோண வீடுகளில் இருந்தாலும் அரசாங்கத்தால் கௌரவிக்கப்படுவான். அதிக புகழ் உண்டாகும். உயர்ந்த ஆடை, ஆபரணச் சேர்க்கை உண்டாகும். அரசாங்கத்தால் செல்வமுடன் உயர்ந்த நிலையை அடைவான். வாகன சேர்க்கை உண்டாகும் என்றவாறு.

பெற்றஉச்ச க்ஷேத்திரந் தன்னிலே யடைந்து
பலனான சுபாங்கிசனாய் இருந்தாலும் சுபனாய்
உற்றசுப இலக்கனத்தை அடைந்தாலும் ஸ்திரியால்
உறுபயனாம் தசாதிபதி பார்த்திட் டாக்கால்
கொற்றவர்கள் சன்மானம் நாற்காலி இலாபம்
கூடும்விவ சாயமுடன் தானியமும் இலாபம்
உற்றமிகப் பெரியோர்கள் உறவுவரும் பின்னே
மாதீர்த்த மாடுவன்பின் வரும்பலனைக் கேளே. *(2) (131)*

(இ.ள்) குரு, உச்ச வீடாகிய கடக இராசியில் வலிமையுடன் சுபாங்கிசம் பெற்று இருந்தாலும், சுபனாக இலக்கனத்தை அடைந் தாலும், பெண்ணால் பயன் பெறுவான். பத்தாம் இடத்திற்கு அதிபதி குருவைப் பார்த்தால், அரசாங்கத்தால் கௌரவிக்கப்படுவான். நான்குகால் விலங்கினங்களால் இலாபம் உண்டாகும். பயிர்த்தொழில் செய்யின் தானிய இலாபம் கிட்டும். உயர்ந்த பெரியோர்களின் உறவு கிடைக்கும். இச்சாதகன் புண்ணிய தீர்த்தம் ஆடுவான். மேலும் வரக்கூடிய பலன்களைக் கேட்பாயாக என்றவாறு.

கேடிலாச் சிவிகையொடு வஸ்திரா பரணம்
கிடைத்திடுமே பூமிபுத்திர லாபமிட்ட சித்தி
கூடவே சட்டாட்ட வியத்தினிலே பாவர்
கூடுகினும் அவராலே கொடும்பார்வை யுறினும்
நீடிலா நீசமஸ்த மனத்தையடைந் தாலும்
இமயகுரு பலவீன னாகியிருந் தாலும்
மூடலா மரசரால் சோரரால் தீயால்
உறுபயமாம் சர்ப்பவிடம் உற்றிடுமின் னாளே. *(3) (132)*

(இ.ள்) மின்னலை ஒத்த இடையை உடைய பெண்ணே! குற்றமற்ற வாகனச் சேர்க்கையுடன் உயர்ந்த ஆடை ஆபரணச் சேர்க்கையும் உண்டாகும். பூமி இலாபம் உண்டாகும். நினைத்த காரியங்கள் நிறைவேறும். ஆறு, எட்டு, பன்னிரண்டு ஆகிய இடங்களில் குரு பாவரோடு கூடி இருந்தாலும், தீயக்கோள்களின் பார்வையைப் பெற்றி இருந்தாலும், நீச வீடாகிய மகர இராசியில் இருந்தாலும் அஸ்தமனம் அடைந்து இருந்தாலும், பலவீனனாக இருந்தாலும் அரசாங்கத்தாலும், திருடர்களாலும் தீயாலும் அச்சம் கொள்ளுவான். பாம்பு கடித்திடும் என்றவாறு.

மின்னே நீ இன்னமும்கேள் நீரழிவு ரோகம்
மிகுத்துவரும் கெட்டபோ சனம்பந்து நாசம்
மின்னேயும் அவனிருந்த வீடுவிட்டுப் போவான்
பெருத்ததொரு கோணகேந்திர லாபத்தா னத்தன்
அன்னோன்போய் இருந்தாலும் ராசாபி மானம்
அதிகசகோ தரசவுக்கிய மாந்தான்ய லாபம்
பண்ணும்விவ சாயசவுக் கியமா ரோக்யம்
பால்பாக்யம் களத்ரபுத்ர லாபமுறு மாதே. *(4) (133)*

(இ.ள்) மின்னலை ஒத்த இடையை உடைய பெண்ணே! மேலும் கேட்பாயாக. நீரழிவு நோய் மிகுதியாக வரும். உணவினால் கெடுதி உண்டாகும். உற்றார் உறவினர்களுக்குத் தீங்கு நேரும். இச்சாதகன் தான் வாழ்ந்த வீட்டைவிட்டு வெளியேறுவான். குரு, 1,4,7,10 ஆகிய கேந்திர வீடுகளில் இருந்தாலும் 1,5,9 ஆகிய திரிகோண வீடுகளில் இருந்தாலும், இலாபஸ்தானம் என்று சொல்லப்படுகின்ற பதினோராம் வீட்டிற்கு அதிபதி, குருவுடன் கூடியிருந்தாலும் அரசாங்கத்தின் நம்பிக்கையைப் பெறுவான். சகோதரர்கள் அதிக நலங்களைப் பெறுவர். தானிய இலாபம் உண்டாகும். பயிர்த்தொழில் செய்யின் சிறக்கும். உடல் ஆரோக்கியத்துடன் விளங்கும், பால் இலாபம் கிடைக்கும். களத்திரத்தாலும் புத்திரர்களாலும் மகிழ்ச்சி உண்டாகும் என்றவாறு.

தேடாத சட்டாட்ட வியந்தனிலே குருவும்
திகழ்பாவி யுடன்கூடிய பாவர்பார்த் தாலும்
கூடாது தருமசிந்தை பாவமதே சேரும்
குறித்தனதா னியமும்வெகு நாச மாகும்
ஈடாகும் ஆதியிலே சௌக்கியம தாகும்
இசைந்தமத்தி யந்தனிலே துர்க்கேள்வி யுடனே
வாடாத நாற்காலி விவசாய நாசம்
வரும்பீடை சர்ப்பயம் அக்கினிபயந் தானே. *(5) (134)*

(இ.ள்) ஆறு, எட்டு, பன்னிரண்டு ஆகிய வீடுகளில் குரு, தீயக் கோள்களோடு சேர்ந்து இருந்தாலும், குரு, பாவர்களால் பார்க்கப் பட்டாலும் தரும சிந்தனை தோன்றினாலும் பாவச் செயல்களே செய்வான். தானியங்களுக்குத் தீங்குண்டாகும். குரு புத்தியின் தொடக்கத்தில் நன்மைகள் உண்டாகும். குரு புத்தியின் மத்திய பாகத்தில் தீயபோதனைகளும், தீய சிந்தனைகளும் தோன்றும்

பயிர்த்தொழில், கால்நடை போன்றவற்றிற்குக் கேடு உண்டாகும். உடலில் நோய்கள் தோன்றும். பாம்பினாலும் தீயினாலும் அச்சம் தோன்றும் என்றவாறு.

பயமாகும் அரசரால் சோரரால் கலகம்
பதிகிரகம் பேர்ந்துவிடும் மனவியாதி உண்டாம்
நலமான இரண்டேழுக் கிவன்நாத னாகில்
நாடும்அவ மிருத்துபயம் பரிகாரம் அதற்குச்
செயமீது சிவசகஸ்ர நாமம்செபஞ் சுகமாம்
சேமநிதி மகாதானம் செய்துவிடச் சுகமாம்
கயமாறும் கோடுகளைப் பழித்திளகி கனத்துக்
கமலமுகை போலெழுந்த கனதனப்பெண் கொடியே.

(6) (135)

(இ.ள்) மலைகளைப்ள பழிப்பதுபோல் பெருத்துத் தாமரை மொட்டைப்போல விளங்கக் கூடிய கனத்த தனங்களையுடைய பெண்கொடியே! பெரியோரால் திருடர்களால் கலகம் உண்டாம். தான் வாழும் ஊரை விட்டும் வீட்டைவிட்டும் வேறிடத்திற்குச் செல்ல நேரிடும். மனவியாதி உண்டாகும். இரண்டாமிடம், ஏழாமிடம் ஆகிய இடங்களுக்குக் குரு அதிபதியாக இருந்தால் மரண பயம் தோன்றும். இதற்குப் பரிகாரமாகச் சிவபெருமானுக்குச் சிவசகஸ்ர நாம அர்ச்சனை செய்து பொருள்களைத் தானம் செய்ய வேண்டும். அவ்வாறு செய்தால், துன்பங்கள் நீங்கி வாழ்வில் நிம்மதியும் இன்பமும் நிலவும் என்றவாறு.

❖

3.4 செவ்வாய்திசை – சனி புத்தி

கொடியேகேள்! செவ்வாயில் சனிபுத்தி மாதம்
கூறுபதின் மூன்றதின்மேல் நாளொன்பான் பலன்கேள்
படிமீதில் குசனுக்குக் காரியந்தர்க் கதனாய்ப்
பதிந்திடினும் சொட்க்ஷேத் திரதிரி கோணம்
வடிவாறு மூலத்திரி கோணத்தி லேனும்
வகுத்தஉச் சமுச்சாங்கி சமாயிருந் தாலும்
கடிதான மூன்றாறு பத்துலா பத்தில்
கனபிலனாய்ச் சுபராலே நோக்கமுற்றால் கேளே. ***(1) (136)***

(இ.ள்) பெண்கொடியே! செவ்வாய் திசை ஏழு ஆண்டுகளில் சனிபுத்தி ஓராண்டு, ஒரு மாதம், ஒன்பது நாட்கள். செவ்வாயும் சனியும் ஒன்றாகச் சேர்ந்திருந்தாலும், சனி, தன் ஆட்சி வீடுகளாகிய மகர இராசி, கும்பஇராசி ஆகிய இடங்களில் இருந்தாலும், 1,5,9 ஆகிய திரிகோண வீடுகளில் இருந்தாலும் மூலத்திரிகோண வீடாகிய கும்ப இராசியில் இருந்தாலும், உச்ச வீடாகிய துலாம் இராசியில் இருந்தாலும் உச்ச சுபாங்கிசமாய் இருந்தாலும், மூன்றாமிடம், ஆறாமிடம், பத்தாமிடம், லாபஸ்தானமாகிய பதினோராம் இடம் ஆகிய இடங்களில் சுப பலனாக இருந்தாலும், நற்கோள்களால் பார்க்கப்பட்டாலும் அதன் பலனைக் கேட்பாயாக என்றவாறு.

உற்றராச் சியம்சுகமாம் மகாகீர்த்தி உண்டாம்
உயர்ந்திடும்புத் திரலாபங் களத்திரலா பமுமாம்
மற்றரசர் சன்மானம் புத்திரவிருத் தியுந்தான்
வருமவன்தன் மாதமதில் மகாசவுக்கிய மாகும்
குற்றமுறு நீசனாய்ச் சட்டாட்ட வியத்தில்
கூடியிருந் தால்மிலேச்சர் துலுக்கரால் பயமாம்
செற்றமிகு அரசரால் உறுதனதா னியங்கள்
சேதமது உண்டெனவும் செப்புவர்கற் றோரே. *(2) (137)*

(இ.ள்) இராச்சியசுகம் உண்டாகும். அதிகமான புகழ் கிடைக்கும். புத்திரர்களாலும் களத்திரத்தாலும் அதிக மகிழ்ச்சி உண்டாகும். உயர்ந்தோரின் சன்மானம் கிடைக்கும். புத்திரர்கள் தோன்றுவர். சனி, தை, மாசி மாதங்களில் மிகுந்த நன்மையைத் தருவான். சனி, நீசனாக ஆறாமிடம், எட்டாமிடம், பன்னிரண்டாமிடம் ஆகிய இடங் களில் கூடியிருந்தால் மிலேச்சர், துலுக்கர்களால் அச்சம் உண்டாகும். உயர்ந்தோரால், இச்சாதகனின் தானியங்கள், பொருட்கள் ஆகியவை சேதமாகும் என்றும் சோதிடம் கற்றோர் கூறுவார்கள் என்றவாறு.

ஓரைமிகு வாக்கினிலும் பிதுர்தானத் தினிலும்
உறுபாவி யுடன்கூடில் பயந்தனநா சமுமாம்
பாரதனில் அன்னியதே சங்களில்சஞ் சாரம்
பருவிலங்கு மனவியாதி சகோதரமும் நாசம்
வீருமிகும் அரசரால் சோரரால் தீயால்
மிகுபயமுண் டாகிவிடும் வியன்கிரகம் போகும்
மாரணமாங் காரியம தாய்ச்சத்துரு பயமும்
மிகவுபந்து களத்திரமுடன் மாதுர்பிதுர் கேடே. *(3) (138)*

(இ.ள்) சனி, இரண்டாம் இடத்தில், பிதுர்த்தானமாகிய ஒன்பதாம் இடத்தில் தீயக்கோள்களுடன் கூடி இருந்தால் அனைத்து விஷயங்களிலும் பயம் தோன்றும். பொருளும் சேதமாகும். பிற நாடுகளுக்குச் சென்று அலைய வேண்டியதாகும். விலங்குப் பூண நேரும். மனவியாதி உண்டாகும். சகோதரர்களுக்குத் தீங்கு நேரும். உயர்ந்தோராலும் திருடர்களாலும் தீயாலும் மிகுந்த அச்சம் தோன்றும். பெரிய சொந்தவீடு கையை விட்டுப் போகும் காரியங்கள் முடிவடையாமல் போகும். பகைவரால் பயம் உண்டாகும். உறவினர்கள், களத்திரம், தாய், தந்தை அனைவருக்கும் கேடு உண்டாகும் என்றவாறு.

> கேடிலாச் சனிகேந்திர திரிகோண லாபம்
>   கிடைத்திருந்தால் அதிககீர்த்தி அன்னிய பாவம்
> வீடல்லா மனதுவரும் சிலகரும மிகையும்
>   எழிலார்மா துருநாசம் மனவியாதி உண்டாம்
> மாடுபோம் கிரகம்போம் தானியம் போமே
>   திரிவரும் சமரிலப செபம்நீ ரிழிவு
> ரோகமுடன் சட்டாட்ட வியந்தனிலும் பாவி
>   உடன்கூடு வானாகில் அவமிருத்து பயமே.   (4) (139)

(இ.ள்) சனி, 1, 4, 7, 10 ஆகிய கேந்திர வீடுகளில் இருந்தாலும் 1, 5, 9 ஆகிய திரிகோண வீடுகளில் இருந்தாலும் இலாபஸ்தானமாகிய பதினோராம் வீட்டில் இருந்தாலும் அதிக புகழ் உண்டாகும். அது பகை வீடாக இருந்தால், தீய எண்ணங்கள் தோன்றும். அதில் சில செயல்கள் நிறைவேறும் அழகுமிக்க தாய்க்கு கேடுண்டாகும். மனவியாதி வரும். கால்நடை, வீடு ஆகியவை கையைவிட்டுப் போகும். தானிய நஷ்டம் ஏற்படும், சண்டையில் தோல்வி ஏற்படும். சர்க்கரை நோய் உண்டாகும். சனி, ஆறு, எட்டு, பன்னிரண்டு ஆகிய தீய வீடுகளில் தீயக்கோள்களுடன் கூடி இருந்தால் மரண பயம் தோன்றும் என்றவாறு.

> மேதினியில் அரசரால் சோரரால் தீயால்
>   விழுங்குசர்ப்பத் தால்பயமாம் மிகுசுரமுண் டாகும்
> ஓதரிய தலைவலியும் வாதபித்த ரோகம்
>   உடன்வயிற்று வலியாகும் தனநாசம் இரண்டேழ்
> நாதனிவ னாகிலவ மிருத்துபயம் உண்டாம்
>   நல்லபரி காரமிருத் துஞ்சசெபம் செய்ய
> நீதிமிகு சுகமாகும் அந்தணர்கள் தமக்கு
>   நிதிதானம் அளித்திட்டால் நீணிலத்தில் தானே.   (5) (140)

(இ.ள்) மேலும் உயர்ந்தோராலும் திருடர்களாலும் தீயாலும், பாம்பாலும் அச்சம் உண்டாகும். அதிக சுரம், தலைவலி, வாத, பித்த நோய், வயிற்றுவலி, போன்ற நோய்கள் உண்டாகும். பொருள் அழிவு ஏற்படும். இரண்டாம் இடத்திற்கும் ஏழாம் இடத்திற்கும் இவன் அதிபதியாக இருந்தால், மரண பயம் உண்டாகும். இதற்குப் பரிகாரமாக, மிருத்யுஞ்ச யாகம் செய்து, அந்தணர்களுக்கு செல்வத்தைத் தானமாகக் கொடுத்தால் வரக்கூடிய துன்பங்கள் மாறி, நன்மைகள் ஏற்படும் என்றவாறு.

ஆக விருத்தம் *140*

❖

3.5 செவ்வாய் திசை – புதன் புத்தி

நிலத்திலே பிறந்தவன்தன் தன்திசை அதனில்
புந்திநிற்கு அபகாரம் திங்கள்பதி னொன்று
பலத்துவரும் நாளிருபத் தேழினுக்குப் பலன்கேள்!
பேசுபுதன் குசனுக்கந் தர்க்கதனா கிடினும்
சொலத்தகுகேந் திரகோணம் தன்னிலிருந் தாலும்
சொலும்புராண கேள்விதர்ம தானமதி கீர்த்தி
நிலைத்திடுஞா யங்கள்சொல்வ னல்லபோ சனமும்
நிறைசிவிகை வஸ்திரபூ ஷணலாப மாமே. *(1) (141)*

(இ.ள்) செவ்வாய் திசை ஏழாண்டுகளில், புதன் புத்தி, பதினொரு மாதங்கள், இருபத்து ஏழு நாட்கள். செவ்வாயும் குசனும் ஒன்று சேர்ந்து இருந்தாலும், *1,4,7,10* ஆகிய கேந்திரத்தில் இருந் தாலும், *1,5,9* ஆகிய திரிகோணத்தில் இருந்தாலும், புராணங்களிலும் கல்வி கேள்விகளிலும் சிறப்புற்று விளங்குவர். தான தர்மங்கள் செய்வர். அதிக புகழ் உண்டாகும். இச்சாதகன் நியாயங்கள் சொல்வதில் வல்லவனாக விளங்குவான். நல்ல உணவு, உயர்ந்த ஆடைகள், ஆபரணங்கள் போன்றவை கிடைக்கும். வாகனச் சேர்க்கை உண்டாகும் என்றவாறு.

மேதையுறு நீசனாய் அஸ்தமன மாயும்
வியத்தான சட்டாட்ட மேவிலுமார் குத்து
நீதமில்லாப் பருவிலங்கு பந்துசன மக்கள்
நேரிழையாள் நாற்காலி நாசமிகு உண்டாம்

பேதமொடு தேசாதிப னோடேகூடி னாலும்
பெருத்தசத்ரு பீடைபயம் பிரதேச கமனம்
ஓதரிய ராசவிரோ தம்களத்திர கலகம்
முகறிடுமென் றுரைத்தனர்கள் கற்றமறை யோரே. *(2) (142)*

(இ.ள்) புதன், நீசனாக இருந்தாலும், அஸ்தமனம் பெற்று இருந்தாலும், ஆறாமிடம், எட்டாமிடம், பன்னிரெண்டாமிடம் ஆகிய இடங்களில் இருந்தால், மார்புக்குத்துநோய் ஏற்படும். விலங்குப் பூண நேரிடும். உற்றார் உறவினர்கள், களத்திரம் போன்றோருக்குக் கேடுண்டாகும். கால்நடைகளுக்குத் தீங்கு நேரும். செவ்வாயுடன் புதன் கூடியிருந்தால், பகைவர்களால் துன்பமும் பயமும் ஏற்படும். பிறதேசப் பெண்களோடு உறவு உண்டாகும். சொல்வதற்கு அரிய உயர்ந்தோர் பகை, களத்திரத்தால் கலகம் ஏற்படும் என்று சோதிடர் கலையில் கற்ற, வேதத்தில் வல்லவர்கள் கூறியுள்ளார்கள் என்றவாறு.

மேதை - புதன்.

தேசாதிபன் - தேசத்திற்கு அதிபன், மன்னன்.

மறைவிலாக் கேந்திரகோ ணத்திலே தானும்
வருமுச்சத் தடைந்தவனை மாலவன்கூ டிடினும்
நிரைலாபத் தடைந்தாலும் ராசசன்மா னங்கள்
நீங்கரிய உத்தியோகம் வஸ்திரா பரணம்
குறைவிலாப் புத்திரகளத் திரலாப முடனே
கூடியசாஸ் திரகேள்விப் புராணவா சிப்பு
தரையிலே லக்ஷ்மீகடா க்ஷமுண்டாம் என்று
சதுர்மறையோர் சொன்னமொழி தப்பாது மயிலே. *(3) (143)*

(இ.ள்) மயிலின் சாயலைக் கொண்ட பெண்ணே!, *1,5,9* ஆகிய திரிகோண வீடுகளில் *1,4,7,10* ஆகிய கேந்திர வீடுகளில் உச்சம் பெற்றுள்ளவர்களுடன் புதன் கூடி இருந்தாலும் இலாபத்தானமான பதினோராம் வீட்டை அடைந்திருந்தாலும் உயர்ந்தோரின் சன்மானங்கள் கிடைக்கும். உயர்ந்த பதவியுடன் உயர்ந்த ஆடை, ஆபரணச் சேர்க்கை உண்டாகும். புத்திரர்கள், களத்திரம் போன்றோரால் மகிழ்ச்சி அடைவான். சாத்திரங்களில், கல்வி கேள்விகளில் புராணவாசிப்பில் சிறந்து விளங்குவான். செல்வம் நிறையும். இவை நான்கு வேதங்களையும் கற்றவர்கள் கூறியமொழியாதலின் என்றும் தப்பாது என்பதை அறிவாயாக என்றவாறு.

தப்பாது சட்டாட்ட வியமதிலே பாவி
தான்புதனோ டேகூடில் அபிமான பங்கம்
பொய்பாவம் தனில்மனது செலுமினச் சாதி
போராட்டம் நற்கரும நாசமது வாகும்
இப்பாரில் அரசரால் சோரரால் தீயால்
இகற்பகையே காரணமாய்ச் சண்டைமிக உண்டு
மெய்ப்பான ரெண்டேழுக் கிளவன்நாத னாகில்
மேதினியில் அரிசகஸ்ர நாமசெபம் செய்யே. *(4) (144)*

(இ.ள்) ஆறு, எட்டு, பன்னிரண்டாம் இடங்களில் உள்ள தீயக்கோள்களுடன் புதன் கூடில், நம்பிக்கை துரோகம் செய்வர். பொய் பேசுவதிலும் பாவம் செய்வதிலும் மனது செல்லும். தன்னுடைய இனத்தாரிடையே போராட்டம் செய்வர். நல்ல செயல்களெல்லாம் நசிந்து போகும். உயர்ந்தோரால், திருடர்களால், தீயால் அச்சம் உண்டாகும். பகையின் காரணமாகச் சண்டைகள் ஏற்படும். இரண்டாமிடம், ஏழாமிடம் ஆகிய இடங்களுக்கு புதன் அதிபதியாக இருந்தால், விஷ்ணு சசஸ்ரநாம அர்ச்சனை செய்யவேண்டும். அவ்வாறு செய்தால் துன்பங்கள் நீங்கி இன்பம் உண்டாகும் என்றவாறு.

❖

3.6 செவ்வாய் திசை – கேது புத்தி

நாமமுறு சேய்திசையில் கேதுபுத்தி அதுதான்
நால்மாதம் இருபத்தேழ் நாட்பலன் கேளாய்!
சேமமுறும் கேதுகுசர்க் கந்தர்க்கத னாகில்
சேர்சகோ தரதானம் சம்பத்து இலாபம்
மாமுச்ச கேந்திரகோ ணந்தனிலே யேனும்
அவனிருந்தால் சொற்பசௌக்யம் அதிசொற்ப இலாபம்
தாமஞ்சேர் சிலவதிகம் ஆதிபுத்தி அதிலே
தனித்தமத்தி சுபாசுப மத்தியபலன் கேளே. *(1) (145)*

(இ.ள்) செவ்வாய் திசை ஏழாண்டுகளில் கேது புத்தி, நான்கு மாதங்கள், இருபத்தேழு நாட்கள். செவ்வாயுடன், கேது சேர்ந்து இருந்தாலும், மூன்றாமிடம், பத்தாமிடம், பதினோராமிடம் ஆகிய இடங்களில் இருந்தாலும், 1,4,7,10 ஆகிய கேந்திர வீடுகளில் இருந்தாலும் 1,5,9 ஆகிய திரிகோண வீடுகளில் இருந்தாலும்

சிறிதளவு நன்மைகளும் சிறிதளவு இலாபங்களும் உண்டாகும். கேது புத்தியின் தொடக்கத்தில் செலவு அதிகமாகும். கேது புத்தியின் மத்தியபாகத்தில் நன்மைகளும் மத்தியமாக இருக்கும் என்பதை அறிவாயாக என்றவாறு.

பலமுறவே தனதானிய காலிமிக லாபம்
பார்த்திபர்கள் சன்மானம் பகைவியஞ்சட் டாட்டம்
நலமில்லாப் பாவனோ டிருப்பானே யாகில்
ராசபயம் சத்ருபயம் பீடைமன வியாதி
கலகம்மிகும் காரியமும் கெடுதியதி பயமாம்
கால்உணவு இட்டசன உபத்திரமும் காட்டும்
தலைவலியுங் காச்சலுடன் நீரிழிவு சேரும்
சகோதரத்தில் மரணமுறும் அவமிருத்தும் உண்டே.

(2) (146)

(இ.ள்) கடைசி பாகத்தில் தன தான்யங்கள் மிகுதியாகக் கிடைக்கும். கன்று காலிகளால் இலாபம் உண்டாகும். அரச சன்மானங்கள் தேடி வரும். கேது, பகை வீட்டில் அல்லது ஆறு, எட்டு, பன்னிரண்டு ஆகிய வீடுகளில் பாவக் கோள்களோடு சேர்ந்து இருந்தால், அரசருடைய கோபத்திற்கு ஆளாக நேரிடும். பகைவர் களால் அச்சம் தோன்றும். துன்பங்களும் மனவியாதியும் வருத்தும். அனைவரும் கலகங்கள் செய்வர். செய்கின்ற காரியங்கள் அனைத்தும் தீமையாக முடியும். அதிகபயம் தோன்றும். அகால வேளையில் உணவு உண்ண நேரிடும். இனிய உறவினர்கள் துன்பம் செய்வார்கள். தலைவலி, காய்ச்சல், நீரிழிவு முதலானவை உடலை வருத்தும். சகோதரர்களின் மரணம் நிகழும். மரணபயம் தோன்றும் என்றவாறு.

அவமானம் மூன்றாறு பத்துபன் னொன்றீ
ராறிருப் பினுமற்ப சௌக்யமற்ப பலனாம்
தவமான இலாபத்தா னத்திலுறில் சுபமாம்
தான்சொல்லா திருந்தவிடம் தன்னிற்கே திருந்தால்
பவமான ஆதியிலே தனநாசம் நடுவிற்
பகர்சொற்ப சௌக்கியமாம் பன்னிரெண்டெட் டாறில்
இவர்பாவி யுடன்கூடில் கபாலதந்த ரோகம்
ராசரோ ரக்கினிபயம் க்ஷயம்பீடை தானே. ***(3) (147)***

(இ.ள்) தீமைதரும் மூன்று, ஆறு, பத்து, பதினொன்று, பன்னிரண்டு ஆகிய இடங்களில் கேது இருந்தால், சிறிதளவு

சௌக்கியமும் மிகுதியான அளவில் தீமையான பலன்களும் கிடைக்கும். நன்மை பெற்ற பதினோராமிடத்தில் கேது இருந்தால், சுபபலன்கள் உண்டாகும். இதுவரை சொல்லப்படாத இடங்களில் இருந்தால், கேது புத்தியின் தொடக்கத்தில் பொருள்நாசம் ஏற்படும். மத்திய பாகத்தில் சிறிது நன்மை உண்டாகும். ஆறு, எட்டு, பன்னிரண்டு ஆகிய இடங்களில் பாவியுடனே சேர்ந்திருந்தால் கபால, தந்தநோய் வரும். உயர்ந்தோராலும் திருடராலும் தீயாலும் எலும்புருக்கி நோயாலும் அச்சம் உண்டாகும் என்றவாறு.

தாரமிகும் புத்திரர்க்கு வெகுநாசம் உண்டு
தானிரெண்டே ழாமிடமாம் தனித்திறையாய் இருந்தால்
கோபமிகும் அவமிருத்து தோஷமாம் அதற்குக்
குணமானப் பரிகாரம் கூறிடுவன் கேளாய்
வீரமிகு அசதானம் மறையோர்க்கு ஈய்ந்தால்
வெகுசுகம தாகுமென விளம்பினர்கள் கணிதர்
ஆரமும்பூ ணணிமணியுந் திலங்கியபூண் முலையால்
ஆடவர்கள் உயிர்கவரும் அமுதமொழி மானே. *(4) (148)*

(இ.ள்) முத்துமாலை முதலான பல்வேறு அணிகலன்களை அணிந்து, விளங்குகின்ற தனங்களையும், ஆடவர்களின் உயிரைத் தன் அழகால் கவரும் அமுதம் போன்ற இனிமையான மொழி களையும் மானின் கண்களையொத்த விழிகளையும் கொண்ட பெண்ணே! களத்திரம் அதிகமாகும். புத்திரர்களுக்குத் தீங்கு நேரிடும். இரண்டாமிடம், ஏழாமிடம், இவற்றிற்கு அதிபதியாக இருந்தால், மரண தோஷம் உண்டாகும். இதற்குப் பரிகாரமாக அந்தணர்களுக்கு ஆட்டைத் தானமாகக் கொடுத்தால், அதிகமான நன்மைகள் உண்டாகும் என்று சோதிடத்தில் வல்லவர்கள் எடுத்துரைத்துள்ளார்கள்.

❖

3.7 செவ்வாய்திசை – சுக்கிர புத்தி

மானேகேள் சேய்திசையில் கவிபுத்தி யதுதான்
மாதமது பதினாலில் வரும்பலனைச் சொல்வேன்
ஆனாலும் சுக்கிரன்சேய்க் கந்தர்க்கத னாகி
அதிகஉச்ச சொட்க்ஷேத்திர கேந்திரகோ ணத்தில்

தானென்ற சுபரோடே கூடியிருந் தாலும்
தரும்ராச்சிய லாபமுடன் தந்திபரி லாபம்
தேனேறு மலர்க்குழலாய் அதிகசௌக் கியமும்
க்ஷேமமினிப் பெறுவனெனச் செப்பினர்சோ திடரே.

(1) (149)

(இ.ள்) தேன்நிறைந்த மாலையைச் சூடிய கூந்தலை உடைய பெண்ணே! செவ்வாய்திசை ஏழாண்டுகளில் சுக்கிரபுத்தி ஓராண்டு, இரண்டு மாதங்கள். சுக்கிரனும் செவ்வாயும் ஒன்றாகச் சேர்ந்து இருந்தாலும், சுக்கிரன், உச்ச வீடான மீன இராசியில் இருந்தாலும் ஆட்சி வீடுகளான ரிஷப இராசி, துலாம் இராசிகளில் இருந்தாலும், 1, 4, 7, 10 ஆகிய கேந்திர வீடுகளில் இருந்தாலும், 1, 5, 9 ஆகிய திரிகோண வீடுகளில் இருந்தாலும், நற்கோள்களுடன் கூடி இருந்தாலும், இராச்சிய இலாபங்கள், யானை, குதிரை முதலான வாகன இலாபம் கிடைக்கும். அதிக வாழ்க்கை வசதிகளையும் நன்மைகளையும் பெறுவான் என்று சோதிட வல்லுநர்கள் கூறியுள்ளார்கள் என்றவாறு.

திடமான லக்கனாதி பதியுடனே கூடில்
சேர்ந்தகளத் திரபுத்திரர் சம்பத்து விர்த்தி
உடனேதான் தேகசௌக் கியமதிக சுகமாம்
உறுலாபா திபனிவன் உடன்கூடு வானேல்
அடைவாகப் புத்திரபாக் கியமதிக சுகத்தோ
டானைநீரி லாபமுறும் அரசரபி மானம்
மிடமான கிரகமதிற் திருநிறைந்து வாழும்
என்றுரைத்தார் கணிதமுணர்ந் திசைந்தமறை யோரே.

(2) (150)

(இ.ள்) சுக்கிரன் இலக்கனாதிபதியுடன் கூடியிருந்தால், களத்திரத்தாலும் புத்திரர்களாலும் செல்வம் மேன்மேலும் பெருகும். உடல் ஆரோக்கியத்துடன் விளங்கும். அதிக நலன்கள் உண்டாகும். சுக்கிரன், இலாபாதிபதியான பதினோராம் இடத்திற்கு அதிபதியுடன் சேர்ந்து இருந்தால், புத்திர்கள் தோன்றுவர், அதிக சுகங்கள் கிடைக்கும். நீரினால் இலாபம் கிடைக்கும். உயர்ந்தோரின் நம்பிக்கைக்குப் பாத்திரமாவான். வீட்டில் செல்வம் நிறைந்திருக்கும் என்று சோதிடத்தில் வல்லவர்களாகிய வேதமுணர்ந்தோர் எடுத்துரைத் துள்ளார்கள் என்றவாறு.

மறைவான ஆறெட்டில் ஈராறிலி ருந்தாலும்
வருநீச னாகவிருந் தால்மார்பில் குத்து
குறையாத சமரதனில் அபசெயமுண் டாகும்
கொடுந்தீயால் பயங்களத்ர கலகமிகுங் கிரக
முறைபேர்ந்து தென்திசையில் சஞ்சாரம் உண்டாம்
முழுக்கஷ்டம் தானுண்டாம் புதன்சசியோ டேதான்
நிறைபலமாய் சேர்ந்திருக்கில் அரசரபி மானம்
நீங்காத இட்டசித்தி கீர்த்தியையும் தருமே. ***(3) (151)***

(இ.ள்) மறைவான ஆறு, எட்டு, பன்னிரண்டாம் வீடுகளில் சுக்கிரன் இருந்தாலும், நீச வீடான கன்னி இராசியில் இருந்தாலும் மார்புக்குத்து ஏற்படும். சண்டைகளில் தோல்வி கிட்டும். தீயினால் பயம் ஏற்படும். களத்திரம் கலகம் செய்யும், வீட்டை விட்டு இடம் பெயர்ந்து தென்திசையில் அலைச்சல் உண்டாகும். புதன், சந்திரன் ஆகியோருடன் பலவானாகச் சுக்கிரன் சேர்ந்திருந்தால், உயர்ந் தோரின் நம்பிக்கைக்குப் பாத்திரமாவான் நினைத்த காரியங்கள் எல்லாம் நிறைவேறும். புகழும் உண்டாகும் என்றவாறு.

மேவியதோர் ஒன்பதுக்கு இலாபமது தனக்கு
மிகுமதிப னுடக்கவிதான் கூடிடுவா னாகில்
பூவினிலே பிதுர்சவுக்கியம் திரவியம்பூ லாபம்
பொருந்துமணத் துடன்புத்திர லாபமிக உண்டாம்
பாவையரே ரோகபரி காரமது வாகும்
பகர்கேந்திர திரிகோண மூன்றுபதி னொன்றில்
ஆவனுடன் அடைந்தாலும் அதில்செய்யும் பலனை
அறையக்கேள் அமுதமெனப் பகருமொழி மயிலே!
(4) (152)

(இ.ள்) அமுதம் போன்ற இனிய சொற்களால் பேசக்கூடிய மயில்போன்ற சாயலையுடைய பெண்ணே! ஒன்பதாம் இடத்திற்கு அதிபதி, பதினோராமிடத்திற்கு அதிபதி ஆகியோருடன் சுக்கிரன் கூடியிருந்தால், தந்தை நலம் பெற்று விளங்குவார். செல்வம் வந்து சேரும். பூமிச் சேர்க்கை உண்டாகும். நோய்கள் நீங்கும் கேது, 1,4,7,10 ஆகிய கேந்திர வீடுகளில் இருந்தாலும் 1,5,9 ஆகிய திரிகோண வீடுகளில் இருந்தாலும் மூன்றாமிடம், பதினோராமிடம் ஆகிய வீடுகளில் இருந்தாலும் அதன் பலனைப் பாவையே நீ கேட்பாயாக.

மயிலேகேள் கவிபுத்தி யாதியிலே தானும்
வருமேபுண் ணியதீர்த்த தானமுடன் அதிக
செயலான தேவதா தெரிசனமும் உண்டாம்
செய்தான தர்மமுடன் தடாகபிர திட்டை
நயமான பூலாபம் வஸ்திரபூ ஷணமும்
லாபமுறும் தளகர்த்தன் உதவியினால் க்ஷேமம்
புயமாது போலதிக வடிவுடைய மாதே!
பூதலத்தில் இப்படியே புகன்றிடுமுன் னூலே. *(5) (153)*

(இ.ள்) திருமகளைப் போன்ற மிக அழகான தோற்றத்தையும் மயிலைப் போன்ற சாயலையும் உடைய பெண்ணே! கேட்பாயாக சுக்கிரபுத்தியின் தொடக்கத்தில் தானம் செய்வான், தெய்வ தரிசனம் உண்டாகும். புண்ணிய தீர்த்தங்களில் நீராடுவான். தர்மங்கள் செய்வதுடன் நீர்நிலைகளை அமைப்பான். பூமிச் சேர்க்கையுடன் உயர்ந்த ஆடை, ஆபரணங்கள் சேரும். உயர்ந்த பதவியில் உள்ளோரால் நன்மைகளைப் பெறுவன் என்று பழைய சோதிட நூல்களில் கூறப்பட்டிருப்பதை உள்ளபடி கூறுவாயாக என்றவாறு.

நூலோர்கள் சொன்னபடி சட்டாட்ட வியத்தில்
நோக்கரிய பாவியுடன் சேர்ந்திருப்பா னாகில்
மேலேதான் அதிகதுக்கம் அரசரால் கஷ்டம்
விலங்குவரும் கேந்திரத்தில் வியாதிபயம் உண்டாம்
பாலர்களும் களத்திரமும் வெகுநாசம் அரசர்
பயமுடனே சோரர்களின் பயம்மிரண்டே ழினுக்குச்
சீலமுடன் னிவன்நாதன் ஆகிவிடில் ரோகம்
செய்வதற்குப் பரிகாரம் வெள்ளேறு தானே. *(6) (154)*

(இ.ள்) ஆறாமிடம், எட்டாமிடம், பன்னிரண்டாமிடம் ஆகிய வீடுகளில் சுக்கிரன், தீயக்கோள்களுடன் சேர்ந்திருந்தால் அதிக துயரங்கள் விளையும். அரசரால் துன்பம் உண்டாகும் விலங்குப் பூண நேரும். 1,4,7,10 ஆகிய வீடுகளில் இருந்தால் நோய்களினால் பயம் உண்டாகும். புத்திரர்களுக்கும் களத்திரத்திற்கும் அதிக தீங்குண்டாகும். உயர்ந்தோராலும், திருடர்களாலும் அச்சம் ஏற்படும். இரண்டாம் இடத்திற்கு அதிபதி, ஏழாம் இடத்திற்கு அதிபதியாக சுக்கிரன் இருந்தால் நோய்கள் உண்டாகும். இதற்குப் பரிகாரமாக

வெள்ளை காளைமாடு ஒன்றை அந்தணர்களுக்குத் தானமாக வழங்கினால், துன்பங்கள் தீர்ந்து வாழ்க்கை இன்பமுடையதாக விளங்கும் என்றவாறு.

ஆக விருத்தம் 154

3.8 செவ்வாய் திசை – சூரிய புத்தி

சொன்னசேய் திசையதிலே ஆதித்தன் புத்தி
திகழ்மாதம் நாலுடனே நாளாற தாகும்
சொன்னசேய் தனுக்கிரவி யந்தர்க்க கதனாய்
திகழ்சொட் க்ஷேத்திர உச்ச கேந்திரம்
அடைந்தாலுஞ் சீராரு மூலதிரி கோணம்
அடைந்தாலும் தேகசவுக்கியம் அரசரபி மானம்
கீர்த்திஆறாத் தலைஇடிநாற் காலிபந்து நாசம்
அவன்வாரம் தனிலரசர் போட்டிமிக வருமே. (1) (155)

(இ.ள்) செவ்வாய் திசை ஏழாண்டுகளில், சூரியனின் புத்தி, நான்கு மாதங்கள், ஆறு நாட்கள். செவ்வாய், சூரியனுடன் சேர்ந்து இருந்தாலும், சூரியன் தன் சொந்தவீடாகிய சிம்ம இராசியில் இருந்தாலும், உச்ச வீடாகிய மேஷ இராசியில் இருந்தாலும், 1,4,7,10 ஆகிய கேந்திர வீடுகளில் இருந்தாலும் மூலதிரிகோணவீடாகிய மேஷ இராசியில் இருந்தாலும் உடல் ஆரோக்கியத்துடன் விளங்கும். உயர்ந்தோரின் நம்பிக்கைக்குப் பாத்திரமாவான். புகழ் உண்டாகும். ஆனால் மாறாத தலைவலி ஏற்படும். கால்நடைகள் மற்றும் உற்றார் உறவினர்களுக்குத் தீங்கு உண்டாகும். ஞாயிற்றுக் கிழமைகளில் அரசரை நேரில் கண்டு பேச வாய்ப்புகள் உண்டாகும் என்றவாறு.

புவிமீதில் சட்டாட்ட வியத்தினிலா தித்தன்
பொருந்தாத பாவருடன் நீசருடன் கூடில்
அவமான கிலேசமுடன் பந்துசன கலகம்
அதிகமனஸ் தாபமுடன் ஆதியினில் கஷ்டம்
பவமான நடுவிலும்அந் தியத்திலுமே அதிக
பலக்கேடு பரதேச சஞ்சாரம் உண்டாம்
நவிபோலும் கணைபோலும் வேல்போலும் விழியாய்
நாவினிலிப் படியுரைத்தார் நான்மறையோர் தானே. (2) (156)

(இ.ள்) மானின் கண்களைப் போலவும், அம்பினைப் போன்றும், வேலைப் போலவும் கண்களைக் கொண்ட பெண்ணே! ஆறாமிடம், எட்டாமிடம், பன்னிரண்டாமிடம் இவற்றில் சூரியன், தீயக்கோள்களுடனும் நீசருடனும் சேர்ந்து இருந்தால் அவமானத்தால் மனக்கலக்கம் ஏற்படும். உற்றார் உறவினர்களுடன் கலகம் தோன்றும். அதிக சண்டைகள் உண்டாகும். சூரிளய புத்தியின் தொடக்கத்தில் கஷ்டம் தோன்றும். மத்தியபாகத்திலும் கடைசிபாகத்திலும் அதிகமான கெடுதல்கள் உண்டாகும். பிறநாடுகளுக்குச் சென்று அலைய நேரிடும் என்று நான்கு வேதங்களையும் கற்று வல்லவர்கள் எடுத்துக் கூறியுள்ளார்கள் என்றவாறு.

(வேறு)

இப்படியே சட்டாட்ட வியந்தனிலே பாவர்
ஈனமுறு நீசனுடன் இவர்கள்கூடு வாரேல்
எப்படியும் கிலேசமுறும் பந்துசன கலகம்
இசைபுத்தி ஆதியிலே அதிககஷ்டம் உண்டாம்
சொற்படியே மத்தியம்அந் தியத்தினிலே கஷ்டம்
தொலைந்துவிடும் பரதேச சஞ்சாரம் உண்டாம்
மைபடியும் குழலாளே! மூன்றுபத்தில் லாபம்
வந்திருந்தால் அதன்பலனை வகுத்துரைக்கக் கேளே. (3) (157)

(இ.ள்) மைபோன்ற கரிய கூந்தலையுடைய பெண்ணே! ஆறாமிடம், எட்டாமிடம், பன்னிரண்டாமிடம் ஆகிய இடங்களில் தீயக் கோள்களுடனும் நீசனுடனும் செவ்வாயும் சூரியனும் சேர்ந்து இருந்தால் மனக்கலக்கம் உண்டாகும். உற்றார் உறவினர்கள் கலகம் செய்வார்கள். சூரியபுத்தியின் தொடக்கத்தில் அதிகமான கஷ்டங்கள் உண்டாகும். மத்தியபாகத்திலும் கடைசி பாகத்திலும் கஷ்டங்கள் நீங்கிவிடும். பிற நாடுகளுக்குச் சென்று அலைய நேரிடும். மூன்றாமிடம், பத்தாமிடம், பதினோராமிடம் ஆகிய இடங்களில் சூரியன் வந்திருந் தால், அதன் பலனை வகுத்துரைக்கக் கேட்பாயாக என்றவாறு.

வகுத்துரைக்கில் தனதானியம் வஸ்திரா பரணம்
வரும்ராச சன்மானம் மிகவும் உண்டாம்
தொகுத்திடுகேந் திரகோணத் தானமதில் இருந்தால்
சொர்ணலா பத்துடனே சுகமதிகம் தைரியம்

மிகுந்துவரும் அரசரபி மானமிக உண்டாம்
விவசாயத் தால்தான்ய லாபம்மிக சேரும்
செகத்தினிலே சட்டாட்ட வியத்தானத் தில்ரவி
சென்றாலும் பாவியுடன் கூடினும் கேள் பலனே. *(4) (158)*

(இ.ள்) தனம், தானிய இலாபம் கிடைக்கும். ஆடை, ஆபரணச் சேர்க்கை உண்டாகும். உயர்ந்தோரிடமிருந்து வெகுமதிகள் கிடைக்கும். 1, 4, 7, 10 ஆகிய வீடுகளில் சூரியன் இருந்தாலும், 1, 5, 9 ஆகிய வீடுகளில் சூரியன் இருந்தாலும் பொன் ஆபரண இலாபம் உண்டாகும். அதிக சுகம் கிட்டும். மனதில் தைரியம் தோன்றும். உயர்ந்தோரின் நம்பிக்கைக்குப் பாத்திரமாவான். பயிர்த்தொழிலில் நல்ல விளைச்சல் கிடைத்துத் தானிய இலாபம் உண்டாகும். ஆறு, எட்டு, பன்னிரண்டு ஆகிய இடங்களில் சூரியன் இருந்தாலும், தீயக்கோள்களுடன் சேர்ந்து இருந்தாலும் அதன் பலனைக் கேட்பாயாக என்றவாறு.

கூடாத மனஸ்தாபம் அதிகபய முடனே
கொடிதான நீரிழிவு சரீரமதில் பீடை
வாடாத ஆசாரம் தனநாச மாகும்
வருங்கிரகம் பேர்ந்துவிடும் அவர்க்கேழுக் கிவனே
ஈடாகும் திசைநாத னாகிலதி சுரமும்
இசைந்ததலை வலிசர்ப்ப பயம்மிகவும் உண்டாம்
கேடாருந் துணைமுலையாய் பரிகார மதற்குச்
சூரியநமஸ் காரமது பண்ணிவரில் சுகமே. *(5) (159)*

(இ.ள்) மலையையொத்த இணையான கொங்கைகளை உடைய பெண்ணே! மனவருத்தம் உண்டாகும். அதிக அச்சம் தோன்றும். சர்க்கரைநோய் முதலான நோய்கள் வரும். குடும்பத்தில் கட்டி காத்துவரும் ஆசாரமும் பொருள்களும் நாசமாகும். குடியிருக்கும் வீட்டிலிருந்து வேறு இடத்திற்குச் செல்ல நேரிடும். இரண்டு, ஏழாமிடங்களுக்கு இச்சூரியன் அதிபனாக விளங்கி னாலும், திசை நாதனாக இருந்தாலும் அதிக சுரமும் தலைவலியும் உண்டாகும். பாம்பினால், துன்பம் ஏற்படும். இதற்குப் பரிகாரமாகச் சூரிய நமஸ்காரம் செய்து வரவேண்டும். அவ்வாறு செய்தால், துன்பங்கள் நீங்கி இன்பம் வந்து சேரும்.

❖

3.9 செவ்வாய்திசை – சந்திர புத்தி

பண்ணிய சேயதனில் சசிபுத்தி மாதம்
பகர்ந்திடுமே ழுதுதனிலே பலனதுதான் சொலக்கேள்
நண்ணியதோர் சேய்தனக்குச் சசியந்தர்க் கதனாக
நணுகிடினும் உச்சசொக்ஷேத் திரலாபம் பெறினும்
புண்ணியகேந் திரகோணம் தன்னையடைந் தாலும்
புகழ்சுபரால் நோக்கமுற்றுப் பெலவானா யிடினும்
திண்ணமிரும் அவன்புத்தி ஆதியிலே புண்ணிய
தீர்த்தமுடன் தேவதா தரிசனமுண் டாமே. *(1) (160)*

(இ.ள்) செவ்வாய் திசை ஏழாண்டுகளில் சந்திரபுத்தி ஏழு மாதங்களாகும். இதன் பலனைச் சொல்லக் கேட்பாயாக! செவ்வாயுடன் சந்திரன் சேர்ந்து இருந்தாலும், சந்திரன் உச்ச வீடாகிய ரிஷப இராசியில் இருந்தாலும், சொந்த வீடான கடக இராசியில் இருந்தாலும் 1,4,7,10 ஆகிய கேந்திர வீடுகளில் இருந்தாலும் 1,5,9 ஆகிய திரிகோண வீடுகளில் இருந்தாலும், நற்கோள்களால் பார்க்கப்பட்டாலும், பலவானாக இருந்தாலும் சந்திர புத்தியின் தொடக்கத்தில் தெய்வ தரிசனமுடன் புண்ணிய தீர்த்தம் ஆடுவான் என்றவாறு.

மேலாகும் அரசரால் அதிகசம்பத் துண்டாம்
விவாகமுடன் புத்திரஉற் பத்திமிக உண்டாம்
சேலாரும் தடாகமாலயப் பிரதிஷ்டை செய்வன்
சீதேவி கிருபைமிகும் செகராசர் சௌக்கியம்
பாலாரும் மொழிகளத்திர புத்திரமித்ர சுகமாம்
பால்பழத்தோ டனம்புசிப்பன் பார்த்திபர்க ளாலே
வாலாருங் கேடில்சுப லாபமிக உண்டு
வடிவாளைப் பழித்தவிழி மங்கையருக் கரசே. *(2) (161)*

(இ.ள்) வடிக்கப்பட்ட வாளைப் பழிக்கும் கண்களையுடைய பெண்களுக்கெல்லாம் தலைவியாக விளங்கக்கூடிய பெண்ணே! உயர்ந்தோரால் அதிக செல்வங்களைப் பெறுவான். திருமணம் நடைபெறும். புத்திரர்கள் தோன்றுவார்கள். நீர்நிலைகள், ஆலயங்கள் கட்டுவான். செல்வம் மேலும் மேலும் வளரும். உயர்ந்தோரால் நன்மையடைவான். களத்திரமும் புத்திரர்களும் மகிழ்ச்சியுடன் விளங்குவர். நல்ல உணவைப் புசிப்பான். உயர்ந்தோரால் குற்றமற்ற செல்வ இலாபங்கள் உண்டாகும் என்றவாறு.

மங்கையே பூரணச்சந் திரனாகில் புராண
வாசிப்பும் பூமிக்கு மன்னவனு மாவன்
பொங்கமுள்ள அட்டதிசையில் பிரயாணம் சென்று
பூமன்னர் பேட்டிதனில் புகழுமிக உண்டாம்
இங்கிவன்தான் ஈசனால் சட்டாட்ட வியத்தில்
இசைந்திருந்தால் பித்ததனாற் தேகமுறு நாசம்
பங்கமுறும் பசுதான்யம் அரசர்சோ ராக்னி
பயமிகஉண் டென்றேபகர்ந் தனர்தேன் மொழியே.

(3) (162)

(இ.ள்) தேன்போன்ற இனிய சொற்களைப் பேசும் பெண்ணே! புத்திரநாதர் பூரணச் சந்திரனாக இருந்தால், புராண நூல்களைப் படிப்பவனாகவும் பூமிக்கு அரசனைப் போல விளங்குபவனாகவும் இருப்பான். எட்டு திசைகளிலும் பயணங்களை மேற்கொண்டு உயர்ந்தோரைக் காணும் பெருமையுடையவனாகவும் புகழை உடையவனாகவும் விளங்குவான். சந்திரன், ஆறு, எட்டு, பன்னிரண்டு ஆகிய வீடுகளில் இருந்தால் சாதகன் பைத்தியக்காரனாக இருப்பான். உடல் ஆரோக்கியம் கெடும். கால்நடை, தானியம் போன்றவை நாசமாகும். உயர்ந்தோராலும் திருடர்களாலும் தீயினாலும் அச்சம் உண்டாகும் என்று சோதிட வல்லுநர்கள் கூறியுள்ளனர். கேட்பாயாக என்றவாறு.

தேனனைய மொழிமாதே வாக்குடன்லா பத்தில்
சேருமதி பதியுடனே கூடிடுவா னாகில்
ஞானமுறு பொன்னவனார் பார்க்கப்பட் டாலும்
தவமுடனே கூடிடினும் ராச்சியமிக லாபம்
மானதொரு சந்தனமும் சுகந்தபுஷ்ப லாபம்
ஆலயம் தடாகமுடன் கோபுரம்பிர திஷ்டை
தானமிகு புண்ணியதர் மங்களெல்லாம் சேரும்
தான்மறையோர் பூசைசெய்வன் தாரணியில் மாதே.

(4) (163)

(இ.ள்) தேன் போன்ற இனிய மொழிகளைப் பேசக்கூடிய பெண்ணே! வாக்குஸ்தானமான இரண்டாமிடத்திற்கு அதிபதி, லாபஸ்தானமான பதினோராம் இடத்திற்கு அதிபதி இவர்களுடன் சந்திரன் கூடி இருந்தாலும், குருவால் பார்க்கப்பட்டாலும், குருவுடன்

சேர்ந்து இருந்தாலும் இராச்சிய இலாபம் உண்டாகும். நறுமணப் பொருட்களால் இலாபம் ஏற்படும். இச்சாதகன், ஆலயம், நீர்நிலை, கோபுரம் போன்றவற்றை அமைப்பான். புண்ணிய தர்மங்களெல்லாம் செய்வான். அந்தணர்க்குப் பூசை செய்வான் என்றவாறு.

குறிப்பு: பொன்னவனார் – குரு.

தாரணியில் திரிகோண கேந்திரலாபத் தேனும்
தருமிரண்டாம் இடத்தேனும் சார்ந்திருக்கில் சௌக்கியம்
காரணமாம் தனதான்ய மிகலாபம் புராண
காவியங்கள் மிகப்பழகும் சிவிகைவஸ்திர பரணம்
வாரணமும் மிகலாபம் தளகர்த்த னாகி
வருமெடுத்த காரியமும் அதிகசெய மாகும்
பூரணமாம் வித்தையது பிதுர்சௌக்கிய மாகும்
பூங்கொடியே! நுடங்குமிடை பொற்கொடிமின் னாளே!
(5) (164)

(இ.ள்) பூங்கொடியைப் போலவும் பொன்கொடியைப் போலவும் அசைகின்ற மின்னலை ஒத்த இடையையுடைய பெண்ணே! இவ்வுலகில் சந்திரன் *1,4,7,10* ஆகிய கேந்திர வீடுகளில் இருந்தாலும் *1,5,9* ஆகிய திரிகோண வீடுகளில் இருந்தாலும், இலாபஸ்தானமாகிய பதினோராம் வீட்டில் இருந்தாலும், இரண்டாம் வீட்டில் இருந்தாலும் உடல் மனம் மகிழ்ச்சியோடு விளங்கும். தன தான்ய இலாபம் கிட்டும். புராண, காவியங்களைப் படிப்பான். வாகனச் சேர்க்கை உண்டாகும். உயர்ந்த ஆடை ஆபரணங்கள் கிடைக்கும். உயர்ந்த பதவியை அடைவன். எடுத்த காரியங்கள் வெற்றி பெறும். வித்தைகள் கற்பான். தந்தை உடல்நலத்தோடு விளங்குவார் என்றவாறு.

பொற்பில்லாச் சட்டாட்ட வியந்தனிலே பாவி
பொருந்தசசி உடன்கூடில் அதிகதுக்க முடனே
நற்புசேர் மன்னவரால் கோபமுண்டாம் பைத்யம்
நண்ணியிடும் மனோவியாதி ஆதிபுத்தி தனிலே
அற்புதனாம் சோபனமத் தியில்சௌக்யம் உண்டாம்
அந்தியத்தில் அவமிருத்து பயம்பரிகா ரந்தான்
விற்பொருநண் ணுதலாளே! வெண்பசுவைத் தானம்
வியன்மறையோ ருக்குதவ மிகசுகமுண் டாமே. *(6) (165)*

(இ.ள்) வில்லைப் பொருகின்ற நல்ல அழகான புருவங்களை உடைய பெண்ணே! நன்மையில்லா ஆறாமிடம், எட்டாமிடம், பன்னிரண்டாம் இடங்களில் தீயக்கோள்களுடன் கூடி சந்திரன் இருந்தால், அதிகமான துயரத்துடன் உயர்ந்தோரின் கோபத்திற்கு ஆளாவான். மனவியாதி உண்டாகும். சந்திர புத்தியின் தொடக்கத்தில் சோபனம் கிட்டும். சந்திரபுத்தியின் மத்திய பாகத்தில் உடல் ஆரோக்கியத்தோடு மனமகிழ்ச்சி உண்டாகும். சந்திர புத்தியின் கடைசி பாகத்தில் மரண பயம் உண்டாகும். இதற்குப் பரிகாரமாக, வெள்ளைப் பசுவை அந்தணர்க்குத் தானம் செய்ய வேண்டும். அவ்வாறு தானம் செய்ய மிகுந்த சுகம் உண்டாகும் என்றவாறு.

அகவிருத்தம் *165*

4. இராகுதிசைப் படலம்

1. பொது

சுகமான ராகுதிசை ஆண்டுபதி னெட்டில்
சொற்பலன்கேள் ஆதியினில் சர்வாங்க ரோகம்
செகமீது சித்தமது பிரமைகொள்வன் துக்கம்
சேர்ந்திடுமே சத்துருவால் பீடைமிக உண்டாம்
அகமதினால் பாவமது செய்திடுவன் மிடியும்
அடைந்திடுவன் மூன்றாறு தசலாபத் தேனும்
மிகுமேதான் உச்சத்தில் இராகுஇருந் தாலும்
வியன்பலனைச் செப்பிடுவன் மேன்மைபெறு மாதே.

(1) (166)

(இ.ள்) மேன்மைகளை உடைய பெண்ணே! இராகுதிசை பதினெட்டு ஆண்டுகளில் திசையில் தொடக்கத்தில் உடல் முழுவதும் வெவ்வேறு நோய்கள் தோன்றும். சித்தபிரமை கொள்வான். துன்பமும், பகைவர்களால் கஷ்டங்களும் மிகவும் உண்டாகும். மனதில் பாவங்களைச் செய்வான். வறுமை அடைவன். மூன்றாமிடம், ஆறாமிடம், பத்தாமிடம், இலாபத்தானமாகிய பதினோராம் இடம் ஆகிய இடங்களில் ஏதேனும் ஒன்றில் இருந்தாலும் இராகு, உச்சவீடாகிய விருச்சிக இராசியில் இருந்தாலும் விரிவான பலன் களைக் கூறுவேன். கேட்பாயாக என்றவாறு.

மாதேகேள் அதிகசுபம் ராஜ்யமது லாபம்
வளர்புத்ர களத்திரமுடன் வஸ்திரா பரணம்
தீதேது மில்லாத விவசாயம் அதனால்
சேருமே நவதான்ய லாபம்மிக உண்டாம்
கோதாரு முன்சொன்ன தானங்கள் தவிரக்
கூறுமற்ற தானமதி நீசனாய் இருக்கும்
போதேதான் கட்டபலன் பயித்தியங்குன் மங்கள்
புகலரிய க்ஷயரோகம் பொருந்திடுமென் றுரையே.

(2) (167)

(இ.ள்) பெண்ணே! கேட்பாயாக. அதிகமான நன்மைகள் உண்டாகும். இராச்சிய இலாபம் உண்டாகும். ஆடை, ஆபரணச் சேர்க்கை உண்டாகும். பயிர்த்தொழில் விளைச்சல் மிகுந்து தானியங் களால் பொருள் வரவு அதிகமாக உண்டாகும். இராகு, மற்ற இடங்களில் அதிக நீசனாக இருக்கும்போது கஷ்டமான பலன்கள் உண்டாகும். மனவியாதி, குன்மங்கள், க்ஷயரோகம் போன்ற நோய்கள் தோன்றும் என்று கூறுவாயாக என்றவாறு,

உரையாகும் திசையதனில் அரசர் பயமும்
உறுதியால் சோரரால் பயமிகஉண் டாகும்
நிரையாகும் மத்தியினில் தனலாபம் கடையில்
நித்தியமாய் சௌக்கியமும் பெருகிவரும் அதனில்
தரைமீது திசைநாதன் பாவியுடன் கூடில்
தான்கடையில் விலங்குடனே அதிகபய ரோகம்
குறையாத தேகமதில் பீடைமிகும் தனமும்
குறைந்துவிடும் என்றுலகில் கூறினர்கற் றோரே. *(3) (168)*

(இ.ள்) இராகு திசையில், உயர்ந்தோராலும், திருடர்களாலும் அதிகமான பயம் தோன்றும். இத்திசையின் மத்திய பாகத்தில் தன இலாபம் உண்டாகும். கடைசி பாகத்தில் நன்மைகள் அதிகரித்து வரும். அதிலும் திசாநாதனாகிய இராகுவுடன் தீயக்கோள்கள் சேர்ந்து இருந்தால், இராகுதிசையின் கடைசி பாகத்தில் இச்சாதகன் விலங்கு பூண நேரும். மேலும் மிகுந்த பயமும், நோய்களும், துக்கங் களும் தோன்றும். செல்வமும் குறைந்துவிடும் என்று சோதிடத்தில் நன்கு தேர்ச்சிப் பெற்றவர்கள் கூறியுள்ளார்கள் என்றவாறு.

ஆகவிருத்தம் *168*

4.1 இராகுதிசை – இராகு புத்தி

உலகில்மிகு ராகுதிசை யதனில்தனது புத்தி
புத்தியுறு மாதமுப்பத் திரெண்டுட னீராறும்
பிலமுடனே புத்திவரும் போதுநாற் காலி
பிரபலமாம் களத்திரமுடன் தனதான்ய நாசம்
நய்யில்லாச் சத்துருவி னால்பீடை பயமாம்
நாடியே வாதபித்த வயிற்றுவலி யுடனே
சொல்லரிய பரதேச சஞ்சாரம் உண்டாம்
சுயகிரகம் பேர்ந்துவிடும் சுகமில்லைத் தானே. *(1) (169)*

(இ.ள்) இராகுதிசை பதினெட்டு ஆண்டுகளில் இராகுபுத்தி, இரண்டு ஆண்டுகள், எட்டு மாதங்கள், பன்னிரண்டு நாட்கள். இராகு புத்தி வரும்பொழுது, நான்கு கால் விலங்குகளும் தனதானியமும் கேடுறும். களத்திரத்திற்குத் தீங்குண்டாகும். பகைவர்களின் விரோதத்தால் துயரம் உண்டாகும். பயம் ஏற்படும். வாத, பித்த வயிற்றுவலி தோன்றும். பிற நாடுகளுக்குச் சென்று அலைய நேரிடும். தன் வீட்டைவிட்டு இடம் பெயர நேரிடும். இப்புத்தி வரும்பொழுது, சுகம் இல்லை என்றவாறு.

தானான கடகமதில் இராகுஇருந் தாலும்
தனித்திடு அன்னியராசி அடைந்திருந்தா லுந்தான்
கானாறு மாடிமன்ன வஸ்திரா பரணம்
காசினியில் விவசாயம் தனதான்ய லாபம்
ஆனாலும் அரசர்வெகு மானமதில் கீர்த்தி
அதிகதள கர்த்தமுடன் புத்திரலா பமுமாம்
தேனாறு மொழியாய்கேள்! தாயாதி சத்துரு
செயசிவிகை யுடன்குடக்குத் திசைபயணம் கூறே. *(2) (170)*

(இ.ள்) தேன் போன்ற இனிய சொற்களைப் பேசும் பெண்ணே! கடக இராசியில் இராகு இருந்தாலும், சந்திரனோடு கடகத்தில் தங்கினாலும், சாதகன் மாடிகள் உள்ள உயர்ந்த வீடு கட்டுவான். உயர்ந்த ஆடை ஆபரண இலாபம் உண்டாகும். பயிர்த்தொழில் செய்தால் சிறந்த தனதானிய இலாபம் கிடைக்கும். அரச கௌரவிக்கப்பட்டுப் புகழ் உண்டாகும். அதிக அதிகாரங்கள் கிடைக்கும். புத்திர இலாபம் உண்டாகும். பங்காளிகள், பகைவர்கள் போன்றோரை வெற்றி கொள்வான். பல்லக்கு வாகனத்துடன் மேற்குத்திசை நோக்கிய பயணம் ஒன்றை இச்சாதகன் மேற்கொள்வான் என்று கூறவேண்டும் என்றவாறு.

கூறிமூன் றாறுபத்து பன்னொன்றில் ராகு
குணமுடைய சுபமுடனே கூடினும்பார்த் தாலும்
வீறுசெறி சட்டாட்ட வியத்திலிருந் தாலும்
வியனேழொன் பதுதனிலே மேவிடிலும் லக்னத்தில்
தேறியது ரவியுடனே கூடியிருந் தாலும்
திகழுவன் புத்தியிலே கஷ்டபலத் துடனே
நாறுமலர் பூங்குழலாய்! தனதான்ய நாசம்
நற்கிரக பெயர்ச்சி பிதுர்மாதுர்கட்ட முறுமே. *(3) (171)*

(இ.ள்) நறுமண மலர்களைக் கூந்தலில் சூடியுள்ள பெண்ணே! இராகு, மூன்று, ஆறு, பத்து, பதினொன்று ஆகிய இடங்களில், இருந்தாலும் நற்கோள்களுடன் சேர்ந்து இருந்தாலும், நற்கோள்களால் பார்க்கப்பட்டாலும் தீய வீடுகளான ஆறு, எட்டு, பன்னிரண்டு ஆகிய வீடுகளில் இருந்தாலும், பன்னிரண்டாம் வீட்டிற்கு அதிபதி யுடன் ஏழாமிடம், ஒன்பதாம் இடம் ஆகியவற்றில் இருந்தாலும் இலக்கனத்தில் சூரியனுடன் சேர்ந்து இருந்தாலும் இராகு புத்தியில் கஷ்டங்கள் வந்து சேரும். தனதானியம் சேதமாகும். நல்ல சொந்த வீட்டை விட்டு இடம்பெயர நேரும். தாய், தந்தை ஆகியோருக்குத் தீங்கு நேரும் என்றவாறு.

கட்டமுறு மனவியாதி புத்திரர்நாற் காலி
தனநாசம் பந்துசனம் சீவனுறு நாசம்
நட்டம்வரும் தலைவலிநோய் சுரம்விலங்குண் டாகும்
நாடியதோர் கருமவிக்னம் நாசமுறும் தாரம்
இட்டமிகும் கேந்திரத்தில் கோணலா பத்தில்
இசைந்திடினும் உச்சசொட்க்ஷேத் திரமடைந் தாலும்
மட்டவிழ்பூங் குழல்மடவாய் அதன்பலனைத் தானே
வகைவகையாய் உரைத்திடக்கேள் மான்விழிமின் னாளே.
(4) (172)

(இ.ள்) மானின் கண்களை ஒத்த விழிகளைக் கொண்டு, இதழ்கள் விரிந்திருக்கின்ற பூக்களைச் சூடிய இளம் பெண்ணே! மனவியாதி தோன்றும். புத்திரர்களுக்குக் கேடு உண்டாகும். உற்றார் உறவினர்களின் உயிருக்குத் தீங்குண்டாகும். தலைவலி, சுரம் முதலானவை தோன்றி வருத்தும். விலங்கு பூண நேரும். விரும்பி மேற்கொள்கின்ற காரியங்களில் இடையில் தடைபடும். களத்திரத்திற்கு அழிவு நேரும். இராகு நல்ல வீடுகளான 1,4,7,10 ஆகிய கேந்திர

வீடுகளில் இருந்தாலும், 1,5,9 ஆகிய திரிகோண வீடுகளில் இருந் தாலும், இலாபஸ்தானமான பதினோராம் வீட்டில் இருந்தாலும் உச்சவீடு, ஆட்சி வீடு இவற்றில் இருந்தாலும் அதன்பலனை வகையாக எடுத்துரைப்பதைக் கேட்பாயாக.

மின்னிடையாய்! இராசசுக இராசமூ லத்தால்
மிகுங்கிராம பூமிவரும் விளங்கும்இஷ்ட தெய்வம்
தன்னையுமே பிரார்த்தனைசெய் திடுவனிசைக் கிரகம்
தன்னிலே திருவாழும் தனித்தபுத்திர பீடை
பின்னுமே மாதுர்பிதுர் நாசமுமுண் டாகும்
பேசுமிரண் டேழிலிருந் தால்தார நாசம்
சொன்னதொரு பரிகாரம் துர்க்கைசெப முடனே
துயர்தீர மாதானம் பண்ணிடிற்தீர்ந் திடுமே. *(5) (173)*

(இ.ள்) மின்னலை ஒத்த இடையை உடையவளே! அரசரால் நன்மைகள் ஏற்படும். பூமிச்சேர்க்கை உண்டாகும். இஷ்ட தெய்வத் திற்கு வழிபாடு செய்திடுவான். அவன் வாழும் வீட்டில் செல்வம் வளரும். ஆனால் புத்திரர்க்குத் தீங்குண்டாகும். தாய், தந்தையர்க்குக் கேடுண்டாகும். இராகு இரண்டு, ஏழு ஆகிய இடங்களில் இருந்தால், தாரத்திற்குத் துன்பம் உண்டாகும். இதற்குப் பரிகாரமாகத் துர்க்கைக்கு வழிபாடு செய்வதுடன் பசு ஒன்றைத் தானம் செய்ய வேண்டும். அவ்வாறு செய்தால் துன்பங்கள் தீர்ந்து இன்பம் உண்டாகும்.

❖

4.2 ராகுதிசை – குரு புத்தி

தானமுறும் இராகுவினில் குருபுத்தி மாதம்
தானிருபத் தெட்டுடநா ளிருபத்து நாலாம்
ஆனபல இராகுவுக்குக் குருவந்தர்க் கதனாய்
ஆயிடினும் கேந்திரகோ ணத்தையடைந் தாலும்
ஈனமில்லா லாபருச்ச சொட்க்ஷேத்திரம் தன்னில்
இருந்தாலும் உச்சாங்கிசம் சுபாங்கிசம் பெற்றாலும்
தேனையும்முப் பழத்தினையும் ஒன்றாகச் சேர்த்துத்
திரட்டியசேற் றினில்முளைத்த செழுங்கமலமன் னாளே!
(1) (174)

(இ.ள்) தேனையும் மா, பலா, வாழை ஆகிய மூன்று பழங்களின் சாற்றையும் ஒன்றாக்கியது போன்ற இனிமையும் சேற்றினில் முளைத்த சிவந்த செழுமையான தாமரையைப் போன்ற அழகையும் உடைய பெண்ணே! இராகுதிசை பதினெட்டு ஆண்டுகளில் குருபுத்தி இரண்டு ஆண்டுகள், 4 மாதங்கள், இருபத்து நான்கு நாட்கள். இராகுவுடன் குரு சேர்ந்து இருந்தாலும், 1,4,7,10 ஆகிய கேந்திர வீடுகளில் இருந்தாலும் 1,5,9 ஆகிய திரிகோண வீடுகளில் இருந்தாலும் இலாபஸ்தானமான பதினோராம் வீட்டில் இருந்தாலும் உச்சாங்கிசம், சுபாங்கிசம் பெற்று இருந்தாலும் அதன்பலனைக் கேட்பாயாக.

பன்னாகா பரணனொடும் மால்மறையோன் பூசை
பண்ணிடுவன் பட்டாபி ஷேகமது சேரும்
நன்னாக ரீகமிகு கீர்த்திசத்துரு நாசம்
இராஜயோகம் இராஜகிர கத்தில் வாசம்
என்னாளும் சிவிகைவரும் பால்பாக்யம் உண்டாம்
இசைகுடக்குத் திசைநிருதி மூலையில்மன் னவரால்
அன்னாளில் பிரயாண மதில்காரியம் கூடும்
அரியபுண்ணிய தீர்த்தமெல்லாம் ஆடிடுவன் மாதே.

(2) (175)

(இ.ள்) பெண்ணே! நாக ஆபரணத்தை அணிந்து விளங்கும் சிவபெருமானுக்கும் விஷ்ணுவிற்கும் மறைகள் கற்ற வல்லவர்களுக்கும் பூசைகள் செய்வான். இவனுக்குப் பட்டாபிசேகம் செய்வர். சிறப்புமிக்க புகழ் சேரும். பகைவர்கள் அழிவர். இராசயோகம் உண்டாகும். உயர்ந்த வீட்டில் வசிப்பான். வாகனங்கள் கிடைக்கும். பால் பாக்கியம் உண்டாகும். மேற்கு, தென்மேற்கு மூலையில் பயணம் செய்வான். அரசரால் பயணத்தில் நினைத்த காரியம் கைகூடும். புண்ணிய தீர்த்தம் ஆடி மகிழ்ந்திருப்பான் என்றவாறு.

புண்ணியவான் தனக்குவெகு கிராம லாபம்
போசனங்கள் சவுக்கியமாம் புகழ்மிக உண்டாம்
எண்ணமிகு குருவஸ்த மனச்சத்துரு வீட்டில்
இருந்தாலும் சட்டாட்ட வியத்திலிருந் தாலும்
தண்ணியகோள் கூடுகினும் அவன்நோக்குற் றாலும்
சதாவேளை பாவத்தில் மனமிகவே செல்லும்
நண்ணியதோர் தனதான்ய புத்திரகளத் திரமும்
நாசமும் ராசகா ரியநாச மாமே. ***(3) (176)***

(இ.ள்) இவனுக்கு அதிகமான பூமிச்சேர்க்கை உண்டாகும். நல்ல உணவு கிடைக்கும். அனைத்து நலன்களும் உண்டாகும். புகழ் கிட்டும். குரு அஸ்தமனம் பெற்று இருந்தாலும், பகைவீட்டில் இருந்தாலும், ஆறு, எட்டு, பன்னிரண்டு ஆகிய வீடுகளில் இருந்தாலும், தீயக்கோள்கள் சேர்ந்திருப்பினும், குரு தீயக் கோள்களினால் பார்க்கப்பட்டாலும், இச்சாதகனின் மனம் எந்நேரமும் பாவச் செயல்களையே எண்ணும். தன தானிய நாசம் ஏற்படும். புத்திரர் களுக்கும் களத்திரத்திற்கும் கேடுண்டாகும். செய்யும் காரியங்களில் தடை ஏற்படும் என்றவாறு.

நாசமுறும் கிரகமதில் மார்பிலே நோயாம்
நலமில்லா மனவியாதி தானும்மிக உண்டு
வாசமதாய் கேந்திரகோ ணத்திலிருந் தாலும்
வாக்கினாலும் பதினொன்றி லேனும்வதிந் தாலும்
பேசரிய கிரகக்ஷேத்திரம் வஸ்திரா பரணம்
பெற்றிடுவன் நல்லபோ சனமும்பு சிப்பன்
மாசிலாத தேகாரோக்ய புத்திரக ளத்திர
வர்த்தனையும் சிவிகையும் வந்திடும்பெண் ணரசே.

(4) (177)

(இ.ள்) பெண்களுக்கெல்லாம் தலைவியாக விளங்கும் பெண்ணே! வீட்டிற்குச் சேதமுண்டாகும். மார்புநோய், மனவியாதி வரும். குரு 1,4,7,10 ஆகிய கேந்திர வீடுகளில் இருந்தாலும், 1,5,9 ஆகிய திரிகோண வீடுகளில் இருந்தாலும், இரண்டாம் இடத்தில் இருந்தாலும், பதினோராம் இடத்தில் இருந்தாலும் வீடு, பூமி, உயர்ந்த ஆடை ஆபரணச் சேர்க்கை போன்றவை உண்டாகும். நல்ல உணவு கிட்டும். உடல் ஆரோக்கியத்துடன் விளங்கும். புத்திரர்கள் தோன்றுவர். களத்திரங்கள் சேரும். வாகனச் சேர்க்கை உண்டாகும் என்றவாறு.

வந்திடுமே சிறிதிடத்தில் சவுக்கியமா மதிலே
வருங்கடையில் திரவியநா சமும்ராச கோபம்
தந்திடும்சட் டாட்டவி யந்தனிலே பாவி
தன்னுடனே கூடியிடில் தனநாசம் உண்டாம்
முந்திவரு அரசால் வெகுகலகம் சத்துரு
முழுவிரோத மிகுந்தவிடம் க்ஷேத்திரமும் நாசம்
தொந்தமுறும் குளிர்காய்ச்சல் முன்பாதி தனிலே
சுகமுண்டாம் பிற்பாதித் தூயமொழித் திருவே. **(5) (178)**

(இ.ள்) தூய்மையான சொற்களைப் பேசும் திருமகளை ஒத்த பெண்ணே! சிறிது காலம் சௌக்கியம் உண்டாகும். கடைசியில் செல்வம் சேதமாகும். உயர்ந்தோரின் கோபத்திற்கு ஆளாக நேரிடும். குரு, ஆறாமிடம், எட்டாமிடம், பன்னிரண்டாம் இடங்களில் தீயக் கோள்களுடன் சேர்ந்து இருந்தால், முதல் பாதியில் பொருள் அழிவு உண்டாகும். உயர்ந்தோரால் கலகங்கள் உண்டாகும். பகைவர்களிடம் விரோதம் அதிகமாகும். விஷத்தினால் பயம் உண்டாகும். இருப்பிடத் திற்கும் சேதமுண்டானும். குளிர்காய்ச்சலால் அவதியுற நேரும். பின்பாதி புத்தியில் சுகம் உண்டாகும் என்றவாறு.

திருவேகேள்! சுபனுடனே குருகூடு மாகில்
தினலாபம் உச்சசொட் க்ஷேத் திரத்திலிருந் தக்கால்
குருபூசை சிவபூசை மறையோர்கள் பூசை
கூறுச்சோதர் சுகமும்கூ டும்வஸ்திரா பரணம்
நரவாக னங்கிடைக்கும் தளகர்த்த னாவன்
நற்புத்தி யாதியில்புண் ணியதீர்த்த தானம்
வருமேபிற் பாதியிலே தனசிலஉண் டாகும்
மதர்த்தெழுந்து புடைத்துவிம்மி வளர்ந்ததனப்பெண் ணரசே!
(6) (179)

(இ.ள்) மதர்த்து, புடைத்து, விம்மி வளர்ந்த கொங்கைகளை உடைய பெண்களுக்கெல்லாம் தலைவியாக விளங்கும் அழகுள்ள பெண்ணே! நற்கோளுடன் குரு சேர்ந்து இருந்தாலும், லாப ஸ்தானமான பதினோராம் இடத்தில் இருந்தாலும், உச்ச வீடாகிய கடக இராசியில் இருந்தாலும், சொந்த வீடுகளான தனுசு இராசி மீன இராசிகளில் இருந்தாலும் குரு பூசை, சிவபூசை, மறையோர் பூசை முதலாவற்றைச் செய்வான். சகோதரர்கள் நலம்பெற்று விளங்குவர். உயர்ந்த ஆடை, ஆபரணச்சேர்க்கை, வாகனச் சேர்க்கை உண்டாகும். சாதகன், உயர்பதவியை அடைவான். குரு புத்தியில் தொடக்கத்தில் புண்ணிய தீர்த்தமாடுவான். பிற்பாதியில் பொருள் செலவு உண்டாகும் என்றவாறு.

அரசனிரண் டேழினுக்கு நாதனாய் இருந்தால்
அதிகதலை இடிகாய்ச்ச லதுசேரும் அதற்குப்
பரிகாரம் சொர்ணமகா தானம்மிகச் செய்து
பாலநேத் திரசகஸ்ர நாமசெபம் பண்ணில்

வருமேபின் னதிக சவுக்கிய முண்டாம்
வளர்ந்திடுவன் இளந்தளிரை வாட்டிடுமென் பதஞ்சேர்
திருவேநல் லிளமயிலே கணிதமா ராய்ந்தோர்
செப்பினர்க ளிப்படியே செகதலத்தின் மீதே. *(7) (180)*

(இ.ள்) இளந்தளிரைக் காட்டிலும் மென்ளமையான பாதங்களையும் இளமயிலின் சாயலையும் கொண்ட அழகிய பெண்ணே! குரு, இரண்டாமிடம், ஏழாமிடம், ஆகிய இடங்களுக்கு அதிபதியாக இருந்தால், தலைவலி, காய்ச்சல் போன்ற நோய்கள் வரும். அதற்குப் பரிகாரமாகப், பொன்தானம் செய்து பால நேத்திர சகஸ்ர நாம அர்ச்சனை செய்தால், துன்பங்கள் தீர்ந்து, பின்னாளில் நன்மைகள் உண்டாகும். இதனைச் சோதிடத்தை ஆராய்ந்த சோதிட வல்லவர்கள் உலகிற்கு கூறியுள்ளார்கள் என்றவாறு.

ஆகவிருத்தம் *180*

❖

4.3 இராகுதிசை – சனி புத்தி

தலத்திலே இராகுதிசை காரிபுத்தி மாதம்
தான்முப்பா னாலுடனே நாளாறு தன்னில்
நலத்திலே ராகுவுக்குக் காரியந்தர்க் கதனாய்
நண்ணிடினுங் கோணகேந் திரசொக்ஷேத் திரத்தில்
பலத்தமிகு மூலத்திரி கோணத்தி லேனும்
பதிந்திடில்மூன் றாறுபத்து பன்னொன்றி லேனும்
பிலத்திருக்கில் காரிகொடுத் திடும்பலனை இதமாய்ப்
பேசிடக்கேள் அமுதரசம் பிறக்குமொழித் திருவே. *(1) (181)*

(இ.ள்) அமுதம் போன்ற இனிய சொற்களைப் பேசும் அழகுடைய பெண்ணே! இராகுதிசை பதினெட்டு ஆண்டுகளில் சனியின்புத்தி 2 ஆண்டுகள், 10 மாதங்கள், 6 நாட்கள். இராகுவும் சனியும் சேர்ந்திருந்தாலும், சனி, 1,4,7,10 ஆகிய கேந்திர வீடுகளில் இருந்தாலும், 1,5,9 ஆகிய திரிகோண வீடுகளில் இருந்தாலும், சொந்த ஆட்சி வீடுகளான கும்பம், மகரம் ஆகிய இராசி வீடுகளில் இருந்தாலும், மூலத்திரிகோண வீடாகிய கும்பத்தில் இருந்தாலும் மூன்று, ஆறு, பத்து, பதினொன்று ஆகியவற்றில் பலத்துடன் விளங்கினாலும் அதனால் உண்டாகும் பலன்களைக் கூறிடக் கேட்பாயாக! என்றவாறு.

திருவாழும் இராச்சியமிகச் சேர்ந்திடுமே சிவிகை
சேரும்விவா கஞ்சேரும் அதிகசுகம் சேரும்
தருமாதி புண்ணியங்கள் தான்வந்து சேரும்
தானேபூந் தோட்டமுடன் விவசாயம் சேரும்
வருமேகூ பந்தடாக பிரதிஷ்டை(யது) சேரும்
மன்னரால் புவிசேரும் மன்னவரி லாபம்
பொருவேலை வடிவாளை மதனபா ணம்தனை.
பொருதுவென்ற கடைவிழியாய்! புகன்றனர்முன் னோரே

(2) (182)

(இ.ள்) சண்டையிடும் வேலையும் வடிக்கப்பட்ட வாளையும் மன்மதனின் அம்பாகிய மலர்கணைகளையும் சண்டையிட்டு வெற்றியைச் சூடிய கடை விழிகளைக் கொண்ட பெண்ணே! இராச்சியம் மிகுதியாகச் சேரும். வாகனச் சேர்க்கை உண்டாகும். திருமணம் நடைபெறும். அதிக இன்பம் சேரும். புண்ணியச் செயல்களை இச்சாதகன் செய்வான். பூந்தோட்டம், பயிர்த்தொழில் சிறப்பாக அமையும். கிணறு, நீர்நிலை அமைப்பான். உயர்ந்தோரால் பூமிச்சேர்க்கை உண்டாகும். உயர்ந்தோரால் இலாபம் உண்டாகும் என்று முன்னோர்கள் கூறியுள்ளார்கள் என்றவாறு.

முன்னான சுபக்கிரகத் தோடுங்காரி கூடில்
முதியலக் கினாதிபதி யுடன்கூடி லேனும்
சொன்னாலா மிடத்துடையோ னுடன்கூடி லேனும்
தோய்ந்தகன்ம பத்துடையோ னுடன்கூடி லேனும்
நன்னாக ரீகமொடு களத்ரபுத்ர வர்த்தனை
நற்புத்தி ஆதியிலே கள்ளரசர்ப் பயமும்
மின்னாக ஆயுதத்தால் வெகுபயமும் உண்டாம்
வெற்பினையும் பொருதுசெய மேவுமுலை மயிலே.

(3) (183)

(இ.ள்) மலையுடன் போரிட்டு வெல்லும் தனங்களை உடைய மயிலின் சாயலையுடைய பெண்ணே! நற்கோள்களோடு சனி சேர்ந் திருந்தாலும், சனி, இலக்கனாதிபதியுடன் கூடி இருந்தாலும், நான்கா மிடத்தோனுடன் சனி கூடியிருந்தாலும், பத்தாம் இடத்தோனுடன் சனி கூடியிருந்தாலும் சிறந்த களத்திரம் அமையும். புத்திரர்கள் தோன்றுவர். சனி புத்தியின் தொடக்கத்தில் திருடர்களாலும் உயர்ந்தோராலும் அச்சம் உண்டாகும். ஆயுதத்தால் அதிக பயம் தோன்றும் என்றவாறு.

மேவியதோர் அபகாரக் கடைசியிலே தனந்தான்
மிகலாப மதிகசௌக்கியம் மிகவுண் டாகும்[1]
நாவலர்கள் சொலுஞ்சுக்ல பட்சத்து சசிபோல்
நாளுக்குநாள் அதிகமாக நிதிவந்து சேரும்
ஆவலுறும் சப்ரமஞ்சம் அதுசேரும் பின்னே
அதிகசுக அரசசன் மானங்கள் பூமி
கோவரசர் பேட்டிவஸ்திரா பரணமிக இலாபம்
கொடுக்குமெனக் கற்றுணர்ந்தோர் கூறினதிப் படியே.

(4) (184)

(இ.ள்) இச்சனி புத்தியின் கடைசியில் பொருள் இலாபம் அதிகமாகக் கிடைக்கும். சௌக்கியங்களும் அதிகமாகும். வளர்பிறைச் சந்திரனைப் போல மிகுதியான செல்வமானது நாளுக்கு நாள் வளரும். வாழ்க்கையில் வசதிகளும், அதிக இன்பமும் உண்டாகும். அரச கௌரவம் கிடைக்கும். பூமிச்சேர்க்கை உண்டாகும். அரசரிடம் சாதகனின் மதிப்பு கூடும். உயர்ந்த ஆடை ஆபரணச் சேர்க்கை உண்டாகும் என்று சோதிடத்தைக் கற்றுணர்ந்த சோதிட வல்லவர்கள் கூறியுள்ளார்கள் என்றவாறு.

படிமீதில் பெண்பிறக்கும் விவசாயத் தாலே
பலதான்ய லாபமுறும் ராசகாரி யத்தில்
வடிவாரு மேற்றிசையில் பிரயாண மாகும்
வந்தபின்பு ராசசன்மா னத்துடனே கிராமம்
நெடிதான பூமிகள் லாபமுண் டாகும்
நீங்காத களத்திரமுடன் புத்திரரும் உண்டாம்
துடியாகும் இடைமயிலே கணிதமா ராய்ந்தோர்
சொன்னபலன் சமுசயம்வா ராதெனச்சொல் வாயே.

(5) (185)

(இ.ள்) துடியை ஒத்த இடையை உடைய, மயிலின் சாயலுடைய பெண்ணே! இச்சாதகனுக்குப் பெண்குழந்தை பிறக்கும். பயிர்த் தொழிலில் நன்றாக விளைச்சல் கண்டு, தானிய லாபம் ஏற்படும். சாதகன் தொழில் விஷயமாக மேற்குத்திசை நோக்கி பயணம் செய்வான். உயர்ந்தோரால் கௌரவிக்கப்படுவான், அதிகமாகப் பூமிச் சேர்க்கை ஏற்படும். களத்திரத்துடனும் புத்திரர்களுடனும் மகிழ்ந்திருப்பான். இதனைச் சோதிடத்தை ஆராய்ந்த சோதிடர்கள் கூறியுள்ளார்கள் என்றவாறு.

சொல்லியதோர் நீசக்ஷேத் திரத்திலிருந்த தாலும்
தோன்றிவரு சட்டாட்ட வியத்திலிருந் தாலும்
வல்லதொரு சட்டாட்ட வியத்திலிருந் தாலும்
வாக்குத்தானம் அதனிலே பதிந்திருந்தா னேனும்
நல்லதொரு மன்னரால் சோரரால் தீயால்
நடுங்குபயம் புத்ரகளத் திரநாச மாகும்
மெல்லவரும் தலையிடியும் சுரத்துடனே க்ஷயமும்
மிகுந்ததேசாந் திரகமன முண்டாமென் றுரையே. *(6) (186)*

(இ.ள்) சனி, நீசமடைந்திருந்தாலும், ஆறு, எட்டு, பன்னிரண்டு ஆகிய இடங்களில் ஏதேனும் ஒன்றில் இருந்தாலும், வாக்குத்தான மாகிய இரண்டாம் இடத்தில் இருந்தாலும், உயர்ந்தோரால், திருடரால், தீயால் அச்சம் அடைவான். புத்திரர்களுக்கும் களத்திரத்திற்கும் கெடுதல் உண்டாகும். தலைவலி, சுரம், க்ஷயம் முதலான நோய்கள் தோன்றும். தூரத்தில் உள்ள இடங்களுக்குச் சென்று அலைவான் என்பதைக் கூறுவாயாக என்றவாறு.

உரைத்தவிடம் பந்துசன நாசமுமே யாகும்
உற்றிடுநாற் காலியினால் சீவனுக்கு நாசம்
தரைத்தலத்தை ஆளுமன்னர் வெகுகோபம் செய்வர்
சாரகோண கேந்திரத்தில் சனியிருந்தால் என்றும்
நிறைந்தமூன் றொன்பான்பன் னொன்றினிலே தானும்
நீங்காத பாவியுடன் கூடியிருந் தாலும்
வரைக்கிணையாய் புடைத்தெழுந்து வளர்ந்ததன மயிலே
வரும்பலனை வகைவகையாய் வகுத்துரை செய் வோமே.
(7) (187)

(இ.ள்) மலைக்கு இணையாக எண்ணும்படியான புடைத்து, எழுந்து, வளர்ந்த தனங்களை உடைய, மயிலின் சாயலைக் கொண்ட பெண்ணே! உற்றார் உறவினர்களுக்குத் தீங்கு நேரும். நான்குகால் விலங்கினால் உயிருக்குக் கேடு விளையும். உயர்ந்தோரின் கோபத்திற்கு ஆளாக நேரிடும். 1,5,9 ஆகிய கேந்திரிகோண வீடுகளில் சனி இருந்தாலும் 1,4,7,10 ஆகிய கேந்திர வீடுகளில் இருந்தாலும் மூன்றாமிடம், ஒன்பதாம் இடம், பதினோராமிடம் இவற்றில் தீயோருடன் சேர்ந்து இருந்தாலும் அதன் பலன்களை வகையாகச் சொல்லுகின்றோம் என்றவாறு.

செய்யதொரு களத்ரபுத்ர நாசமிக உண்டாம்
திகழ்புத்தி ஆதியிலே அதிகசவுக் கியமாம்
வையகத்தை ஆளும்மன்னர் அபிமானம் சேரும்
நடுவில்சுபா சுபங்கள்வகுத் திடுமந்தி யத்தில்
துய்யதொரு மன்னவரால் வெகுகோபம் உண்டாம்
சொற்கிரகம் போந்துவிடும் மனவியாதி யாகும்
பையரவின் மணிமுடியைப் பழித்தஅல்குல் திருவே!
பராசரமா முனியுரைத்த பலனுமிது வாமே. *(8) (188)*

(இ.ள்) விஷப்பையை உடைய நல்லபாம்பின் படத்தைப் பழிப்பதுபோல் அமைந்த அல்குலைக் கொண்ட அழகான பெண்ணே! களத்திரத்திற்கும் புத்திரர்களுக்கும் தீங்கு நேரும். சனி புத்தியின் தொடக்கத்தில் அதிக சௌக்கியம் உண்டாகும். உயர்ந்தோரின் நம்பிக்கைக்கு ஆளாவார்கள். சனிபுத்தியின் மத்தியில் நன்மைகள் உண்டாகும். சனிபுத்தியின் கடைசி பாகத்தில் உயர்ந்தோரின் கோபத்திற்கு ஆளாக நேரிடும். வீடு மாற்றம் செய்வான். மன வியாதி தோன்றும். பராசர மாமுனிவர் உரைத்த பலன் இதுவேயாகும் என்றவாறு.

இனிதான விவசாயத் தால்தான்ய நாசம்
எதிர்த்துவரும் யுத்தமதில் மரணம்மிக உண்டாம்
அநியாய மபகீர்த்தி யானதுக்க பந்து
அடுத்தடுத்து நாசமுறும் ஆறீரா றெட்டில்
வனிதாய்கேள்! பாவியுடன் கூடு வானேல்
மார்பிலுறு ரோகமுடன் அவமானம் சேரும்
மனராலும் கள்ளவிலங் கக்கினியா லுந்தான்
வரும்பயமு மேகசயம் குன்மமுமுண் டாமே. *(9) (189)*

(இ.ள்) பெண்ணே! கேட்பாயாக பயிர்த்தொழில் விளைச்சலின்றித் தானிய நாசம் ஏற்படும். சண்டையில் மரணம் நேரக்கூடும். அபகீர்த்தியும், உண்டாகும். சனி, ஆறு, எட்டு, பன்னிரண்டு ஆகிய இடங்களில் ஏதேனும் ஒன்றில் தீயக்கோள்களுடன் கூடி இருந்தால், மார்புநோய், மேகசயம், குன்மம் முதலான நோய்கள் உண்டாகும். அவமானம் சேரும். அரசராலும், திருடர்களாலும், விலங்குகளாலும், தீயாலும் பயம் தோன்றும். மேலும் மேகம், சயம், குன்மம் முதலான நோய்கள் தோன்றிவருத்தும் என்றவாறு.

உண்டாகும் வயிற்றுவலி சிரரோக முடனே
ஒருவேளை காலமதில் கெட்டபோச னமுமாம்
அண்டாத கோபமுறும் வரசனுடன் சேர்வான்
அதிகநோய் பந்துவகை யாகிவிடும் அப்பால்
ரெண்டேழுக் கிவனாத னாகிடில்மத் தியத்தில்
நீங்காத குளிர்க்காய்ச்சல் குன்மம்வரும் தாக்கும்
வண்டாரும் குழல்மடவார் பரிகார மதுதான்
வரும்கறுத்த காளையுடன் அசதானம் புரியே. *(10) (190)*

(இ.ள்) வண்டுகள் மொய்க்கின்ற கூந்தலை உடைய இளம் பெண்ணே! வயிற்றுவலி, தலைநோய் முதலான நோய்கள் உண்டாகும். அகால போசனம் ஏற்படும். உண்டாகும் அரசரின் கோபத்திற்கு ஆளாக நேரிடும். அதிகமான நோய்கள் இனிய உறவினர்கள் பகையாவர். சனி, இரண்டு, ஏழாமிடம் இவற்றிற்கு அதிபதியாக இருந்தால் மாறாத குளிர்க்காய்ச்சல், குன்மநோய் போன்றவை வரும். இதற்குப் பரிகாரமாகக் கறுத்த காளை மாட்டையும் ஆட்டையும் அந்தணர்க்குத் தானமாகக் கொடுக்க வேண்டும். அவ்வாறு கொடுத்தால், துன்பங்கள் மாறி, மகிழ்ச்சி உண்டாகும் என்றவாறு.

ஆகவிருத்தம் *190*

❖

4.4. இராகுதிசை – புதன் புத்தி

தானான இராகுதிசை அதிலே புந்தி
தனித்தபுத்தி மாதமுப்பா னாள்பதினெட் டாகும்
கோனான ராகுவுக்குப் புதனந்தர்க் கதனாய்
கூறுமுச்ச சொக்ஷேத்திர பாக்கியதா னத்தில்
மானேகேள்! திரிகோணம் வாக்குலா பத்தில்
வந்திடினும் பார்த்தாலும் மதிலாப மாகும்
ஆனாலுந் தனதான்ய நாற்காலி லாபம்
அவன்தனக்குக் கல்யாணம் ஆகுமட மயிலே! *(1) (191)*

(இ.ள்) இளமையான மயில்போன்ற சாயலையும் மானின் கண்களை ஒத்த விழிகளையும், உடைய பெண்ணே! இராகுதிசை பதினெட்டு ஆண்டுகளில், புதன்புத்தி, இரண்டு ஆண்டுகள், ஆறு

மாதங்கள், பதினெட்டு நாட்களாகும். இராகுவுடன் புதன் சேர்ந்து இருந்தாலும், உச்ச வீடான கன்னி இராசியில் இருந்தாலும், ஆட்சி வீடான மிதுன இராசியில் இருந்தாலும் பாக்கியத்தானம் என்று சொல்லக்கூடிய ஒன்பதாம் இடத்தில் இருந்தாலும் 1,5,9 ஆகிய திரிகோண வீடுகளில் இருந்தாலும், வாக்கு ஸ்தானமான இரண்டாமிடத்தில் இருந்தாலும், லாபஸ்தானமான பதினோராம் வீட்டில் இருந்தாலும், புதனை நல்ல கோள்கள் பார்த்தாலும் அதிக இலாபமாகும். தன தானியம் மிகுதியாகக் கிடைக்கும். கால்நடைகளால் இலாபம் உண்டாகும். அவனுக்குத் திருமணம் நடைபெறும் என்றவாறு.

ஆகுமே தனதான்யம் அதிகசௌக்கி யமுமாம்
நல்லபோ சனமும், களபமுதற் புஷ்பம்
வாகுபெறும் அலங்காரக் கட்டிலிலே சயனம்
மாதர்களைக் கலவிசெய்வன் வளர்சுபனோ டேதான்
யோகமுறக் கூடிடினும் சுபனார்பார்த் தாலும்
உறுபுதல்வர் களத்திரலா பம்அதிக வித்தை
தோகையே! சத்திரமும் புண்யதர்ம லாபம்
தொகுத்ததேசா திபத்தியம் சிவிகையுந்தான் வருமே.
(2) (192)

(இ.ள்) தோகை மயில் போன்ற பெண்ணே! தனதான்ய இலாபங்களுடன் அதிக நலங்கள் கிட்டும். சாதகன், நல்ல உணவுகளைப் புசிப்பான். சந்தனம் முதல் மலர்கள் வரையிலான பல்வேறு வாசனாதிகளால் அலங்கரிக்கப்பட்ட கட்டிலில் உறங்குவான். பெண்களோடு கூடி மகிழ்வான். புதன், நற்கோள்களுடன் சேர்ந்து இருந்தாலும், புதனை நற்கோள்கள் பார்த்தாலும் புதல்வர்களாலும், களத்திரத்தாலும் அதிக மகிழ்ச்சி அடைவான். அதிக வித்தைகள் கற்பான். சத்திரம் கட்டுவதோடு, புண்ணிய தர்மங்கள் செய்வான். உயர்பதவி கிட்டும். வாகனச் சேர்க்கை உண்டாகும் என்றவாறு.

மேதினியில் சட்டாட்ட வியத்திலிருந் தாலும்
விளங்குபுந்தி சூரியனால் பார்க்கப்பட் டாலும்
ஓதரிய களத்திரத்தால் கலகமாரகத் தோடு
உற்றதனச் செலவுபந்து சனம்உபத்ரவம் செய்வார்
தீதில்லாக் கோணகேந்திர லாபத் தானம்
சேர்ந்தாலும் நல்லபோ சனமதிக சவுக்கியம்
பூதலத்தில் விவசாயம் தனதான்ய லாபம்
பொருந்துவா கனமும்வரும் பூவையருக் கரசே. ***(3) (193)***

(இ.ள்) புதன், ஆறு, எட்டு, பன்னிரண்டு ஆகிய இடங்களில் இருந்தாலும், சூரியனால் பார்க்கப்பட்டாலும், களத்திரத்தால் கலகம் தோன்றும். மரண கண்டம் நேரிடும். பொருட் செலவு அதிகமாகும். உற்றார் உறவினர்கள் துன்பம் செய்வர். குற்றமற்ற 1,5,9 ஆகிய திரிகோண வீடுகளில் இருந்தாலும், 1,4,7,10 ஆகிய கேந்திர வீடுகளில் இருந்தாலும், இலாபத்தானமான பதினோராம் வீட்டில் இருந்தாலும் நல்ல உணவு, அதிக நலன்கள் கிடைக்கும். பயிர்த்தொழிலில் விளைச்சல் பெருகி, தன தானிய இலாபம் கிடைக்கும். வாகனச் சேர்க்கை உண்டாகும் என்றவாறு.

பூமியிலே தடாகமுடன் ஆலயப்பிர திஷ்டை
பொருந்தியிடும் கிராமமுடன் பூமிமிக லாபம்
தாமதமாஞ் சட்டாட்ட வியத்திலிருந் தாக்கால்
சண்டைவரும் விலங்குவரும் தனயர்குரு நாசம்
ஆமிரண்டே ழுக்குடையோ னாகியவன் இருந்தால்
அவமிருத்து தோஷமுண்டாம் அதில்பரிகா ரங்கேள்
நேமகமாய் அரிசகஸ்ர செபமே செய்யில்
நீங்காத சுகமென்று நிகழ்தினர்கற் றோரே. *(4) (194)*

(இ.ள்) பூமியில் நீர்நிலை, ஆலயம் போன்றவற்றைக் கட்டுவான். அதிகமான நிலங்களுக்குச் சொந்தக்காரனாவான், புதன், ஆறாமிடம், எட்டாமிடம், பன்னிரண்டாமிடம் ஆகிய இடங்களில் இருந்தால் சண்டைகள் வரும். விலங்கு பூண நேரும். புத்திரர் களுக்கும் குருவிற்கும் தீங்கு ஏற்படும். புதன், இரண்டு, ஏழாமிடம் இவற்றுக்கு அதிபதியாக இருந்தால், மரண தோஷம் உண்டாகும். இதற்குப் பரிகாரத்தைக் கேட்பாயாக. விஷ்ணு சகஸ்ர நாமத்தை அர்ச்சனை செய்தால், என்றும் மாறாத இன்பம் உண்டாகும் என்று சோதிடக்கலையில் வல்ல சோதிடர்கள் கூறியுள்ளார்கள் என்றவாறு.

ஆகவிருத்தம் *194*

❖

4.5 இராகுதிசை – கேது புத்தி

தினகரன்தன் பகைதிசையில் கேதுபுத்தி மாதம்
சேர்ந்திடுமே ஓராண்டு நாள்பதினெட் டதிலே
பனகமதில் அந்தர்க்கத னாய்கேதுற் றாலும்
பயித்தியமும் அரசர்பயம் தலைவலியும் சுரமும்

மனம்நடுங்கும் குளிர்க்காய்ச்சல் நேத்திரவியா தியுந்தான்
வருந்தாரம் புத்திராதி நாசமிகக் காட்டும்
சொன்னதொரு நாற்காலி சீவனுக்கு மோசம்
சொல்லிடுவாய் பராசரர்முன் சொன்ன மொழிப்படியே.
(1) (195)

(இ.ள்) சூரியனுக்குப் பகையாக விளங்கக்கூடிய இராகுவின் திசை பதினெட்டு ஆண்டுகளில், கேதுபுத்தி ஓராண்டு, பதினெட்டு நாட்கள். இராகுவுடன் கேது நின்ற வீட்டதிபன் சேர்ந்து இருந்தால், உயர்ந்தோரால் அச்சம் ஏற்படும், மனவியாதி, தலைவலி, சுரம், குளிர்க்காய்ச்சால், கண்நோய் போன்ற நோய்களால் துன்பம் உண்டாகும். புத்திரர்களுக்குத் தீங்கு நேரிடும். நான்குகால் விலங்கு களால் உயிருக்குக் கேடு நேரும் என்பதை பராசரர் முந்நாளில் கூறிய செய்தியை உள்ளது உள்ளவாறு கூறுவாயாக என்றவாறு.

சொன்னதொரு வாகனத்தா னுடையோ னுடனே
சொற்கேது சேர்ந்தாக்கால் சிவிகையது சேரும்
நன்னயமாய் சுபக்கிரகத் துடன்கூடி னாலும்
நட்டமுறும் சுபராலே பார்க்கப்பட் டாலும்
மன்னவர்சன் மானமுடன் அதிகசவுக் கியமாம்
வருமதிக சுபம்புத்திர லாபமுந்தான் கொடுக்கும்
கன்னலின்பா லுடன்தேனைக் கலந்ததுபோல் ருசித்துக்
கழிவுமொழி மடமயிலே! கருதினர்கற் றோரே. ***(2) (196)***

(இ.ள்) கரும்பின் சாறுடன் தேன் கலந்ததுபோன்ற சுவை மிக்கதாக விளங்கும் இனிய சொற்களைப் பேசும் இளமயிலைப் போன்ற சாயலையுடைய பெண்ணே! வாகனத்தானனான நான்காம் இடத்திற்கு அதிபதியோடு கேது சேர்ந்து இருந்தால், வாகனச் சேர்க்கை உண்டாகும். கேது, நற்கோள்களுடன் கூடினாலும், நற்கோள்களாலே பார்க்கப்பட்டாலும் உயர்ந்தோரால் கௌரவிக்கப்படுவான். அதிக நலன்கள் வரும். அதிக இன்பம் உண்டாகும். புத்திரர்களால் மனமகிழ்ச்சி தோன்றும் என்று சோதிட வல்லுநர்கள் கூறியதைக் கேட்பாயாக என்றவாறு.

கருதரிய சட்டாட்ட வியந்தனிலே கேது
கலந்திருந்தால் சுயமரணம் காணலா மிரண்டில்
வருகேது இருந்தாக்கால் விஷபீடை மூன்றில்
வந்திருந்தால் கந்தையுடுத் துவனொன்பா னாகில்

வரியபிதுர் நாசம்வரும் நாலிருப்பா னாகில்
வண்மாதுர் நாசமுறும் ஆறுபத்து மூன்றில்
பிரியமுடன் இருப்பானேல் அதிகசவுக் கியமும்
பெருத்ததன லாபமுந்தான் பெற்றிருப்பன் மாதே. (3) (197)

(இ.ள்) பெண்ணே! கருதுவதற்கரிய ஆறாமிடம், எட்டாமிடம், பன்னிரண்டாம் இடம் ஆகிய இடங்களில் ஏதேனும் ஓரிடத்தில் கேது இருந்தால் தற்கொலை எண்ணம் தோன்றுவதைக் காணலாம். இரண்டாம் இடத்தில் கேது இருந்தால், விஷத்தினால் துன்பம் நேரும். மூன்றாம் இடத்தில் கேது இருந்தால், கந்தல் ஆடையை அணிவான். ஒன்பதாம் இடத்தில் கேது இருந்தால், தந்தைக்குத் தீங்கு வரும். நான்காம் இடத்தில் கேது இருந்தால் தாய்க்குத் தீங்கு நேரும். மூன்றாமிடம், ஆறாமிடம் பத்தாமிடம் ஆகிய இடங்களில் கேது இருந்தால் அதிக சௌக்கியம், அதிகபொருள் இலாபம் இவற்றைப் பெற்று மகிழ்வான் என்றவாறு.

பெற்றிருக்கும் உச்சமுற்றால் ராச்சியதன தானியம்
பெரியநர வாகனமும் பெறுவன்பா லனமும்
உற்றிடுபோ சனமுமுண்டாம் கேந்திரகோ ணத்தில்
உற்றாலும் மூன்றாறில் உறைந்திருந்தா லுந்தான்
குற்றமில்லாச் சுபாசுபமும் விவசாயங் காலம்
கூடிவரும் அந்தியத்தில் கட்டபலன் ளகொடுக்கும்
நற்றமிழோர் உரைத்தபடி சட்டாட்ட வியத்தில்
நவில்பாவி யுடனிவன்தான் கூடிற் கேளே. (4) (198)

(இ.ள்) கேது, உச்ச வீட்டில் இருந்தால் இராச்சிய இலாபம், பொருள் இலாபம் உண்டாகும். வாகனச் சேர்க்கை உண்டாகும். நல்ல உணவு உண்பான். கேது, 1,4,7,10 ஆகிய கேந்திர வீடுகளில் இருந்தாலும் 1,5,9 ஆகிய திரிகோண வீடுகளில் இருந்தாலும், மூன்று, ஆறு, ஆகிய இடங்களில் இருந்தாலும் சுபகாரியங்கள் நடைபெறும். பயிர்த்தொழில் சிறக்கும். கேது புத்தியின் கடைசி பாகத்தில் கஷ்டபலன் கொடுக்கும். கேது, ஆறு, எட்டு, பன்னிரண்டு ஆகியவற்றில் தீயக்கோள்களுடன் சேர்ந்து இருந்தாலும் வரும் பலனைக் கேட்பாயாக என்றவாறு.

கூடுமே தலைவலியும் குளிர்சுரமும் விஷமும்
கொடுத்துவிடும் விவசாயம் நாசமுறும் பின்பு
வாடுமே சர்வபந்து சனபீடை யுடனே
மன்னவர்கள் கோபமுறும் மகரசிம்மம் கடகம்

நாடியே இருந்தாலும் தேளில்இருந் தாலும்
நற்களத்திர சண்டையிலே நாசம்அவ மிருத்து
தேடியதே சாந்திரசஞ் சாரமுண் டாகும்
தேகசுக பீடையுண் டாகுமெனச் செப்பே. (5) (199)

(இ.ள்) தலைவலியும் குளிர்சுரமும், விஷநோயும் வரும். பயிர்த்தொழிலில் விளைச்சல் சரியில்லாமல் நஷ்டம் ஏற்படும். மேலும் உற்றார் உறவினர்களுக்குத் தீங்கு நேரிடும். இச்சாதகன் உயர்ந்தோரின் கோபத்திற்கு ஆளாவான். மகர இராசி, சிம்ம இராசி, கடக இராசி, விருச்சிக இராசி இவற்றில் கேது இருந்தால், களத்திரத்திற்குச் சண்டையால் கேடுண்டாகும். கண்டங்கள் ஏற்படும். பிற தேசங்களுக்குச் சென்று அலைய நேரிடும். உடல் நலக்கேடு உண்டாகும் என்றவாறு.

(வேறு)

பீடை யாகிய அட்டமம் பெற்றிடில்
பாடு சேரவ மிருத்து பயமதே
கூடு மேயச தானங் கொடுத்திடில்
நாடு மேசுகம் என்று நவின்றிடே. (6) (200)

(இ.ள்) துன்பம் தரக்கூடிய எட்டாம் வீட்டில் இருந்தால் துன்பங்கள் சேரும். மரண பயம் உண்டாகும். இதற்குப் பரிகாரமாக ஆடு ஒன்றை அந்தணர்க்குத் தானமாகக் கொடுக்க வேண்டும். அவ்வாறு கொடுத்தால், சுகம் உண்டாகும் என்று சொல்வாயாக என்றவாறு.

ஆகவிருத்தம் 200

❖

4.6 இராகுதிசை – சுக்கிர புத்தி

சுகமான இராகுதிசை தனிலே தானும்
சுக்கிரனார் புத்தியது மூன்றாண் டாகும்
செகமீது பாம்புக்கந் தர்க்கதன தாகி
திருட்டியில்லான் சேர்ந்தாலும் திரிகோண கேந்திர
மிகவுறவாய் இருந்தாலும் இலாபதா னத்தில்
மேவிடினும் பலவான்க ளுடன்கூடி னாலும்
தகவுடைய மறையோரால் தனநாசம் அரசர்
சன்மானம் தனயருண்டு சனங்களும்சேர்ந் திடுமே. *(1) (201)*

(இ.ள்) இராகுதிசை பதினெட்டு ஆண்டுகளில், சுக்கிரன் புத்தி மூன்று ஆண்டுகளாகும். இராகுவும் சுக்கிரனும் சேர்ந்தாலும், 1,4,7,10 ஆகிய கேந்திர வீடுகளில் இருந்தாலும், 1,5,9 ஆகிய திரிகோண வீடுகளில் இருந்தாலும், இலாபஸ்தானமான பதினோராம் வீட்டில் இருந்தாலும், வலிமை மிக்க கோள்களுடன் கூடி இருந்தாலும் அந்தணர்களால் பொருள் செலவு உண்டாகும். உயர்ந்தோர் பாராட்டிப் பொருள் வழங்குவர். புத்திரர்கள் தோன்றுவர். உற்றார் உறவினர்கள் அன்புடன் சேர்ந்து இருப்பார்கள் என்றவாறு.

குறிப்பு: திருட்டி இல்லான் - சுக்கிரன் (ஒரு கண் பார்வை இல்லாதவன்).

மேலான சொக்ஷேகேந் ரந்தன்னிலிருந் தாக்கால்
மிகுத்துவரும் வாகனமும் நற்பலனும் கொடுக்கும்
மாலான விவாகம்வரும் இராசசன்மா னங்கள்
வருமதிக சௌபாக்யம் வருங்கிரக பூமி
சேலாரும் விழிகளத்திர புத்திரரும் லாபம்
சேரும்நாற் காலியினால் சீவலா பங்கள்
பாலாரும் மொழியாய்கேள்! மங்களசோ பனமாம்
பணைத்திருமாந் தெழுந்தபங் கயப்பெண் ணரசே. *(2) (202)*

(இ.ள்) பால்போன்ற மொழியையும் பெருத்த, திமிர்ந்தெழுந்த தாமரை மொட்டுக்களைப் போன்ற தனங்களையும் உடைய பெண்களுக் கெல்லாம் தலைவியைப் போன்று விளங்குகின்ற பெண்ணே! சுக்கிரன், ஆட்சி வீடுகளான ரிஷப இராசியில் இருந்தாலும் துலாம் இராசியில் இருந்தாலும் வாகனச்சேர்க்கை உண்டாகும். நல்ல பலன்கள் கிடைக்கும். திருமணம் நடைபெறும். உயர்ந்தோர் பாராட்டிப் பரிசுகள் வழங்குவர். அதிக நன்மைகள் உண்டாகும். புது வீடு வாங்குவர். பூமி சேர்க்கை உண்டாகும். களத்திரத்தாலும் புத்திரர்களாலும் இலாபம் உண்டாகும். கால்நடைகள் பெருகும். மங்கள சோபனங்கள் உண்டாகும் என்றவாறு.

பங்கமிகு சட்டாட்ட வியந்தனிலே கவிதான்
பதிந்திடும்பா வாங்கிச மதிற்சசியோ டேதான்
துங்கமுறக் கூடுகினும் அகாரணமாய்ச் சண்டை
சொல்லுமிக்க திரேகமதில் ரோகமிக உண்டாம்
தங்குபுத் திரகளத்திர நாசமது சேரும்
தன்னரசன் பகையும்வெகு கட்டமுமே உண்டாம்
பொங்கமிகும் தாயாதி தனில்கலக முடனே
புகழான பந்துசன பீடைகளுண் டாமே. *(3) (203)*

(இ.ள்) குற்றமுடைய ஆறாமிடம், எட்டாமிடம், பன்னிரண்டாம் இடம் ஆகிய இடங்களில் ஏதேனும் ஒன்றில், சுக்கிரன் பாவ அங்கிசம் ஒன்றில் சந்திரனுடன் கூடியிருந்தால், காரணமில்லாமல் சண்டைகள் உண்டாகும். உடலில் நோய்கள் பல உண்டாகும். களத்திரத்திற்கும் புத்திரர்களுக்கும் கேடு விளையும். இச்சாதகனுக்கு மிகுந்த கஷ்டங்கள் உண்டாகும். அரசருடன் பகை உண்டாகி, அதனால் மிகுந்த கஷ்டங்கள் உண்டாகும். பங்காளிகளுடன் கலகம் தோன்றும். புகழ்மிக்க உற்றார் உறவினர்களுக்குத் துன்பங்கள் உண்டாகும் என்றவாறு.

பீடையில்லாத் திரிகோண கேந்திரத்தி லேனும்
பலத்துவரும் மூன்றாறொன் பதுபதினொன் றேனும்
நாடியதோர் சுபக்கிரகத் துடன்கூடி இருக்கில்
நற்கிரகப் பிரவேசம் நாற்காலி லாபம்
கூடிவரும் ராச்சியத்தோ டன்னவஸ்திரா பரணம்
குடைசுருட்டி சாமரமும் புத்திர ருண்டாம்
தேடிபுகழ் அரசரினால் நினைத்ததுகை கூடும்
திகழ்பந்து நன்மைகுட திசைப்பயணம் சொல்லே. (4) (204)

(இ.ள்) சுக்கிரன் 1,5,9 ஆகிய திரிகோண வீடுகளில் இருந்தாலும் 1,4,7,10 ஆகிய கேந்திர வீடுகளில் இருந்தாலும், மூன்றாமிடம், ஒன்பதாமிடம், பதினோராம் இடம் இவற்றில் நற்கோள்களுடன் கூடி இருந்தாலும், புதிய வீடு கட்டி அங்குக் குடியேறுவான். நான்குகால் விலங்குகளால் இலாபம் உண்டாகும். நிலம் வாங்குவான். நல்ல உணவுடன், உயர்ந்த ஆடை, ஆபரணச் சேர்க்கை உண்டாகும். உயர்ந்தோரிடம் விருதுகள் பெறுவான். புத்திரர்கள் தோன்றுவர். புகழ் தேடி வரும். உயர்ந்தோரின் உதவியால் நினைத்த காரியங்கள் கைகூடும். உறவினர்கள் நன்மை அடைவார்கள். மேற்குத் திசை நோக்கிய பயணம் வாய்க்கும் என்றவாறு.

சொல்லுவாய் சட்டாட்ட வியந்தனிலே சென்று
சொல்லும்பாவி யுடன்கூடி ராசர்சோ ராக்னி
எல்லலறும் பயமுடனே நீரிழிவு ரோகம்
அதில்குன்ம ரோகமுடன் பருவிலங்கு பூணும்
நல்லதொரு தலைவலியும் அகாலபோ சனமும்
நாடியவாக் கேழுக்கிவ னாதன் ஆகில்
வல்லமைசேர் அவமிருத்துத் தேகபயம் சேர்ந்து
வருமிதற்குப் பரிகாரம் லட்சுமிசெபம் செய்யே. (5) (205)

(இ.ள்) சுக்கிரன், ஆறு, எட்டு, பன்னிரண்டு ஆகிய இடங்களில் தீயக் கோள்களுடன் சேர்ந்து இருந்தால், உயர்ந்தோராலும், திருடர் களாலும், தீயினாலும் அச்சம் ஏற்படும், நீரழிவு நோய், குன்ம நோய், தலைவலி போன்றவை தோன்றும். விலங்கு பூணுவான். அகாலத்தில் உணவு உண்ணுவான். சுக்கிரன் இரண்டாமிடம் ஏழாமிடம் இவற்றுக்கு அதிபதியாக விளங்கினால், கண்டம் பயம் வரும். இதற்குப் பரிகாரமாக இலட்சுமிக்கு அர்ச்சனை செய்தல் வேண்டும் என்றவாறு.

ஆக விருத்தம் 205

❖

4.7 இராகுதிசை – சூரிய புத்தி

செய்யதொரு இராகுதிசை தனிலிரவி புத்தி
சேர்மாதம் பத்துடனே நாள்மூவெட் டாகும்
துய்யவிரா குவினுக்கந் தர்க்கதனா யிடினும்
சொக்ஷேத் திரஉச்சகேந் திரத்திலிருத் தாலும்
வையந்ததி லிரண்டஞ்சொன் பானிலிருந் தாலும்
வருஞ்சுப னோடேகூடிச் சுபன்பார்த்திட் டாலும்
மையிலகு விழிமடவாய் அதன்பலனைத் தானே
வகுத்துவகை வகையாக வழுத்திடுவன் கேளே.

(1) (206)

(இ.ள்) மைபூசப்பட்ட விழிகளையுடைய பெண்ணே! இராகுதிசை பதினெட்டு ஆண்டுகளில், சூரியபுத்தி, பத்துமாதங்கள், பதினெட்டு நாட்கள். சூரியன் இராகுவுடன் சேர்ந்து இருந்தாலும் ஆட்சி வீடான சிம்ம இராசியில் இருந்தாலும், உச்ச இராசியாகிய மேஷ இராசியில் இருந்தாலும், 1,4,7,10 ஆகிய கேந்திர வீடுகளில் இருந்தாலும், இரண்டு, ஐந்து, ஒன்பது ஆகிய இடங்களில் இருந்தாலும் நற்கோள்களுடன் கூடி இருந்தாலும், நற்கோள்களால் பார்க்கப்பட்டாலும் அதன் பலனை வகையாக வகுத்துரைக்கிறேன் கேட்பாயாக என்றவாறு.

வழுவில்லா இராசசன்மா னமுமதிக கீர்த்தி
வருமற்ப சௌக்கியமும் சுபாசுபமும் உண்டாம்
பழுதில்லாச் சொற்பராச் சியலாப முடனே
பதிகளத்திர புத்திரரும் வர்த்தனையுண் டாகும்

தழுவியலக் கனமொன்ப தாமிடத்துக் குடையோன்
தனைக்கூடிக் குருசசியால் பார்க்கப்பட் டாலும்
முழுமதிசேர் முகமுடையாய் ராசரபி மான
முத்துரத்னக் குடைலாபம் முற்றுமுண்டா யிடுமே. (2) (207)

(இ.ள்) பூரணச் சந்திரனை ஒத்த ஒளிவிளங்கும் முகத்தை உடைய பெண்ணே! குற்றமற்ற உயர்ந்தோரின் பாராட்டும் பரிசகளும் கிடைக்கும். அதிக புகழுண்டாகும். சிறிதளவு நலன்கள் ஏற்படும். நற்காரியங்கள் நிறைவேறும். குற்றமில்லா பூமிஇலாபத்துடன் களத்திரமும் புத்திரர்களும் பெருக வாழ்வான். சூரியன், இலக்கனத்தில், ஒன்பதாம் இடத்திற்குடையோனுடன் கூடி, குருவாலும், சந்திரனாலும் பார்க்கப்பட்டாலும் உயர்ந்தோரின் பாராட்டும் பரிசுகளும் கிடைக்கும் என்றவாறு.

குறிப்பு: முத்து, இரத்தினக் குடை போன்றவை அக்காலத்தில் மன்னரால், செயற்கரிய செயல்களைச் செய்தோருக்குத் தரப்பட்ட பரிசுகளாகும்.

உண்டாகும் ஸ்திரிமூலம் அரசர்மூ லம்தான்
உற்றிடும்இ லாபமொடு கசமசுவம் சிவிகை
கொண்டவன்உச் சசொக்ஷேத்கேந் திரத்தான மாகக்
குறித்தமூன் றாறுபத்துப் பன்னொன்றில் இருக்கில்
விண்டாலும் அனேகவித பலன்களும்உண் டாகும்
வியமாறெட் டாமிடத்தில் மிகுபாவி யுடனே
வண்டாரும் குழல்மடவாய் கூடிலுந்துர்ப் பலமாய்
வதிந்தாலும் மின்னமின்ன வகுத்துரைப்பன் மாதே.
(3) (208)

(இ.ள்) வண்டுகள் மொய்க்கின்ற தேன்நிறைந்த மலர்களைக் கூந்தலில் சூடியுள்ள இளம்பெண்ணே! பெண் மூலமாகவும் உயர்ந்தோர் மூலமாகவும் இலாபம் உண்டாகும். வாகனச் சேர்க்கை உண்டாகும். சூரியன், உச்ச வீடாகிய மேஷ இராசியில் இருந்தாலும், ஆட்சி வீடாகிய சிம்மத்தில் இருந்தாலும் 1,4,7,10 ஆகிய கேந்திர வீடுகளில் இருந்தாலும், மூன்றாமிடம், ஆறாமிடம், பத்தாமிடம் பதினோராமிடம் ஆகிய வீடுகளில் இருந்தால், பலவிதமான நற்பலன்கள் கிட்டும். ஆறு, எட்டு, பன்னிரண்டு ஆகிய இடங்களில் தீயக்கோள்களுடன் துர்ப்பலமாய் இருந்தாலும் அதற்குரிய பலன்களை வகுத்துரைப்பேன். கேட்பாயாக!

வகுத்ததொரு திசைநாத னும்புத்தி நாதன்
வரும்பாவி யாயிருக்கில் கர்மாதி ரோகம்
செகத்தினிலே சோரர்பயம் அரச நிஷ்டூரம்
ஸ்திரிகலகம் கிரகம்போம் சத்ருபயம் உண்டாம்
தொகுத்துரைக்கி லரசர்சோரர் அக்கினிபயம் சேரும்
சோரசர்வ ஜனசலகம் களத்திபுத்ர நாசம்
பகுத்தபரு விலங்குடனே பீடைசகோத ரங்கள்
பந்துசன தனநாசம் பகர்ந்திடுபூங் கொடியே. *(4) (209)*

(இ.ள்) திசைநாதனான இராகுவும் புத்திநாதனாகிய சூரியனும் தீயக்கோள்களாக இருப்பதால் கர்மாதி ரோகங்கள் உண்டாகும். திருடரால் மிகுந்த அச்சம் தோன்றும். அரசருடைய கோபத்திற்கு ஆளாக நேரிடும். பெண்களால் கலகம் தோன்றும். சொந்தவீடு கையைவிட்டுப் போய்விடும். பகைவர்களால் பயம் உண்டாகும். உயர்ந்தோராலும் திருடராலும் தீயாலும் பயம்வந்து சேரும். உற்றார் உறவினர்களால் கலகம் உண்டாகும். களத்திரத்திற்கும் புத்திரர் களுக்கும் தீங்குண்டாகும். இச்சாதகன் விலங்கு பூணுவான். துன்பம் நேரும். சகோதரர்கள், உற்றார் உறவினர்களுக்குக் கெடுதல் நேரும். பொருட்செலவு ஏற்படும் என்பதை பூங்கொடி போன்ற பெண்ணே! நீ கூறுவாயாக என்றவாறு.

திடமான கேந்திரகோ ணத்தையடைந் தாலும்
செப்பரிய மூன்றுபதி னொன்றிலிருந் தாலும்
அடைவான ராசசன்மா னமதிக சுகமாம்
வளிவரும் புத்ரகளத்ர சுகமுண் டாகும்
இடமாகும் இரண்டேழுக் கிவனதிபன் ஆகில்
இகலுமவ மிருத்துபயம் இட்டசன விரோதம்
மடவாதே! சேய்பார்த்தால் பெரியோர்கள் பகையாம்
வரும்பரி காரம்சூரிய நமஸ்காரம் சொல்லே. *(5) (210)*

(இ.ள்) இளமையான பெண்ணே! சூரியன், 1,4,7,10 ஆகிய கேந்திர வீடுகளை அடைந்திருந்தாலும் 1,5,9 ஆகிய திரிகோண வீடுகளில் இருந்தாலும், சொல்லுவதற்கரிய மூன்றாமிடம், பதினோராமிடம் ஆகிய வீடுகளில் இருந்தாலும் உயர்ந்தோரால் பாராட்டையும் பரிசுகளையும் பெறுவான். அதிகசுகம் சேரும். புத்திரர்களாலும் களத்திரத்தினாலும் மிகுந்த மகிழ்ச்சி உண்டாகும். சூரியன், இரண்டாமிடம், ஏழாமிடம் இவற்றுக்கு அதிபதியாக விளங்கினால், மரண பயம் உண்டாகும். அன்புடன் கூடிய நெருங்கிய

உறவினர்கள் விரோதியாவார்கள். இவ்விடங்களில் உள்ள சூரியனைச் செவ்வாய் பார்த்தால், பெரியோர்களிடம் பகை உண்டாகும். இதற்குப் பரிகாரமாக சூரிய நமஸ்காரம் செய்ய வேண்டும் என்றவாறு.

ஆக விருத்தம் 210

❖

4.8 இராகுதிசை – சந்திர புத்தி

சொல்லும்ராகு திசைதனிலே சசிபுத்தி யதுதான்
தோன்றிவரும் பதினெட்டு மாதமது தனிலே
நலமாகும் இராகுவுக்குச் சசியந்தர்க் கதனாய்
நண்ணிடினும் உச்சசொக்ஷேத் திரத்தையடைந் தாலும்
பலமான திரிகோண கேந்திரலா பங்கள்
பெற்றாலும் சுபனோடே கூடியிருந் தாலும்
குலராச ரபிமானம் சிவிகைவஸ்த்ரா பரணம்
கூறுபுத்திர இலாபமெல்லாம் கூடிடும்பெண் மயிலே. (1) (211)

(இ.ள்) மயிலைப் போன்ற சாயலையுடைய பெண்ணே! இராகுதிசை பதினெட்டு ஆண்டுகளில் சந்திரனின் புத்தி ஓராண்டு, ஆறு மாதங்கள். இராகுவுடன் சந்திரன் சேர்ந்து இருந்தாலும், சந்திரன் தன் உச்சவீடான ரிஷப இராசியில் இருந்தாலும், சொந்தவீடான கடக இராசியில் இருந்தாலும் 1,4,7,10 ஆகிய கேந்திர வீடுகளில் இருந்தாலும், 1,5,9 ஆகிய திரிகோண வீடுகளில் இருந்தாலும், இலாபஸ்தானமான பதினோராம் இடத்தில் இருந்தாலும், நற்கோள் களுடன் கூடி இருந்தாலும், உயர்ந்தோரின் நம்பிக்கைக்குப் பாத்திரமாவான். வாகனச் சேர்க்கை உண்டாகும். உயர்ந்த ஆடை, ஆபரணங்கள் சேரும். புத்திர இலாபம் அதிகமாக உண்டாகும்.

கூடியதோர் பூரணச்சந் திரனாகி யிருந்தால்
குறையாத பலன்ராச்சிய இலாபமிக உண்டாம்
தேடரிய சகமசுவ இலாபநாற் காலி
சேர்தான்ய லாபமொடு களத்ரபுத்ர இலாபம்
மூடலுறு சட்டாட்ட வியந்தனிலே பாவி
உடன்கூட க்ஷீணசந் திரனா லாகில்
தோடவிழும் பூங்குழலாய்! களத்ரபுத்ர நாசம்
சொலும்பூமி பிதுர்நாசம் தோன்றிடுமென் றுரையே. (2) (212)

(இ.ள்) இதழ்கள் விரியக்கூடிய பூக்களைச் சூடியுள்ள கூந்தலை யுடைய பெண்ணே! சந்திரன், பூரணச் சந்திரனாக இருந்தால், மிகுந்த நன்மைகள் உண்டாகும். இராச்சிய இலாபம் உண்டாகும். வாகனச் சேர்க்கை ஏற்படும். கால்நடைகளாலும் பயிர்த்தொழிலாலும் பொருட்சேர்க்கை உண்டாகும். களத்திரத்தாலும் புத்திரர்களாலும் மிகுந்த மகிழ்ச்சி உண்டாகும். சந்திரன், ஆறு, எட்டு, பன்னிரண்டு ஆகிய இடங்களில் தீயக்கோள்களுடன் சேர்ந்திருந்தாலும், தேய்பிறைச் சந்திரனாக இருந்தாலும் களத்திரத்திற்கும் புத்திரர்களுக்கும் தந்தைக்கும் கேடு உண்டாகும். பூமி நாசம் அடையும் என்று சொல்வாயாக என்றவாறு.

நாசமில்லாத் தென்திசையில் பிரயாண மாகும்
ராசாக்கள் பேட்டியுறும் நாற்காலி லாபம்
பேசரிய நற்கிரக லாபமிக உண்டாம்
பின்னஞ்சு பன்னொன்றில் இருப்பானே எனினும்
தோஷமில்லாக் கேந்திரத்தில் தானிருந்த போதும்
சுயகிரக மதுதனிலே சீதேவி சேரும்
காசினியில் நினைத்ததெல்லா மதிலாப மாகும்
கருதரிய தனம்சேரும் அதிகசுக மாமே. ***(3) (213)***

(இ.ள்) தென்திசையை நோக்கிப் பயணம் மேற்கொள்ள வேண்டியதாகும். அரசரை நேரில் கண்டு பேச வாய்ப்பு ஏற்படும். பொருட்சேர்க்கை உண்டாகும். சாதகனுக்குச் சொந்தமாக நல்ல வீடுகள் கிடைக்கும். இச்சந்திரன் ஐந்தாமிடம், பதினோராம் இடம் ஆகியவற்றில் இருந்தாலும், குற்றமற்ற 1,4,7,10 ஆகிய கேந்திர வீடுகளிலே இருந்தாலும் சொந்த வீட்டில் செல்வம் சேரும். நினைத்த காரியங்கள் எல்லாம் இலாபத்துடன் கைகூடும். பொருள் சேரும். அதிகசுகம் உண்டாகும் என்றவாறு.

அதிகீர்த்தி யுடனரசர் சன்மானம் உண்டாம்
ஆனதெய்வ பூசனைக ளதுமிகவும் செய்வன்
மதியாத சோரர்விர ணத்தினால் மரணம்
வாக்கேழுக் கிவனாத னாகில்அவ மிருத்து
விதியாகும் பரிகாரம் இடபமதைத் தானும்
வியன்மறையோர் தனக்கீந்தால் வெகுசுகமுண் டாகும்
கதிசேரும் மான்குளம்பை யரவபட மதனைக்
காய்ந்தமத பீடமெனக் கணிக்குமல்குல் திருவே. ***(4) (214)***

(இ.ள்) மானின் குளம்பையும் நல்ல பாம்பின் படத்தையும் தோற்கச் செய்யும் மதபீடத்தையொத்த அல்குலைக் கொண்ட அழகானப் பெண்ணே! அதிகமான புகழ் கிட்டும். அரசருடைய பாராட்டுகளும் பரிசுகளும் கிடைக்கும். தெய்வ தரிசனம் நேரும். வாக்குஸ்தானம் என்று சொல்லக்கூடிய இரண்டாமிடம் மற்றும் ஏழாமிடத்திற்கு இச்சந்திரன் அதிபதியாக விளங்கினால், திருடர் களாலும் காயங்களாலும் மரணம் நேரிடும் அல்லது மரணபயம் உண்டாகும். இதற்குப் பரிகாரகமாகக் காளைமாடு ஒன்றை அந்தணர்க்குத் தானமாகக் கொடுக்க வேண்டும். அவ்வாறு கொடுத்தால் மரணபயம் நீங்கி, அதிக சுகம் உண்டாகும்.

❖

4.9 இராகுதிசை – செவ்வாய் புத்தி

திருவேகேள் இராகுதிசை யதனில் செவ்வாய்
சேர்புத்தி வருடமொன்று நாள்பதினெட் டாகும்
பரிவாகச செவ்வாய்ரா குவுக்கந்தர்க் கதனாய்ப்
பதிந்தாலும் கேந்திரகோ ணத்தையடைந் தாலும்
பெரிதான உச்சசொக்ஷேத் கேந்திரலாபம் பெறினும்
பலவானாய் இருந்தாலும் சுபாங்கிசம்பெற் றிடினும்
அரிதான சுபருடனே நோக்குரினும் மூன்றில்
ஆறுபத்து பன்னொன்றில் இருந்தாலும் கேளே.

(1) (215)

(இ.ள்) அழகான பெண்ணே! கேட்பாயாக! இராகுதிசை பதினெட்டு ஆண்டுகளில், செவ்வாயின் புத்தி, ஓராண்டு, பதினெட்டு நாட்கள். செவ்வாயும் இராகுவும் சேர்ந்து இருந்தாலும் 1,4,7,10 ஆகிய கேந்திர வீடுகளில் இருந்தாலும் 1,5,9 ஆகிய திரிகோண வீடுகளை அடைந்தாலும், செவ்வாய் தன் உச்சவீடான மகர இராசியில் இருந்தாலும், சொந்தவீடுகளான மேஷ இராசி, விருச்சிக இராசிகளில் இருந்தாலும், பலம்பெற்று இருந்தாலும் சுபாங்கிசம் பெற்று இருந்தாலும், நற்கோள்களுடன் இருந்தாலும் நற்கோள்களின் பார்வையைப் பெற்று இருந்தாலும், மூன்றாமிடம், ஆறாமிடம், பத்தாமிடம், பதினோராம் ஆகிய இடங்களில் ஏதேனும் ஒன்றில் இருந்தாலும் வரும் பலன்களைக் கேட்பாயாக என்றவாறு.

ஆனதொரு தேகசவுக் கியம்ஆன ராச்சியம்
அதுலாபம் அதிகபலன் நாற்காலி சேரும்
கோனவன்தன் பேட்டிவரும் தேவப்பிர சாதம்
கூடிவரும் அதிகசௌக்ய வஸ்திரா பரணம்
தானமிகும் புத்ரலாபம் பெருகும் உயர்ந்த
தன்மனையில் கலியாண சோபனமும் உண்டாம்
மீனினையும் வாளினையும் வேலினையும் பழித்து
விளங்கியகா தொடுவா தாடும்விழிக் குயிலே. ***(2) (216)***

(இ.ள்) மீனையும் வாளையும் வேலையும் பழிக்கக் கூடிய விழிகளையுடைய தன் குயில்போன்ற இனிய குரலால் இன்சொற் களைக் காதில் பேசக்கூடிய குயிலை ஒத்தபெண்ணே! உடல் ஆரோக்கியக் குறைவு உண்டாகும். இராச்சிய இலாபம் கிடைக்கும். நான்குகால் விலங்குகளால் இலாபம் கிட்டும். உயர்ந்தோரால் மதிக்கப்படுவான். தெய்வ அருள் கிட்டும். அதிக நலன்கள் உண்டாகும், உயர்ந்த ஆடை, ஆபரணச் சேர்க்கை வரும். புத்திரர்களால் மகிழ்ச்சி உண்டாகும். வீட்டில் திருமணம் சுபசோபனங்களும் உண்டாகும் என்றவாறு.

வாதாடும் சட்டாட்ட வியந்தனிலே பாவ
வர்க்கமுடன் கூடியே நீசனா யிடினும்
தீதாரும் களத்திரத்தால் வெகுகலகம் உண்டாம்
சேயுடனே களத்திரமும் வெகுநாச மாகும்
மாதேகேள்! பரதேச சஞ்சாரம் சமரில்
வந்துவிடும் சயங்களது காரியுடன் கூடில்
ஈதேனுங் காரியினால் நோக்குற்றா லுந்தான்
இசைபுத்ர நாசமுண்டாம் மானபங்க மாமே. ***(3) (217)***

(இ.ள்) பெண்ணே! கேட்பாயாக செவ்வாய், ஆறாமிடம், எட்டாமிடம், பன்னிரண்டாமிடம் ஆகிய இடங்களில் ஏதேனும் ஒன்றில் இருந்தாலும், தீயக்கோள்களுடன் சேர்ந்து இருந்தாலும், நீசனாக இருந்தாலும், களத்திரத்தால் மிகுந்த கலகங்கள் தோன்றும். புத்திரர்க்கும், களத்திரர்க்கும் அதிகமாகத் தீங்கு நேரும். வெளியூர் களுக்குச் சென்று அலைய வேண்டியதாகும். செவ்வாயும் சனியும் கூடி இருந்தால் போரில் வெற்றி கிடைக்கும். இந்தச் செவ்வாய், சனியால் பார்க்கப்பட்டால் புத்திரர்களுக்குக் கேடுண்டாகும். அவமானம் ஏற்படும் என்றவாறு.

மேதினியில் கேந்திரகோ ணத்தையடைந் தாலும்
விளங்கியமூன் றொன்பதிலே வீற்றிருந்தா னேனும்
போதரிய பூமியற்ப லாபமது வாகும்
உயர்ராச ரபிமானம் சோபனமும் சேரும்
நீதமுறு பரதேச சஞ்சாரம் தனிலே
நீதிமன்னர் பேட்டியது நிதநிதமுண் டாகும்
சூதனைய மருப்பினையும் பொருப்பினையும் பழித்துத்
துத்திபடர்ந் திலகுமுலைத் தூயமதன் ரதியே. ***(4) (218)***

(இ.ள்) சொக்கட்டான் காய்களையும் யானையின் தந்தங் களையும் மலையையும் பழிக்கும் தேமல் படர்ந்துள்ள தனங்களைக் கொண்ட தூய்மையான மன்மதனின் இரதியை ஒத்தவளாக அழகுடன் விளங்கும் பெண்ணே! செவ்வாய், *1,4,7,10* ஆகிய கேந்திர வீடுகளில் இருந்தாலும், *1,5,9* ஆகிய திரிகோண வீடுகளில் இருந்தாலும், மூன்று, ஒன்பது ஆகிய இடங்களில் இருந்தாலும் சிறிதளவு பூமி இலாபம் கிட்டும். அரசரின் நம்பிக்கைக்குப் பாத்திரமாவான். சோபனமும் சேரும். வெளிநாடுகளுக்குச் சென்று அலைந்து, அரசரை நேரில் கண்டு நட்பு கொள்வான்.

தூயதொரு சட்டாட்ட வியந்தனிலே செவ்வாய்
சொலும்பாவி யுடன்கூடில் களத்ரபுத்ர நாசம்
மாயதொரு சகோதரநா சம்பந்துவி ரோதம்
மானகளத் திரமதனால் வெகுகலகம் உண்டாம்
தீயதனால் அரசரால் சோரரால் பயமாம்
சேரதன தான்யநாச நீரிழிவு சேரும்
காயமதில் விஷதிருஷ்டி பரதேச கமனம்
கலியாண மத்தியத்தில் சௌக்கியமுண் டாமே. ***(5) (219)***

(இ.ள்) ஆறு, எட்டு, பன்னிரண்டாம் இடங்களில் செவ்வாய் தீயக்கோள்களுடன் கூடி இருந்தால், களத்திரத்திற்கும் புத்திரர் களுக்கும் கேடுண்டாகும். சகோதரர்களுக்குத் தீங்குண்டாகும். உற்றார் உறவினர்கள் பகை ஏற்படும். களத்திரத்தால் பெரிய கலகம் உண்டாகும். உயர்ந்தோராலும் திருடர்களாலும் தீயாலும் மிகுந்த பயம் வந்து சேரும். தனம், தானியம் போன்றவை நாசம் அடையும். சர்க்கரை நோய் உண்டாகும். வெட்டுக்காயமும் விஷ பாதிப்பும் உண்டாகும். பிற தேச பெண்களுடன் உறவு உண்டாகும். செவ்வாய் புத்தியின் மத்தியபாகத்தில் நலங்கள் உண்டாகும் என்றவாறு.

(வேறு)

மத்தியமிரண் டேழி னுக்கும் வாக்கு மதிப னாகில்
சத்தியாய் அகால மிருத்துத் தான்வரும் பரிகா ரங்கேள்
சுத்தமாம் இடப தானம் சொன்மறை யோருக் கீய்ந்து
சித்தமாய் மிர்த்தி யுஞ்ச செபம்செய்ய தீருந் தானே. (6) (220)

(இ.ள்) இரண்டாமிடம், ஏழாமிடம் ஆகிய இடங்களுக்குச் செவ்வாய் அதிபனாக இருந்தால், அகால மரணம் வரும். இதற்குப் பரிகாரமாகக் காளைமாடு ஒன்றை அந்தணர்க்குக் கொடுத்து மிருத்யுஞ்ச யாகம் செய்ய வேண்டும். அவ்வாறு செய்தால் தீமைகள் நீங்கி நன்மைகள் உண்டாகும் என்றவாறு.

ஆக விருத்தம் 220

5. குருதிசைப் படலம்

செயமான வியாழதிசை பதினாறாண் டாகும்
செய்யதிசை அதன்பலன்கேள் இராச்சிய இலாபம்
நயமான தன்மம்வரும் தனதான்ய இலாபம்
நலந்திகழ்சோ க்ஷேத்திரஉச்ச நாடியிருந் தாக்கால்
கயமோடு பரிசிவிகை அதிகராச் சியமும்
கதித்துமிக லாபமுறும் கனசிவிகை சேரும்
வயமான ராசரபி மானமுண்டா மென்று
வகுத்துரைத்தார் பராசரமா முனிவடநூல் தனிலே.

(1) (221)

(இ.ள்) குருதிசை, பதினாறு ஆண்டுகளின் பலனைக் கேட்பாயாக. இராச்சிய இலாபம் உண்டாகும். தர்மங்கள் செய்வான். தனதானிய இலாபம் கிடைக்கும். ஆட்சி வீடுகளான தனுசுஇராசி, மீன இராசிகளில் இருந்தாலும் உச்சவீடான கடக இராசியில் இருந்தாலும் வாகனச் சேர்க்கை உண்டாகும். இராச்சிய இலாபம் உண்டாகும். உயர்தோரின் நம்பிக்கைக்கும் பாத்திரமாவான் என்று பராசரமா முனிவர் வடமொழியில் எழுதிய சோதிட நூலில், வகுத்துரைத்துள்ளார் என்றவாறு.

வடநூலின் மொழிப்படியே திரிகோணத் தேனும்
வாக்கினிலா பத்தேனும் வளர்குருவந் துற்றால்
திடமீரும் சௌக்யமுடன் சிவிகைவஸ்திர லாபம்
சிவபூசை தான்புரிவான் சட்டாட்ட வியத்தில்
கொடுநீச னாலதிக துக்கம்வந்து கூடும்
அன்னியதே சமதிற்சஞ் சாரமும் உண்டாம்
படிமீதில் தனதான்யம் வெகுநாச மாகும்
பாலினையும் தேனினையும் பழித்தமொழி அணங்கே.

(2) (222)

(இ.ள்) பாலின் சுவையையும் தேனின் இனிமையையும் பழிப்பதுபோன்ற இனிய சொற்களைப் பேசும் பெண்ணே! வடநூலின் மொழிப்படி, *1,5,9* ஆகிய திரிகோண வீடுகளில் இருந்தாலும், இரண்டாமிடம், பத்தாமிடம் ஆகிய இடங்களில் இருந்தாலும் நலங்கள் உண்டாகும். வாகனச் சேர்க்கை உண்டாகும். உயர்ந்த ஆடைகள் வாங்குவான். சிவபூசை செய்வான். குரு, ஆறாமிடம், எட்டாமிடம், பன்னிரண்டாம் இடம் ஆகிய இடங்களில் இருந்தால் அதிகமான துக்கம் வந்து சேரும். வேறு நாடுகளுக்குச் சென்று அலைய நேரிடும். தனம், தானியம் போன்றவை மிகுந்த அளவில் சேதமாகும் என்றவாறு.

ஆக விருத்தம் 222

❖

5.1 குருதிசை – குரு புத்தி

கேடில்ரவி யாழ்திசை தனில்தனது புத்தி
கேட்டிடுவாய் மாதமிரு பத்தைந் துடனே
ஈடில்லா நாள்பதினெட் டாகுமது தனிலே
இசைந்தகுரு உச்சசொக்ஷேத் திரத்தையடைந் தாலும்
நாடியே கோணகேந் திரத்தையடைந் தாலும்
ராச்சியபலன் சந்தோஷ ராசசன்மா னங்கள்
கூடுமே கலியாண சோபனமோ டில்லில்
குறித்ததிரு வாழுமென்று கூறினர்கற் றோரே. ***(1) (223)***

(இ.ள்) குற்றமற்ற குருதிசையில், குருபுத்தி இரண்டு ஆண்டுகள், ஒருமாதம், பதினெட்டு நாள். குரு உச்சவீடான கடக இராசியில் இருந்தாலும், சொந்தவீடுகளான தனுசு இராசி, மீன இராசி ஆகிய வற்றில் இருந்தாலும், 1,4,7,10 ஆகிய கேந்திர வீடுகளில் இருந் தாலும், 1,5,9 ஆகிய திரிகோண வீடுகளில் இருந்தாலும் இராச்சிய பலன் கிடைக்கும். மனதில் மகிழ்ச்சி நிலவும், உயர்ந்தோரின் பாராட்டுக்களும் பரிசுகளும் கிடைக்கும். வீட்டில் திருமணம் முதலான மங்கல நிகழ்ச்சிகள் நடைபெறும். செல்வம் நிறைந்திருக்கும் என்று சோதிடக்கலையில் வல்லவர்கள் கூறியுள்ளார்கள் என்றவாறு.

கூறியதோர் சிவபூசை நற்கரும தியானம்
குலமறையோர் சன்மானம் நாற்காலி லாபம்
தேறியதோர் வஸ்திரா பரணலா பங்கள்
தேகசவுக் கியமுடனே செல்வமிக உண்டாம்
சீறியதோர் நீசாங்கிச நீசரா சியினில்
சேர்ந்தாலும் சட்டாட்ட வியத்திலிருந் தாலும்
மீறிவரும் அரசரால் கோபம்வரும் சத்துரு
மித்துருபயம் தாயாதி விரோதமுமுண் டாமே. *(2) (224)*

(இ.ள்) இச்சாதகன் சிவபூசைகளையும் நல்ல பல காரியங் களையும் செய்வான். தியானம் செய்வான். அந்தணர்களுக்குப் பொருள்களைத் தானமாக வழங்குவான். நான்குகால் விலங்குகளால் இலாபம் கிடைக்கும். உயர்ந்த ஆடை, ஆபரணச் சேர்க்கை உண்டாகும். உடல் ஆரோக்கியத்துடன் செல்வம் மிகுதியாகச் சேரும். குரு, நீச வீடாகிய மகரவீட்டில் இருந்தாலும், நீசாங்கிசம் பெற்று இருந்தாலும், ஆறாமிடம், எட்டாமிடம், பன்னிரண்டாமிடம் ஆகிய இடங்களில் இருந்தாலும் உயர்ந்தோரின் கோபத்திற்கு ஆளாக நேரிடும். பகைவர்களாலும், நண்பர்களாலும் அச்சம் ஏற்படும். பங்காளிகள் விரோதிகள் ஆவார்கள் என்றவாறு.

தாயாதி கலகமுடன் தனதான்ய நாசம்
தனயர்களத் திரம்பிரிவு தானேயுற் றிடுமாம்
ஓயாமல் பரதேசம் சஞ்சாரம் செய்வன்
உறும்வாக்கி னுடனேமுக் கிவனாதன் ஆகில்
மாயாத அவமிருத்து மயமாகும் அதற்கு
வருபரிகா ரஞ்சொல்லக் கேள்மறையோர் தனக்கு
நீயாவை கொடுத்தபின்பு சிவசகஸ்ர நாமம்
நித்தியமும் செபம்செய்ய சுகமுறுமென் றுரையே. *(3) (225)*

(இ.ள்) பங்காளிகள் கலகத்துடன் பொருள், தானியம் போன்றவை நாசமாகும். புத்திரர்கள், களத்திரம் போன்றோரைப் பிரிய நேரிடும். வெளிநாடுகளுக்குச் சென்று அலைய நேரிடும். குரு, இரண்டாமிடம், ஏழாமிடம் ஆகிய இடங்களுக்கு அதிபதியாக விளங்கினால் மரண பயம் வரும். இதற்குப் பரிகாரமாக, அந்தணர்களுக்குப் பசுவைத் தானமாகக் கொடுத்துச் சிவசகஸ்ர நாம அர்ச்சனையைத் தினமும் செய்து வரவேண்டும். அவ்வாறு செய்துவந்தால் துன்பங்கள் நீங்கி, சுகம் உண்டாகும் என்றவாறு.

ஆக விருத்தம் 225

❖

5.2 குருதிசை – சனி புத்தி

உற்றகுரு திசையதனில் சனிபுத்தி யதுதான்
உரைத்திடுமுப் பதுமாதநாள் பனிரெண் டதனில்
நற்றமிலாக் குருவுக்குச் சனியந்தர்க் கதனாய்
ஆயிடினும் உச்சசொக்ஷேத் திரத்திலிருந் தாலும்
மற்றுமுரு கேந்திரகோ ணத்திலிருந் தாலும்
வருமூன்றறு பத்துபதி னொன்றிலிருந் தாலும்
வெற்றிபெறும் வேல்விழியாய் குயில்மொழியாய்ப் பலனை
விவரமுடன் எடுத்துவிளம் பிடுவன் கேளே. ***(1) (226)***

(இ.ள்) வெற்றிபெறும் வேல்போன்ற கண்களையும் குயில் போன்ற இனியமொழிகளையும் உடைய பெண்ணே! குரு திசை, பதினாறு ஆண்டுகளில், சனிபுத்தி ஆண்டு 2, மாதங்கள் 2, நாட்கள் 12. குருவுடன் சனி ஒன்றாகச் சேர்ந்து இருந்தாலும் உச்சவீடான துலாம் இராசியில் இருந்தாலும் சொந்த வீடுகளாகிய, மகர இராசி, கும்ப இராசி ஆகிய இராசிகளில் இருந்தாலும், 1,4,7,10 ஆகிய கேந்திர வீடுகளில் இருந்தாலும் 1,5,9 ஆகிய திரிகோண வீடுகளில் இருந்தாலும், மூன்றாமிடம், ஆறாமிடம், பத்தாமிடம், பதினோராம் இடம் ஆகிய இடங்களில் இருந்தாலும் வரக்கூடிய பலன்களை விபரமாக எடுத்துக் கூறுவேன் கேட்பாயாக என்றவாறு.

விளம்பியதோர் இராச்சியங்கள் இலாபமிகச் சேரும்
மிகுந்ததன தான்யவஸ்திரா பரணமுமே உண்டாம்
வளம்பெருகுஞ் சிவிகையுடன் நாற்காலி லாபம்
வளர்புத்ர களத்ரசுக மன்னவர்கள் பேட்டி

தொழுங்குடக்குத் திசையதனில் அதிகபயம் உண்டாம்
தூயதொரு தீர்த்தயாத் திரையுமிகப் பலிக்கும்
விளங்கதிர்சேர் மதிநுதலாய் பராசரமா முனியும்
விளம்புமொழிப் படிதமிழில் இயம்பிடுபூங் கொடியே.
(2) (227)

(இ.ள்) ஒளி பொருந்திய மூன்றாம் பிறையை ஒத்த புருவங் களைக் கொண்ட பெண்ணே! இராச்சிய இலாபம் உண்டாகும் தன, தான்ய சேர்க்கை, உயர்ந்த ஆடை ஆபரணச் சேர்க்கை உண்டாகும். வாகன யோகம் ஏற்படும். நான்குகால் விலங்குகளால் இலாபம் கிட்டும். புத்திரர்களாலும் களத்திரத்தாலும் மகிழ்ச்சி உண்டாகும். உயர்ந்தோரின் நட்பு கிட்டும். மேற்குத் திசையிலிருந்து கெட்ட செய்திகள் வரும் என்ற அச்சம் உண்டாகும். புண்ணிய தலங்களைத் தரிசிக்க பயணம் ஒன்றை மேற்கொள்ள வாய்ப்பு ஏற்படும். பராசர மாமுனிவர் கூறியுள்ளபடியே வடமொழியில் உள்ளதை மொழி பெயர்த்துப் பூங்கொடியே தமிழில் நீ கூறுவாயாக என்றவாறு.

இயம்பியசட் டாட்டவியந் தனிலிருந் தாலும்
இயம்புமஸ்த மனமாகி இவனிருந்தா னேனும்
செயம்புனையா னீசனாய் இருந்தாலும் தான்யம்
திகழ்தனம் புத்திரநாசம் களத்திரத்தால் கலகம்
வயம்பொருந்தும் அரசரால் சோரரால் தீயால்
வருபயமும் கிரகமதில் சுபங்களுமுண் டாகும்
தயங்குமன வியாதியுடன் பருவிலங்கு சேரும்
தளதளெனப் பளபளெனத் தயங்குமுலை திருவே. ***(3) (228)***

(இ.ள்) செழுமையோடும், பொலிவோடும் விளங்கும் தனங் களை உடைய அழகு பொருந்திய பெண்ணே! சனி, ஆறாமிடம், எட்டாமிடம், பன்னிரண்டாமிடம் ஆகிய இடங்களில் இருந்தாலும், சனி அஸ்தமனமாகி இருந்தாலும், வெற்றியைத் தராத நீசனாக மேஷ இராசியில் இருந்தாலும் தானியங்கள், பொருள்கள் போன்றவை நாசமாகும். புத்திர்களுக்குத் தீங்கு ஏற்படும். களத்திரத்தால் கலகம் உண்டாகும். உயர்ந்தோராலும், திருடர்களாலும், தீயாலும் அச்சம் ஏற்படும். வீடுகளில் நன்மைகள் உண்டாகும். மனவியாதியுடன், விலங்கு பூண நேரிடும் என்றவாறு.

வெய்யவன்தன் மகன்புத்தி ஆதியிலே அரசர்
மிகுகோபம் தனதான்ய நாசமது வாகும்
மையமதில் தனதான்ய லாபமகா சௌக்கியம்
வருங்கடையில் களத்திரமும் பிதுர்நாச மாகும்
துய்யதொரு கேந்திரகோ ணத்திலிருந் தாலும்
சொலுமூன்றில் பதினொன்றில் அவனுந்தா னேக
வையகத்திற் தனதான்யம் பூமிபுத்ர லாபம்
வாகாகக் கிடைக்குமென வகுத்துரைசெய் வாயே.

(4) (229)

(இ.ள்) குருதிசையில், சனிபுத்தியின் தொடக்கத்தில் உயர்ந்தோரின் கோபத்திற்கு ஆளாக நேரிடும். தனம், தானியம் நாசமாகும். சனிபுத்தியின் மத்தியில், தனதான்ய சேர்க்கை உண்டாகும். அதிக சௌகரியங்கள் உண்டாகும். சனிபுத்தியின் கடைசியில் களத்திரத் திற்கும் தந்தைக்கும் கேடுண்டாகும். சனி, *1,4,7,10* ஆகிய கேந்திர வீடுகளில் இருந்தாலும் *1,5,9* ஆகிய திரிகோண வீடுகளில் இருந்தாலும், மூன்றாமிடம், பதினோராம் இடத்தில் இருந்தாலும் தனதான்ய இலாபம் உண்டாகும். பூமிச் சேர்க்கை, புத்திரர்களால் மகிழ்ச்சி ஏற்படும் என்பதை எடுத்துக் கூறுக என்றவாறு.

மதித்திடும்சட் டாட்டவியந் தனில்பாவி யுடனே
மந்தனிருப் பானாகில் தனதான்ய நாசம்
கதித்திடுமுத் யோகமித்ரு பந்துசன நாசம்
கனபீடை யுண்டிரண்டே ழுக்குடையோ னாகில்
அதின்பலன்கேள் அவமிருத்து பயம்பரிகா ரந்தான்
அரிசகஸ்ர நாமசெப மானவிஷ்ணு செபமும்
விதத்துடனே மிகுந்திஞ்ச செபமதுவும் செய்தே
இசைஅஸ்வ தானமும்மேற் றிடும்பெண் ணரசே. *(5) (230)*

(இ.ள்) பெண்களில் தலைமை சான்ற பெண்ணே! சனி, ஆறாமிடம், எட்டாமிடம், பன்னிரண்டாமிடம் ஆகிய இடங்களில் தீயக் கோள்களுடன் சேர்த்து இருந்தால், தன, தானிய நாசம் உண்டாகும். செய்யும் தொழிலில் இடர்பாடு உண்டாகும். நண்பர்கள், உற்றார் உறவினர்களுக்குத் தீங்கு நேரிடும். சனி, இரண்டாமிடம், ஏழாமிடம் இவற்றுக்கு அதிபதியாக இருந்தால் மரண பயம் உண்டாகும். இதற்குப் பலனைக் கேட்பாயாக. விஷ்ணு சகஸ்ர நாம

அர்ச்சனை செய்து, மிருத்யுஞ்ச யாகமும் செய்து, குதிரை ஒன்றைத் தானமாகக் கொடுத்தால் துன்பங்கள் நீங்கி, நன்மைகள் உண்டாகும் என்பதை உரைப்பாயாக.

ஆக விருத்தம் 230

❖

5.3 குருதிசை – புதன் புத்தி

அரசனார் திசையதனில் புந்தியப காரம்
ஆனஇரு பத்தேழு மாதநாள் ஆறில்
உரைகுருவுக் கந்தர்க்கத னாய்புதனா னாலும்
உற்றசவுக் கியம்தனலா பங்கள்மிக உண்டாம்
தரையதனில் திசைநாதன் நோக்கமுற் றானேல்
தருசுகமும் இராச்சியமும் இலாபம்ரா சாக்கள்
பிரசாத மகிமையினால் நினைத்ததுகை கூடும்
பின்புசேர் தனலாபம் பெருகுமென்ப பேசே. *(1) (231)*

(இ.ள்) குருதிசை பதினாறு ஆண்டுகளில், புதன்திசை இரண்டு ஆண்டுகள், மூன்று மாதங்கள், ஆறு நாட்கள். குருவும் புதனும் சேர்ந்திருந்தால், நன்மைகள் கிட்டும். பொருள் சேர்க்கை ஏற்படும். புதன், திசாநாதனான குருவால் பார்க்கப்பட்டால், உடல் நலத்துடன் மனமகிழ்ச்சி உண்டாகும். இலாபம் கிடைக்கும். உயர்ந்தோரின் உதவியால் நினைத்த காரியங்கள் அனைத்தையும் வெற்றியுடன் நிறைவேற்ற இயலும். செல்வம் மேன்மேலும் பெருகும் என்று கூறுவாயாக என்றவாறு.

பேசியசெவ் வாய்நோக்கம் புந்திக்குண் டாகி
பெரிதான கட்டமுறு இராச்சியமும் நாசம்
மோசம்வரும் தனதான்யம் விவசாயம் காச்சல்
முழுதான ரோகமுண்டு சொக்ஷேத் திரத்தில்
காசினியோர் புகழ்ந்திடுகேந் திரத்திலிருந் தாலும்
கருதரிய வாக்குலா பத்திலிருந் தாலும்
தேசுபெறு தேமல்படர்ந் தழகுபெருந் தனத்தாய்!
செப்பிடுநற் பயன்களெல்லாம் தெளிந்துரைசெய் வாயே!
(2) (232)

(இ.ள்) ஒளிபொருந்திய தேமல் படர்ந்து அழகு செய்யக்கூடிய பெருத்த கொங்கைகளை உடைய பெண்ணே! குரு திசையில் புதன் புத்தியில், செவ்வாயின் பார்வை புதனுக்கு ஏற்படுமானால் துன்பங்கள் வரும். இராச்சியம் நாசமாகும். ஏமாற்றப்படுவான். தன தான்ய போன்றவற்றிற்குத் தீங்கு நேரும். பயிர்த்தொழிலில் விளைச்சல் குறையும். காய்ச்சல் வரும். புதன், தன் சொந்த வீடுகளான மிதுன இராசி, கன்னி இராசிகளில் இருந்தாலும் 1,4,7,10 ஆகிய கேந்திர வீடுகளில் இருந்தாலும் எண்ணுதற்கரிய வாக்குஸ்தானமாகிய இரண்டாமிடம், இலாபஸ்தானமான பதினோராமிடம் ஆகிய இடங்களில் இருந்தாலும் வரக்கூடிய நல்லபலன்கள் அனைத்தையும் தெளிவாக அறிந்து கூறுவாயாக என்றவாறு.

செப்பிடுங்கால் கைதவறிப் போனராச் சியமும்
செயத்தாலே லாபமுறும் பந்துக்கள் சுகமாம்
ஒப்பரிய விவாகமுடன் சுகமுமுண் டாகும்
உயர்மேற்குத் திசையதனில் மன்னவர்கள் பேட்டி
தப்பிதமில் லாதுநினைத் ததுபலித மாகும்
தண்டிகையும் பூமியுடன் மிகலாபம் சேரும்
மைப்புயலைப் பொருதுசெயம் படைத்தபூங் குழலாய்
வடமொழிநூற் படிதமிழில் வகுத்தனர்கற் றோரே.

(3) (233)

(இ.ள்) கரிய மேகங்களை வெல்லும்படியான கருமையான விரிந்த மலர்களைச் சூடிய கூந்தலை உடைய பெண்ணே! கைவிட்டுப் போனஇராச்சியம் மீண்டும் கைக்குவந்து சேரும். வெற்றிகள் உண்டாகும். இலாபங்கள் கிடைக்கும். உறவினர்கள் நலமுடன் விளங்குவர். திருமணம் நிறைவேறும். இனிய அனுபவங்கள் உண்டாகும். மேற்குத் திசையில் அரசர்களைக் கண்டு பேச வாய்ப்பு ஏற்படும். நினைத்த காரியங்கள் அனைத்தும் கைகூடும். உயர்ந்த விருதுகள் கிடைக்கும். பூமிச் சேர்க்கையுடன் இலாபங்கள் கிடைக்கும் என வடமொழியில் பராசரர் எழுதிய நூலின்படி, சோதிடநூல் களைக் குற்றமறக் கற்றவர்கள், தமிழில் வகுத்துரை செய்துள்ளனர் என்பதை அறிவாயாக என்றவாறு.

வகுத்திடுசட் டாட்டவியத் தானத்தி லேதான்
மாபாவி யுடன்கூடி யிருக்கில்நோக் குறினும்
தொகுத்திடும்பா வந்தனிலே மனதுமிகச் சென்று
தூயபொரு ளதனாலே வெகுசேத மாகும்

செகத்தினிலே பயித்தியமா மனவியாதி விலங்கு
சேர்கிரக பெயர்ச்சியுடன் குளிர்சுரமும் காணும்
மிகுத்ததலை வலியுடனே கனசேத மாகும்
வீணையிசை போலுமொரு மெல்லியருக் கரசே. *(4) (234)*

(இ.ள்) வீணையிசையை ஒத்த இனிய சொற்களை உடைய பெண்களுக்கெல்லாம் தலைவியாக விளங்குபவளே! புதன், ஆறு, எட்டு, பன்னிரண்டு ஆகிய இடங்களில் தீயக் கோள்களுடன் சேர்ந்திருந்தாலும், தீயக் கோள்களால் புதன் பார்க்கப்பட்டாலும் இச்சாதகனின் மனம் பாவச் செயல்களில் ஈடுபடும். பொருள் சேதம் அதிகம் உண்டாகும். பைத்தியம், மனவியாதி போன்றவையும் குளிர்ச்சுரம், தலைவலி போன்றவையும் உண்டாகும். பொருள்களுக்கு மிகுந்த சேதம் ஏற்படும். நல்ல வீட்டைவிட்டு இடம்பெயர நேரிடும். அனைத்து வழிகளிலும் தீங்குகள் ஏற்படும் என்பதை அறிவாயாக என்றவாறு.

வீணையுடை யவன்கோண கேந்திரத்தி லேனும்
மிகுந்தவொன்பான் பதினொன்றில் உச்சத்தி லேனும்
காணரிய உச்சாங்கி சந்தனிலிருந் தாலும்
கருதரிய இரண்டினில்மூன் றினிலிருந்தா னேனும்
வாணிபமும் பலிக்கும்நர வாகனமும் சேரும்
மன்னவரால் உற்றசெயம் மாதுர்பிதுர் சுகமும்
காறுமிகு புதுக்கிரகம் உண்டாகும் ஞான
கனபுராணக் கேள்விகற் றறிவன் தானே. *(5) (235)*

(இ.ள்) புதன் 1,4,7,10 ஆகிய கேந்திர வீடுகளில் இருந்தாலும், 1,5,9 ஆகிய திரிகோண வீடுகளில் இருந்தாலும், ஒன்பது, பதினோராமிடம் இவற்றில் இருந்தாலும், உச்சவீடான கன்னி இராசியில் இருந்தாலும் உச்சாங்கிசத்தில் இருந்தாலும், நினைப்பதற்கு அரிய இரண்டாமிடம், மூன்றாமிடம் ஆகிய இடங்களில் இருந்தாலும், வாணிபம் சிறப்படையும், வாகனச் சேர்க்கை உண்டாகும். உயர்ந்தோரால் நினைத்த காரியங்கள் கைகூடும். தாய், தந்தையர் உடல் நலத்தோடும் மனமகிழ்ச்சியோடும் இருப்பார்கள். புதுவீடு கட்டுவான். மேலும் புராணம் முதலான பல நூல்களையும் கற்றுக், கல்வி கேள்விகளில் சிறந்து விளங்குவான் என்பதை அறிவாயாக என்றவாறு.

அறிவுமிகும் புலவனும்சட் டாட்டவியத் தன்னில்
யரும்பாவி யுடன்கூடில் சுபர்நோக்கில் லாத
குறியுடையோ னாகிடில் தனதான்ய நாசம்
குவலயத்தில் பரதேசம் சஞ்சாரம் கொடுக்கும்

சிறியவர்கள் பகையுமுண்டாம் நீரிழிவு ரோகம்
சேருமந்தப் பாவியுடன் நீச்சத்தில் இருந்தால்
வறுமைதரும் நாற்காலி நாசமுடன் கலகம்
வரும்விலங்குண் டாகுமின்னம் வகுத்திடக்கேள் மாதே.
(6) (236)

(இ.ள்) பெண்ணே! புதன், ஆறாமிடம், எட்டாமிடம், பன்னிரண்டாமிடம் ஆகிய வீடுகளில் இருந்தாலும், தீயக் கோள்களுடன் சேர்ந்து இருந்தாலும், நற்கோள்களின் பார்வை இல்லாதவனாக இருந்தாலும் தன, தானிய நாசம் உண்டாகும். பிற நாடுகளுக்குச் சென்று அலைய நேரிடும். சிறியவர்களோடு பகை உண்டாகும். சர்க்கரை நோய் உண்டாகும். புதன், பாவியரோடு சேர்ந்து நீச வீட்டில் இருந்தால், வறுமை தோன்றும், கால்நடைகள் அழியும், கலகங்கள் தோன்றும், விலங்குப்பூண நேரிடும். மேலும் அதன் பலன்களைக் கூறக் கேட்பாயாக.

நேயமிகும் சாதகனுக் கவமிருத்து பயமும்
நிகழ்த்திடுவாய் சுபக்கிரக நோக்குறில்நற் பலனாம்
மாயதொரு இரண்டேழுக் கிவனாத னாகில்
அவமிருத்து தோஷமுறும் அதிகபரி காரம்
மாயவன்ச கஸ்ரநாமம் சபிக்கத் தீரும்
மதனகுடம் தனைநிகர்த்து நிமிர்த்துதிரு மார்பில்
பாயுமிரு கோடனைய தனஞ்சுமந்தே இளைத்துப்
பசுங்கொடிபோல் ஒசியுமிடை பைந்தொடிப்பெண் ணமுதே.
(7) (237)

(இ.ள்) மன்மதன் குடத்தை ஒத்து விம்மி நிமிர்ந்து, ஆடவர் திருமார்பில் பாய்கின்ற இரண்டு மலைகளை ஒத்த கொங்கைகளைச் சுமந்து, பாரம் தாங்காமல் இளைத்துப் பசுமையான கொடியைப் போல அசைகின்ற இடையையும் பொன்னாலாகிய வளையல்களையும் அணிந்த பெண்களில் இனிமையான அமுதம்போன்று விளங்குபவளே! இச்சாதகனுக்கு மரணபயம் தோன்றும் புதன், நற்கோள்களால் பார்க்கப்பட்டால், நல்ல பலன் உண்டாகும். புதன், இரண்டு, ஏழு ஆகிய இடங்களுக்கு அதிபதியாக இருந்தால், மரணதோஷம் ஏற்படும். இதற்குப் பரிகாரமாக விஷ்ணு சகஸ்ரநாம அர்ச்சனை செய்ய வேண்டும். அவ்வாறு செய்தால் தோஷங்கள் தீர்ந்து நன்மைகள் உண்டாகும் என்றவாறு.

ஆக விருத்தம் 237

5.4 குருதிசை – கேது புத்தி

பொன்னவனார் திசையதனில் கேதுபுத்தி யதுதான்
பொருந்துபதி னொருமாதம் நாளாறின் பலன்கேள்
அன்னவனுக் கேகேதந் தர்க்கதனா னாலும்
அவன்சுபரோ டிருந்தாலும் அற்பசவுக் கியமாம்
வின்னமுறும் தரித்திரமும் கெட்டபோ சனமும்
மிகுத்ததலை இடிவாதம் பித்தமதி சாரம்
சொன்னதொரு இருமலுடன் உறும்ரோக குணமும்
சொலுமரசர் கோபமுண்டாம் என்றுரைசெய் வாயே.
(1) (238)

(இ.ள்) குருதிசை பதினாறு ஆண்டுகளில், கேது புத்தி பதினொரு மாதங்கள், ஆறு நாட்கள். குருவுடன் கேது சேர்ந்து இருந்தாலும், கேது, நற்கோள்களுடன் சேர்ந்து இருந்தாலும் சிறிதளவு நலன்கள் கிடைக்கும். வறுமை, காலம் தவறிய உணவு, தலைவலி, வாதம், பித்தம், அதிசாரம், இருமல் முதலான நோய்கள் உண்டாகும். உயர்ந்தோரின் கோபத்திற்கு ஆளாக நேரிடும் என்பதைக் கூறுவாயாக என்றவாறு.

உரைத்தசட் டாட்டவியந் தனிலே பாவி
உடன்கூடி இருந்தாலும் பாவிகள்பார் தாலும்
தரைமீது களத்ரபுத்ர நாசமுறும் பயமாம்
தரணிமன்னர் கோபமுறும் தனபந்து நாசம்
சிறைநோக்கும் விலங்குவரும் மனவியாதி உண்டாம்
சேர்ந்திரண்டே ழாமிடத்தில் இருப்பானே யாகில்
குறையாத அவமிருத்து பயங்களத்ர நாசம்
கூறுதற்குப் பரிகாரம் அசதானம் செய்யே. *(2) (239)*

(இ.ள்) கேது, ஆறு, எட்டு, பன்னிரண்டு ஆகிய இடங்களில் தீயக்கோள்களுடன் கூடியிருந்தாலும், இவ்விடங்களைத் தீயக்கோள்கள் பார்த்தாலும் களத்திரத்திற்கும் புத்திரர்களுக்கும் கேடுண்டாகும். அச்சம் ஏற்படும். உயர்ந்தோரின் கோபத்திற்கு ஆளாக நேரிடும். பொருள் நஷ்டம் ஏற்படும். உற்றார் உறவினர்களுக்குத் தீங்குண்டாகும். விலங்கு பூண நேரிடும். மனவியாதி உண்டாகும். குரு, இரண்டு, ஏழு ஆகிய இடங்களில் தீயக்கோள்களுடன் சேர்ந்து இருந்தால், மரண பயம் ஏற்படும். களத்திரத்திற்குக் கேடுண்டாகும். இதற்குப்

பரிகாரமாக, அந்தணர் ஒருவருக்கு ஆடு ஒன்றைத் தானமாகத் தரவேண்டும். அவ்வாறு செய்தால் துன்பங்கள் நீங்கி, நன்மைகள் ஏற்படும் என்றவாறு.

ஆகவிருத்தம் *239*

❖

5.5 குருதிசை – சுக்கிர புத்தி

செய்யதொரு குருதிசையில் கவிபுத்தி யதுதான்
சேர்மாதம் முப்பத்திரண் டதனின் பலன்கேள்
ஐயமில்லாப் புகர்குருவுக் கந்தர்க்கத னாகி
அதிகதிரி கோணகேந் திரத்தையடைந் தாலும்
மெய்யிலங்கு உச்சசொக்ஷேத் திரத்திலிருந் தாலும்
மிகுந்தஉச்சாங் கிசமாகி வீற்றிருந்தான் எனினும்
கையுடைய கசமசுவம் சிவிகைமிக இலாபம்
கருதரிய நாற்காலி பூலாபம் சுகமே. ***(1) (240)***

(இ.ள்) குருதிசை பதினெட்டு ஆண்டுகளில் சுக்கிரபுத்தி இரண்டு ஆண்டுகள், எட்டு மாதங்கள். சுக்கிரன் குருவோடு சேர்ந்து இருந்தாலும், *1,5,9* ஆகிய திரிகோண வீடுகளில் இருந்தாலும், *1,4,7,10* ஆகிய கேந்திர வீடுகளில் இருந்தாலும், சுக்கிரன் தன் உச்ச வீடான மீன இராசியில் இருந்தாலும், ஆட்சி வீடுகளான ரிஷப இராசி, துலாம் இராசிகளில் இருந்தாலும், உச்சாங்கிஷம் பெற்று இருந்தாலும் வாகனச் சேர்க்கை உண்டாகும். நான்குகால் விலங்கு களாலும், பூமியினாலும் இலாபம் உண்டாகும். இச்சாதகன், சுகமாக வாழ்வான் என்றவாறு.

குறிப்பு: கவி - சுக்கிரன்.

சுகமுடைய கிரகமதில் இந்திரைசேர்ந் திடுவாள்
துடிமன்னர் சமானமுடன் சாலுவையும் சேரும்
தகவுடைய சாரதாதன் இடம்வந்து சேரும்
தனித்துவட திசையதனில் தரணிமன்னர் பேட்டி
யுகமதனில் அதிகசுகம் சோபனமும் உண்டாம்
அன்னையுடன் பிதாவினுக்கு அதிகசுக மாகும்
நிகரில்லாத தேவதா பூசைமிக கிடைக்கும்
நெட்டிலைவேல் விழியுடைய நெரிசுரிபூங் குழலே. ***(2) (241)***

(இ.ள்) நீண்ட நெட்டிலிங்க இலையைப் போலவும் வேலைப் போலவும் விழிகளையுடைய நெருங்கிய, சுருண்ட கூந்தலை உடைய, பூசூடிய பெண்ணே! வீட்டில் செல்வம் சேரும். அரசருக்கு இணையான கௌரவம் வந்து சேரும். சரசுவதி கடாட்சம் வீட்டில் நிலவும். வடதிசையில் அரசரைக் கண்டு, அதனால் வாழ்வில் பல நன்மைகள் உண்டாகும். தாய், தந்தை இருவரும் உடல்நலத்துடனும் மனமிகழ்ச்சியுடன் விளங்குவர். தெய்வ வழிபாடு மிகுதியாகச் செய்வான் என்றவாறு.

குறிப்பு: இந்திரன் – இந்திராணி, இந்திரனின் மனைவி.

பூவினில்சட் டாட்டவிய மதுதனிலே புகர்தான்
பொல்லாத நீசனாய் இருக்கில்வெகு கஷ்டம்
ஆவலுடன் பந்துசன கலகமுடன் களத்ரம்
அதுதனக்குப் பீடையுறும் அதிகபயம் உண்டாம்
மனவலிதாய்ச் சனிசெவ்வாய் புகர்தனைப்பார்த் தாலும்
வருங்கலகம் ராசநிஷ்டு ரங்களுடன் விலங்கு
கேவலமா யதிரோகம் மங்கையர்மூ லத்தால்
கிட்டிடும விஷங்கலந்த அன்னபோ சனமே. *(3) (242)*

(இ.ள்) இவ்வுலகில் சுக்கிரன், ஆறு எட்டு, பன்னிரண்டு ஆகிய இடங்களில் நீசனாக இருந்தால், இச் சாதகனுக்கு மிகுந்த கஷ்டங்கள் உண்டாகும். உற்றார் உறவினர்களுடன் கலகம் ஏற்படும். களத்திரத்திற்கு அதிக தீங்குண்டாகும். மிகுந்த அச்சம் ஏற்படும். சனி, செவ்வாய் ஆகிய கோள்கள் சுக்கிரனைப் பார்த்தாலும் கலகம் வந்து சேரும். உயர்ந்தோருடன் பகை உண்டாகும். விலங்கு பூண நேரும். பெண்கள் உறவால் உடல்நலக்கேடு ஏற்படும். விஷம் கலந்த அன்னத்தை உண்ண நேரிடும் என்றவாறு.

கிட்டிடுமுன் பெண்கொடுத்த மாமனுடன் கலகம்
கிடைத்திடுநற் சோதரர்க்குப் பீடையது சேரும்
நட்டமுறும் தனதான்ய கேந்திரகோ ணத்தில்
நலமாகும் இரண்டுபதி னொன்றிலிருந் தாலும்
சட்டமுடன் களத்ரபுத்ர தனதான்ய லாபம்
தரணிமன்னர் பேட்டியுடன் தண்டிகையும் சேரும்
இட்டமுடன் நாற்காலி விருத்தியது சுகமும்
எய்துமென வுரைத்தனர்கள் இசைக்கணிதர் தாமே.

(4) (243)

சத்தியபாமா காமேஸ்வரன் 145

(இ.ள்) தனக்குப் பெண் கொடுத்த மாமனாரிடம் கலகம் ஏற்படும். சகோதரர்களுக்குக் கேடு வரும். தன தான்ய நஷ்டம் உண்டாகும். 1,4,7,10 ஆகிய கேந்திர வீடுகளில் சுக்கிரன் இருந்தாலும் 1,5,9 ஆகிய திரிகோண வீடுகளில் இருந்தாலும் நன்மைகள் உண்டாகும். இரண்டு, பதினொன்று ஆகிய வீடுகளில் இருந்தால் களத்திரர்களாலும் புத்திரர்களாலும் மன மகிழ்ச்சி உண்டாகும். தன தான்ய இலாபம் உண்டாகும். அரசரின் சந்திப்புடன் கௌரவமும் கிடைக்கும். கால்நடை விருத்தியாகும். சுகம் கிட்டும் என்று சோதிடத்தில் வல்லவர்கள் கூறியுள்ளனர் என்றவாறு.

கணிதரொடு கவிபலவா னுடன்கூடு வானேல்
கருதரிய தனலாபம் சகோதரவி ரோதம்
துணியுமவன் அபகாரத் தந்தியத்தி லேதான்
சொன்னதொரு தனநாசம் சமரிலப சயமாம்
தணியதொரு சட்டாட்ட வியந்தனிலே புகரோன்
தான்நீச மாயுமஸ்த மனமாயும் இருந்தால்
அணியாயும் புத்திரகளத் திரநாச பயமாம்
மானபந்து சனவிரோதம் நீரிழிவுண் டாமே. *(5) (244)*

(இ.ள்) சுக்கிரன், பலவானோடு கூடியிருந்தாலும், கருதுவதற்கு அரிய பொருள் சேர்க்கை கிட்டும். சகோதர்களுடன் விரோதம் தோன்றும். சுக்கிரபுத்தியில் யானையால் பொருள் நஷ்டம் உண்டாகும். சண்டையில் தோல்வி உண்டாகும். சுக்கிரன், ஆறாமிடம், எட்டாமிடம், பன்னிரண்டாமிடம் ஆகிய வீடுகளில் இருந்தாலும், நீசமாகவும் அஸ்தமனம் அடைந்து இருந்தாலும், புத்திரர்களுக்கும் களத்திரத்திற்கும் அழிவு உண்டாகும். இனிய உற்றார் உறவினருடன் பகை உண்டாகும். சர்க்கரை வியாதிநோய் ஏற்படும் என்றவாறு.

ஆகாத வாக்கேழுக் கவன்நாத னாகி
அதிலிருந்த கிரகத்தை அதிபர்பார்த் தாலும்
வாகான அவமிருத்து பயமுண்டு அதற்கு
வருபரிகா ரம்தன்னை வகுத்துரைக்கக் கேளாய்
பாகாரு மொழிமாதர் மூலத்தி னாலே
பகர்ந்தசிவ பூசையது பண்ணினாற் சுகமாம்
மோகாபி மானமுள ஆடவர்கள் மார்பின்
முழுதுமுழுத முகைமுலை மோகனப்பெண் கொடியே.

(6) (245)

(இ.ள்) மோக அபிமானம் உள்ள ஆண்களுடைய மார்பினை முழுவதுமாக உழுத தாமரை மொட்டுப் போன்ற தனங்களை உடைய, மனமயக்கம் தரும் பெண்கொடியே! சுக்கிரன், இரண்டாமிடம், ஏழாமிடம் ஆகிய இடங்களுக்கு அதிபதியாக இருந்தாலும், அதில் இருந்த கிரகத்தைப் பார்த்தாலும் மரண பயம் உண்டாகும். அதற்குப் பரிகாரத்தை வகுத்துரைக்கக் கேட்பாயாக. சர்க்கரைப் பாகுபோன்ற இனியமொழியையுடைய பெண்களின் மூலமாகச் சிவபூசை செய்தால், சுகம் உண்டாகும் என்றவாறு.

ஆக விருத்தம் *245*

❖

5.6 குருதிசை – ரவி புத்தி

தொடியார்தா ரகைகேள்வன் திசையில்ரவி புத்தி
தோன்றிவரும் மாதமொன்பான் நாள்பதினெட் டினிலே
வடிவாரும் இரவிகுரு வுக்கந்தர்க கதனாய்
வளர்கேந்திர திரிகோணம் பற்றியிருந் தாலும்
கொடிதான அட்டமத்தா னம்தான்பார்த் தாலும்
குருபுத்தி ஆதியிலே சிரநோவும் சுரமும்
படிமீது குடியிருந்த கிரகமும்போம் கிலேசம்
பாவமதில் மனதுவரும் பருவிலங்குண் டாமே. ***(1) (246)***

(இ.ள்) குருதிசை பதினாறு வருடங்களில், சூரிய புத்தி, ஒன்பது மாதங்கள், பதினெட்டு நாட்கள். சூரியன் குருவுடன் சேர்ந்து *1, 4, 7, 10* ஆகிய கேந்திர வீடுகளில் இருந்தாலும் *1,5,9* ஆகிய திரிகோண வீடுகளில் இருந்தாலும், கொடிதான எட்டாம் இடத்தைப் பார்த்தாலும் குருபக்தி உடையவனாக இருப்பான். சூரிய திசையின் ஆரம்பத்தில் தலைவலி, சுரம் போன்றவை ஏற்படும். குடியிருந்த வீடு கையை விட்டுப் போகும். மனதில் குழப்பம் தோன்றும். பாவ காரியங்களில் மனம் ஈடுபடும். விலங்கு பூண நேரிடும் என்றவாறு.

குறிப்பு: தாரகைக் கேள்வன் - குரு.

விலங்குடனே சத்துருவால் பீடைபய மாகும்
விருதாவிற் கலகமுறும் மேலாங்கேந் திரத்தில்
நலங்கொளுச்ச சொக்ஷேத்திர திரிகோணத் திருந்து
நற்சுபரால் நோக்குரினும் தனதான்ய லாபம்

பலங்கொள்மகா கீர்த்திவஸ்திரா பரணம்பூ லாபம்
பெரியசட் டாட்டவியந் தனிலே யிரவி
கலந்திருக்கப் பாவியுட னேகூடி லேனும்
கருதரிய நீசனா யிருந்தாலும் கேளே. *(2) (247)*

(இ.ள்) விலங்கு பூண நேருவதோடு, பகைவரால் துன்பமும் பயமும் உண்டாகும். அர்த்தமற்ற காரணத்தால் கலகம் ஏற்படும். *1,4,7,10* ஆகிய நல்ல வீடுகளில் இருந்தாலும் உச்ச வீடான மேஷத்தில் சூரியன் இருந்தாலும், சொந்தவீடான சிம்ம இராசியில் இருந்தாலும் *1,5,9* ஆகிய திரிகோண வீடுகளில் இருந்தாலும் நற்கோள்களால் பார்க்கப்பட்டாலும் தனதான்ய இலாபம் ஏற்படும். மிகுந்த புகழ் உண்டாகும். உயர்ந்த ஆடை, ஆபரணச் சேர்க்கை, பூமிச்சேர்க்கை முதலானவை ஏற்படும். ஆறாமிடம், எட்டாமிடம், பன்னிரண்டாம் இடம் ஆகிய இடங்களில் சூரியன் இருந்தாலும், தீயக்கோள்களுடன் கூடியிருந்தாலும், கருதுவதற்கு அரிய நீசனாக துலாம் இராசியில் சூரியன் இருந்தாலும் அதனால் வரக்கூடிய பலன்களைக் கேட்பாயாக என்றவாறு.

நீசருடன் பகையுமுறும் காரியங்கள் நாசம்
நெடுந்தேச சஞ்சாரம் நீதிமன்னர் கலகம்
பூசல்மிகுஞ் சோரரா லக்கினியால் பயமாம்
பொருந்தியதன் வாரத்தில் நாற்காலி நாசம்
பாசமுறும் பந்துசன மித்திரரும்வி ரோதம்
பார்த்திபர்க ளாலதிக தனச்செலவுண் டாகும்
வாசமுடன் புழுகுடனே களபமிகக் கலந்து
வரைதனத்தில் பூசியிடு மான்விழிப்பெண் அமுதே. (3) (248)

(இ.ள்) நறுமணமுடைய புழுகுடன் சந்தனத்தை நன்றாகக் கலந்து மலை போன்ற தனத்தில் பூசியுள்ள மான்போன்ற விழிகளைக் கொண்ட அமுதம் போன்ற இனிமையுடைய பெண்ணே! கீழானவர் களுடன் பகை தோன்றும். காரியங்கள் நாசமாகும். நீண்ட தூரத்தில் உள்ள நாடுகளுக்குச் சென்று அலைய நேரிடும். உயர்ந்தோரால் கலகம் தோன்றும். திருடர்களாலும் தீயாலும் பயம் உண்டாகும். ஞாயிற்றுக் கிழமைகளில் நான்கு கால் விலங்குகளுக்கு அழிவு உண்டாகும். பாசத்துடன் விளங்கிய உற்றார் உறவினர்கள், நண்பர்கள் அனைவரிடமும் பகை தோன்றும். உயர்ந்தோரால் அதிக பொருட்செலவு செய்ய வேண்டியதாகும் என்றவாறு.

பெண்ணமுதே கேந்திரகோ ணத்திலிருந் தாலும்
பிசகான மூன்றொன்பான் தலத்திலிருந் தாலும்
எண்ணரிய தனநாசம் களத்ரபுத்ர நாசம்
இராசகோபம் பந்துசனம் நாசமுறும் பீடை
நண்ணிவரும் வயிற்றுவலி சுபன்பார்த்திட் டாலும்
நற்சுபனோ டேகூடி இருந்தாலும் சுகமாம்
திண்ணமுறும் தனலாபம் ராச்சியலா பங்கள்
சேர்ந்துவரும் சுபாசுபங்கள் சேருமிளங் குயிலே. *(14) (249)*

(இ.ள்) பெண்களில் அமுதத்தை ஒத்தவளே! இளமையான குயிலின் இனிய இசையை ஒத்த மொழியையுடைய பெண்ணே! சூரியன், *1,4,7,10* ஆகிய கேந்திர வீடுகளில் இருந்தாலும் *1,5,9* ஆகிய திரிகோண வீடுகளில் இருந்தாலும், மூன்றாமிடம், ஒன்பதாமிடம் ஆகிய வீடுகளில் இருந்தாலும், பொருள் நாசம் ஏற்படும். களத்திரத் திற்கும் புத்திரர்களுக்கும் கேடு உண்டாகும். உயர்ந்தோரின் கோபத்திற்கு ஆளாக நேரிடும். உற்றார் உறவினர்க்குத் தீங்கு நேரும். மிகுந்த துன்பத்தைத்தரும் வயிற்றுவலி தோன்றும். சூரியனை, நற்கோள்கள் பார்த்தாலும், சூரியன், நற்கோள்களுடன் சேர்ந்து இருந்தாலும் சுகம் உண்டாகும். பொருள் சேர்க்கை உண்டாகும். இராச்சிய இலாபம் கிடைக்கும். நல்ல காரியங்கள் நிறைவேறும். மனதில் மகிழ்ச்சி உண்டாகும் என்றவாறு.

(வேறு)

சேராத இரண்டே ழுக்குச் செங்கதிர் நாத னாகில்
வாராத விலங்கு காலில் வருமவ மிருத்துண் டாகும்
நேராமா தித்தன் தன்னை நிதம்நமஸ் காரம் செய்து
சீராரும் கார்த்திய வீரியார்ச் சுனசெபம் செய்யச் சொல்லே.
(15) (250)

(இ.ள்) சூரியன், இரண்டு, ஏழாம் இடங்களுக்கு அதிபதியாக இருந்தால், விலங்கு பூண நேரிடும். மரண பயம் உண்டாகும். இதற்குப் பரிகாரமாகத் தினமும் சூரிய நமஸ்காரம் செய்து, சிறப்புமிகும் கார்த்திய வீரியார்ச்சுன செபம் செய்ய வேண்டும். அவ்வாறு செய்து வந்தால் துன்பங்கள் நீங்கி, இன்பம் உண்டாகும் என்றவாறு.

ஆக விருத்தம் *250*

❖

5.7 குருதிசை – சந்திர புத்தி

சொல்லியதோர் குருதிசையில் சந்திரபுத்தி யதுதான்
தொகைபெறுமே பதினாறு மாதமதின் பலன்கேள்!
நல்லகுரு வுக்குமதி யந்தர்க்கத னாகில்
நலந்திகழ் கேந்திரகோண முச்சசொக்ஷேத் கூடி
வல்லதொரு பதினாறு கலையுமொன்றாய்க் கூடி
வதிந்திருக்கில் ராச்சியலா பம்அதிக கீர்த்தி
இல்லமதில் சிவிகைவரும் ஆபரணம் சேரும்
எழிலாரும் களத்ரபுத்ர சௌக்கியமும் தருமே. *(1) (251)*

(இ.ள்) குருதிசை பதினாறு ஆண்டுகளில், சந்திரபுத்தி ஒருவருடம், நான்கு மாதங்கள். இதன் பலனைக் கேட்பாயாக. குருவும் சந்திரனும் ஒன்றாகச் சேர்ந்து இருந்தாலும் நன்மை தரக்கூடிய 1,4,7,10 ஆகிய கேந்திரவீடுகளில் சந்திரன் இருந்தாலும், 1,5,9 ஆகிய திரிகோண வீடுகளில் சந்திரன் இருந்தாலும், உச்ச வீடாகிய ரிஷப இராசியில் சந்திரன் இருந்தாலும், சொந்த வீடாகிய கடக இராசியில் இருந்தாலும், பதினாறு கலை பொருந்திய சந்திரனாக வந்திருந்தாலும், இராச்சிய இலாபம் உண்டாகும். அதிகமான புகழ் கிடைக்கும். வாகனச் சேர்க்கையும் ஆபரணச் சேர்க்கையும் உண்டாகும். அழகு மிகுந்த களத்திரமும் புத்திரர்களும் உடல்நலத்துடனும் மன மகிழ்ச்சியுடனும் விளங்குவார்கள் என்றவாறு.

தருமேநற் கலைவஸ்திர லாபமிக உண்டாம்
தரணிமன்னர் சன்மானம் பாலனபோ சனமும்
வருமேநற் தனிருக்கும் மனைதனில்சீ தேவி
வாழ்ந்திருக்கும் கசமஸ்வம் நாற்காலி லாபம்
திருமேவும் உத்தரத்தில் அரசனுடன் பேட்டி
சேருமந்த மன்னவரால் அதிகபாக்யம் உண்டாம்
கருராகு பொன்னுமுத் தராயணத்து ரவியும்
கதிர்மதியும் கூடில்யுத்த களத்திலப செயமே. *(2) (252)*

(இ.ள்) கலைகளில் தேர்ச்சி உண்டாகும். உயர்ந்த ஆடைச் சேர்க்கை உண்டாகும். உயர்ந்தோரின் பாராட்டும் பரிசும் கிடைக்கும். நல்ல உணவு கிடைக்கும் இச்சாதகன் குடியிருக்கும் வீட்டில் திருமகள் தங்கி இருப்பாள். (செல்வம் நிறைந்திருக்கும்) வாகனச் சேர்க்கை உண்டாகும். நான்குகால் விலங்குகளால் இலாபம் உண்டாகும்.

வடக்குத் திசையில் பயணம் மேற்கொண்டு, உயர்ந்தோரைச் சந்திக்க வாய்ப்பு நேரிடும். அரசரால் பலவித நன்மைகள் உண்டாகும். இந்தச் சந்திரனுடன் கரிய இராகுவும் குருவும், உத்தராயனத்துச் சூரியனும் சேர்ந்து இருந்தால் போர்க்களத்தில் வெற்றி கிட்டாது. தோல்வியையே தழுவுவான் என்றவாறு.

செயமில்லாச் சட்டாட்ட வியந்தனிலே சசிதான்
சீரணமாய் தானிருக்கில் கீர்த்திதன நாசம்
நயமில்லாப் பந்துசன நாசமன்னர் கோபம்
நாடியிடு மனைபோகும் பீனிசரோ கமுமாம்
பயமுள்ள நீரிழிவு ரோகமிக உண்டாம்
பாக்கியகோ ணத்திருந்தால் விவசாய லாபம்
வயமுள்ள திருச்சேரும் பூலாபம் சேரும்
வஸ்திரபூ ஷணங்கிரகம் வாகனமுண் டாமே. ***(3) (253)***

(இ.ள்) வெற்றியைத் தராத ஆறு, எட்டு, பன்னிரண்டு ஆகிய இடங்களில் தேய்பிறைச் சந்திரன் இருந்தால், புகழுக்கு இழுக்கு நேரும். பொருள் அழிவு உண்டாகும். உற்றார் உறவினர்களுக்குத் தீங்குண்டாகும். உயர்ந்தோரின் கோபத்திற்கு ஆளாக நேரிடும். குடியிருந்த வீடு கைய விட்டுப் போகும். பீனிசம், சர்க்கரை நோய் முதலானவைத் தோன்றும். பாக்கியஸ்தானமான ஒன்பதாம் இடத்தில் சந்திரன் இருந்தால், பயிர்த்தொழிலில் விளைச்சல் பெருகி, அதனால் இலாபம் கிட்டும். மேன்மேலும் செல்வம் சேரும். பூமிச்சேர்க்கை உண்டாகும். உயர்ந்த ஆடை, ஆபரணங்கள் கிடைக்கும். புதிய வீடு ஒன்றைக் கட்டுவான். வாகன யோகம் உண்டாகும் என்றவாறு.

மேவிடும்வாக் கினில்பாக்கி யத்திலிருந் தாக்கால்
வெகுதனதான் யமொடுபல் பூஷணமும் லாபம்
பூமிதனில் தளகர்த்த தத்துவமதுண் டாகும்
பொருந்தாறெட் டீராறில் பாவியுடன் கூடில்
ஆவலுறும் தனநாசம் இராசகோ பமுமாம்
அக்கினியால் சோரரால் பயஞ்சுரமும் குளிரும்
கேவலமாய்ச் சுரநோவாம் சுபன்கூடில் பார்க்கில்
கெண்டையங்கண் மடமாதே வெகுசௌக்யம் மிகுமே.

(இ.ள்) கெண்டைமீனை ஒத்த அழகான விழிகளைக் கொண்ட இளம்பெண்ணே! சந்திரன், வாக்கியஸ்தானமாகிய இரண்டாம் இடத்தில் இருந்தாலும் பாக்கியஸ்தானமாகிய ஒன்பதாம் வீட்டில்

இருந்தாலும் அதிக செல்வம் சேரும். தானியஇலாபம் உண்டாகும். ஆபரணச் சேர்க்கை உண்டாகும். இச்சாதகன் உயர்ந்த பதவியில் அமர்வான். நன்மை பொருந்தாத ஆறாமிடம், எட்டாமிடம், பன்னிரண்டாமிடம் ஆகிய இடங்களில் சந்திரன் தீயக்கோள்களுடன் சேர்ந்து இருந்தால், பொருள் நாசம் உண்டாகும் உயர்ந்தோரின் கோபத்திற்கு ஆளாக நேரிடும். திருடர்களாலும் தீயாலும் அச்சம் ஏற்படும். சுரமும், குளிர்க்காய்ச்சலும் உண்டாகும். இச்சந்திரனைச் சுபர்கள் பார்த்தால் உடல் நலத்துடன் மனமகிழ்ச்சியும் தோன்றும் என்றவாறு.

(வேறு)

மேன்மைசேர் இரண்டே ழுக்கு இந்ததி பதியே யானால்
ஆனதோர் தார நாசம் தாக்குமே பரிகா ரந்தான்
தானுறு துர்கா தேவி செபமது கருதி வந்தால்
பானுறு பனிபோல் தோஷம் பறந்துபோம் என்று சொல்லே
(5) (255)

(இ.ள்) சந்திரன், இரண்டாம் இடம், ஏழாமிடம் ஆகிய இடங்களுக்கு அதிபதியாக விளங்கினால், களத்திரத்திற்குக் கேடுண்டாகும். இதற்குப் பரிகாரமாகத் துர்க்கா தேவிக்கு வழிபாடு செய்யவேண்டும். அவ்வாறு செய்து வந்தால், துன்பங்களெல்லாம் சூரியனைக் கண்ட பனியைப் போல பறந்தோடிவிடும் என்று சொல்வாயாக என்றவாறு.

ஆகவிருத்தம் 255

❖

5.8 குருதிசை – செவ்வாய் புத்தி

சொல்லியிடும் குருதிசையில் குசன்புத்தி யதுதான்
தொகுத்தபதி னொருமாதம் நாளாற தாகும்
நல்லசெவ்வாய் குருவுக்கந் தர்க்கதனா யிடினும்
நாடிடுமூன் றாறில்பத்துப் பதினொன்றி லேனும்
வல்லமையாய் உச்சசொக்ஷேத் திரகேந்திரத் தேனும்
வதிந்திருந்தால் அற்பசொக்யம் சொற்ப இலாபம்
மெல்லியலே! முற்பாதி தனநாச மாகும்
வியாதியும்பிற் பாதியிலே வரும்பலனைக் கேளாய்.
(1) (256)

(இ.ள்) மென்மையான இயல்பு கொண்ட பெண்ணே! குருதிசை பதினாறு ஆண்டுகளில், செவ்வாய்த் திசை பதினொரு மாதங்கள், ஆறு நாட்கள். செவ்வாய் குருவுடன் சேர்ந்து இருந்தாலும், மூன்றாமிடம், ஆறாமிடம், பத்தாமிடம், பதினோராமிடம் ஆகிய இடங்களில் ஏதேனும் ஓரிடத்தில் இருந்தாலும், செவ்வாய், தன் உச்சவீடான மகர இராசியில் இருந்தாலும், சொந்தவீடுகளான மேஷ இராசி, விருச்சிக இராசிகளில் இருந்தாலும், 1,4,7,10 ஆகிய கேந்திர வீடுகளில் இருந்தாலும் சிறிதளவு நலங்களும் சிறிதளவு இலாபங்களும் உண்டாகும். செவ்வாய் புத்தியின் முதல் பாதியில் பொருள்கள் நாசமாகும். உடலில் நோய்கள் தோன்றி வருத்தும். செவ்வாய் புத்தியின் பின்பாதியில் வரும் பலன்களைக் கேட்பாயாக.

பலனான தனதான்ய இலாபமிக உண்டாம்
பதிவாகும் இவன்வீட்டில் சீதேவி பேறும்
நிலனான தனதான்ய நாசமற்ப சௌக்யம்
நேரான தேவதா தரிசனமும் உண்டாம்
நலனான புவிராசர் சன்மானம் உண்டாம்
நல்லவஸ்தி ராபரணம் நன்மையுடன் எய்தும்
வலிதான இராசருட பலத்தினால்வி ரோதம்
வந்துவிடும் என்றுசொல்லி வகுத்தனர்முன் னோரே.

(2) (257)

(இ.ள்) தன, தானிய இலாபம் மிகுதியாக உண்டாகும். இச்சாதகனுக்கு மேன்மேலும் செல்வம் பெருகும். எனினும் தன தான்யத்துக்குச் சிறிது சேதம் உண்டாகும். அற்ப பாக்கியம் கிடைக்கும். திருத்தலங்களுக்குச் சென்று தெய்வங்களை வழிபடுவான். உயர்ந்தோரால் பாராட்டும் பரிசும் பெறுவான். உயர்ந்த ஆடை, ஆபரண சேர்க்கை உண்டாகும். பின்பு வலிமை வாய்ந்த உயர்ந்தோரின் விரோதம் வந்து சேரும் என்று சோதிட நூல் வல்லவர்கள் வகுத்துக் கூறியுள்ளார்கள் என்றவாறு.

வந்தவன்தான் சட்டாட்ட வியந்தனிலே இருந்து
வளர்பாக்கி யாதிபதி சேய்தனைப்பார்த் தாக்கால்
பிந்திவரும் அற்பசுகம் இலாபம்மிகுஞ் செலவாம்
பெறுகேந்திர கோணத்தை அடைந்திருந்தா னேனும்

சொந்தமுடன் ஒன்பதுபன் னொன்றிலிருந் தாலும்
சுகமான போசனமும் ராசசன்மா னமுமாம்
செந்திருவை நிகர்மாதே! வடதிசையில் செயமும்
செகராச ரால்பூமி இலாமுமுற் றிடுமே. *(3) (258)*

(இ.ள்) திருமகளை ஒத்தவளாக விளங்கக் கூடிய பெண்ணே! செவ்வாய், ஆறாமிடம், எட்டாமிடம், பன்னிரண்டாமிடம் ஆகிய இடங்களில் ஏதேனும் ஒன்றில் இருந்து, பாக்கியாதிபதியான ஒன்பதாம் இடத்திற்கு அதிபதி செவ்வாயைப் பார்த்தால், பின்னாளில் சிறிதளவு சுகம் உண்டாகும். இலாபம் கிடைக்கும். ஆனால் செலவு மிகுதியாக இருக்கும். செவ்வாய், 1,4,7,10 ஆகிய கேந்திர வீடுகளில் இருந்தாலும், ஒன்பதாமிடம், பதினோராம் இடம் ஆகிய இடங்களில் ஏதேனும் ஒன்றில் இருந்தாலும் நல்ல உணவு கிடைக்கும். உயர்ந்தோரின் பாராட்டும் பரிசும் கிடைக்கும். வடதிசையில் வெற்றி கிட்டும். உயர்ந்தோரால் பூமிச் சேர்க்கை உண்டாகும் என்பதைக் கூறுவாயாக என்றவாறு.

பூமிமகன் சுபனோடே கூடிடுவா னாகில்
பூமன்னர் சன்மானம் சிவிகைவரும் நடுவில்
தாமதமாங் கடைசியிலும் அதிககஷ்டம் பாவர்
தன்னோடே கூடியிடில் தனதான்ய முடனே
நேகமதாய் விவசாயம் நாசமுறும் பின்பு
நேத்திரத்தில் வியாதிவரும் பரதேச கமனம்
சாமியிவ னிரண்டேழுக் காகிடுவா னாகில்
சாருமவ மிருத்திடப தானமது செய்யே. *(4) (259)*

(இ.ள்) செவ்வாய், நற்கோள்களோடு கூடியிருந்தால் அரசரிடமிருந்து பாராட்டுகளையும் பரிசுகளையும் பெறுவான். வாகன இலாபம் உண்டாகும். செவ்வாய்புத்தியின் நடுவில், அனைத்துக் காரியங்களும் தாமதமாகும். செவ்வாய் புத்தியின் இறுதியில் அதிக கஷ்டங்கள் உண்டாகும். செவ்வாய், தீயக்கோள்களுடன் சேர்ந்து இருந்தால் பயிர்த்தொழிலில் நாசம் உண்டாகும். கண்ணோய் உண்டாகும். வெளிநாடுகளுக்குச் சென்று அலைய நேரிடும். செவ்வாய் இரண்டாமிடம், ஏழாமிடம் ஆகிய இடங்களில் ஏதேனும் ஓரிடத்திற்கு அதிபதியாக இருந்தால் மரண பயம் உண்டாகும். இதற்குப் பரிகாரமாகக் காளைமாடு ஒன்றை அந்தணருக்குத் தானமாகக் கொடுக்க, துன்பங்கள் தீர்ந்து நன்மை உண்டாகும் என்றவாறு.

குறிப்பு: பூமிமகன் - செவ்வாய்.

ஆக விருத்தம் *259*

5.9. குருதிசை – இராகு புத்தி

தானான குருதிசையில் இராகுபுத்தி மாதம்
தானிருபத் தெட்டுடனே மூவெட்டு நாளாம்
வானான குருவுக்குப் பாம்பந்தர்க் கதனாய்
வரும்பாவி யுடன்கூடி னாலுங்கேந் திரத்தில்
நானாலுந் திரிகோணத் தையடைந்திருந் தாலும்
தானதிக சண்டையரசர் பயமவன்கிராமந் தனிலே
மானேகேள் தனதான்ய நாசமுறும் களத்ர
மகவுடனே இஷ்டபந்து சனநாச மாமே. *(1) (260)*

(இ.ள்) மான்போன்ற விழிகளை உடைய பெண்ணே! குருதிசை பதினாறு ஆண்டுகளில், இராகுபுத்தி, இரண்டு ஆண்டுகள், நான்கு மாதங்கள், பதினெட்டு நாட்கள். இராகுவும் குருவும் ஒன்றாகச் சேர்ந்து இருந்தாலும் தீயக்கோள்களுடன் கூடி இருந்தாலும், 1, 4, 7, 10 ஆகிய கேந்திர வீடுகளில் இருந்தாலும், 1, 5, 9 ஆகிய திரிகோண வீடுகளில் இருந்தாலும் அதிக சண்டைகள் தோன்றும். உயர்ந்தோரால் அச்சம் தோன்றும். தனம், தானியம் நாசமடையும். களத்திரத்திற்கும், புத்திரர்களுக்கும் அன்புடன் கூடிய உற்றார் உறவினர்களுக்கும் கேடுண்டாகும் என்றவாறு.

நாசமுறும் விதவையுடன் கூடிடுவ னப்பால்
நற்களத்ர கிலேசமுறும் சுபர்கூடு வானேல்
நேசமுறும் சுபாசுபங்கள் பூமிசொற்ப லாபம்
நேரான சோதரமும் விரோதமிக வுண்டாம்
பேசரிய சட்டாட்ட வியந்தனிலே இருந்தால்
பெருத்திடும் தீயால்சோ ரராலரசர் பயமாம்
தேசமதில் சாதகர்க்கு நீரழிவு பீடை
சேர்ந்திடுமென் றுரைத்தனர்சோதி டக்கணிதர் தாமே.
(2) (261)

(இ.ள்) தீமையைத் தரக்கூடிய விதவையுடன் கூடி இருப்பான். இதனால் நல்ல மனைவியுடன் மனக்கலக்கம் ஏற்படும். இராகுவுடன் நற்கோள்கள் கூடி இருந்தால், நல்ல காரியங்கள் நிறைவேறும், பூமியில் சிறிதளவு இலாபம் கிட்டும். சகோதர்களிடம் பகை தோன்றும். சொல்லுவதற்கு அரிய ஆறாமிடம், எட்டாமிடம், பன்னிரண்டாமிடம் ஆகிய இடங்களில் ஏதேனும் ஒன்றில் இராகு

இருந்தால், உயர்ந்தோராலும், திருடர்களாலும், தீயாலும் அச்சம் ஏற்படும். மேலும் இச்சாதகனுக்குச் சர்க்கரை நோய் தோன்றும் என்று சோதிட வல்லவர்கள் கூறியுள்ளார்கள் என்றவாறு.

திடமான கேந்திரகோ ணத்தையடைந் தாலும்
செய்யசுபர் பாவியுட னேகூடி னாலும்
அடவான தாயாதி விவகாரம் உண்டாம்
அபகீர்த்தி பரதேச சஞ்சார முடனே
படராகு அபகாரத் தாதியிலே கஷ்டம்
பகர்நடுவில் அந்தியத்தில் வெகுசௌக்ய மாகும்
வடமேரு நிகரான முலைகொடிமின் னாளே!
வகுத்துரைத்தார் பராசரனார் வடமொழியில் தானே.

(3) (262)

(இ.ள்) இந்தியாவின் வடக்கே அமைந்துள்ள உயர்ந்த மேருமலையை ஒத்த தனங்களையும் மின்னலை ஒத்த இடையையும் உடைய பூங்கொடி போன்ற பெண்ணே! இராகு, 1,4,7,10 ஆகிய கேந்திர வீடுகளில் ஏதேனும் ஒன்றில் இருந்தாலும், 1,5,9 ஆகிய திரிகோண வீடுகளில் இருந்தாலும், நற்கோள்களுடனும் தீயக்கோள் களுடனும் கூடி இருந்தாலும், தன் பங்காளிகளுடன் பகையுண்டாகும். புகழுக்குக் கேடுண்டாகும். வெளிநாடுகளுக்குச் சென்று அலைய நேரிடும். இராகு புத்தியின் ஆரம்பத்தில் கஷ்டம் தோன்றும். இராகுபுத்தியின் இடையிலும், கடைசியிலும் மிகுந்த நன்மைகள் உண்டாகும் என்று பராசரனார் தம் வடமொழி சோதிட நூலில் வகுத்துக் கூறியுள்ளார் என்பதை அறிவாயாக என்றவாறு.

பராசரனார் உரைத்தபடி யாறெட்டீ ராறில்
பதிந்திருக்கும் திசைநாதன் தன்னுடனே கூட
கராசலம்போ லுடல்ராகு கலந்திருப்பா னாகில்
காசினியில் சுபாசுபமாம் கருதுமிரண் டேழுக்
கிராசனாய் இவனிருந்தால் வருந்தேக நாசம்
இசைந்த களத்ரநாசம் மனோபீடை உண்டாம்
சராசரமெல் லாம்நிறைந்தோன் மிருத்திஞ்ச செபமும்
அசதானம் உடன்புரிந்தால் சகலசுபம் உளதே. ***(4) (263)***

(இ.ள்) பராசர முனிவர் தம் நூலில் கூறியுள்ளபடி, ஆறு, எட்டு, பன்னிரண்டு ஆகிய இடங்களில் ஏதேனும் ஒன்றில், திசா நாதனாகிய குருவுடன், கரிய மலையைப் போன்ற உடலைக்

கொண்ட இராகு சேர்ந்து இருந்தால் இவ்வுலகில் மிகுந்த நல்ல காரியங்கள் நிறைவேறும். இரண்டாமிடம், ஏழாமிடம் ஆகிய இடங்களில் ஏதேனும் ஒன்றுக்கு இவன் அதிபதியாக இருந்தால், உடல்நலக் கேடு உண்டாகும். அன்புமிக்க களத்திரத்திற்குத் தீங்குண்டாகும். மனத்துயரம் உண்டாகும். இதற்குப் பரிகாரமாக மிருத்துஞ்ச யாகம் செய்து, அந்தணர் ஒருவருக்கு ஆடு ஒன்றை தானமாகக் கொடுத்தால் தீமைகள் நீங்கி, அனைத்தும் நன்மையாகும் என்றவாறு.

ஆக விருத்தம் 263

6. சனிதிசைப் படலம்

1. பொது

சகலபுவி தான்விளக்கும் இரவிமகன் திசையில்
தானுறும்பத் தொன்பானாண் டினில்பலனைச் சொல்வன்
தகவிலா விலங்குவரும் அரசர்சோர ராக்னி
தருபயமாந் தனதான்ய மிகநாச மாகும்
புகலரிய பரதேச சஞ்சார முடனே
பொருந்துபிதுர் வர்க்கமதில் நாசமது எய்தும்
மிகவுமிந்த சனிதிசைஏற் றிடும்போதுண் டாகும்
மேதினியில் உச்சனாய் சனிஇருந்தால் கேளே. *(1) (264)*

(இ.ள்) சனிதிசை பத்தொன்பது ஆண்டுகளின் பலனைச் சொல்லுவேன் கேட்பாயாக. சனிதிசையில், விலங்கு பூண நேரும். உயர்ந்தோராலும், திருடர்களாலும், தீயாலும் அச்சம் ஏற்படும். தனம், தானியம் போன்றவை மிகவும் நாசமாகும். வெளி தேசங்களுக்குச் சென்று அலைய நேரிடும். தந்தையின் உறவினர்களுக்குத் தீங்கு நேரிடும். இந்தச் சனிதிசையில், சனி, உச்சனாக துலாம் இராசியில் இருக்கும் போது உண்டாகும் பலன்களைக் கேட்பாயாக என்றவாறு.

குறிப்பு: இரவி மகன் – சூரியனின் மகன் – சனி.

தாலமதில் கிராமமொடு பூமிவித்தை இலாபம்
தன்பிதா நாசமுடன் பந்துசன கலகம்
நீலனுமே சொக்ஷேத்திர கோணத்தில் இருந்தால்
நீங்கரிய பரதேச சஞ்சார முடனே

பாலைவனந் தனில்வாசம் செய்திடுவன் மூன்று
பத்தாறு பதினொன்றில் இருந்திடுவா னாகில்
ஞாலமிகு பலனுண்டாம் களத்ரபுத்ர லாபம்
நற்சிவிகை வஸ்திரா பரணமுமுண் டாமே. (2) (265)

(இ.ள்) பூமிச் சேர்க்கை உண்டாகும். வித்தையால் - தொழிலால் இலாபம் மிகுதியாகக் கிடைக்கும். பிதாவிற்குத் தீங்கு நேரிடும். உற்றார் உறவினர்கள் கலகம் செய்வார்கள். சனி, ஆட்சி வீடுகளான மகர இராசியில், கும்ப இராசியில் இருந்தாலும், 1,5,9 ஆகிய திரிகோண வீடுகளில் இருந்தாலும் பிற தேசங்களுக்குச் சென்று அலைய நேரிடும். பாலைவனத்தில் தங்க வேண்டியதாகும். மூன்றாமிடம், ஆறாமிடம், பத்தாமிடம், பதினோராமிடம் ஆகிய இடங்களில் ஏதேனும் ஒரு வீட்டில் சனி இருந்தால், களத்திரத்தாலும் புத்திரர்களாலும் மனமகிழ்ச்சி உண்டாகும். வாகனச்சேர்க்கை உண்டாகும். உயர்ந்த ஆடை, ஆபரணங்கள் சேரும் என்றவாறு.

மேதினியில் கேந்திரகோ ணந்தனிலே காரி
வீற்றிருக்கில் அதிகீர்த்தி ராசசன்மா னங்கள்
சோதிமிகு மாபரணம் வஸ்திரலா பங்கள்
சுகமதிக மாகவுண்டு வாக்கெட்டு வியத்தில்
நீதியிலா திவனிருக்கில் ராசரால் நாசம்
நீங்காத களத்திரநா சம்சேவக நாசம்
மோதியிடில் விவசாயத் தால்பூமி இலாபம்
முற்றசய ரோகமா தியில்களத்திரம் போமே. (3) (266)

(இ.ள்) இவ்வுலகில் 1,4,7,10 ஆகிய கேந்திர வீடுகளில் சனி இருந்தாலும் 1,5,9 ஆகிய திரிகோண வீடுகளில் சனி இருந்தாலும் அதிக புகழ் உண்டாகும். உயர்ந்தோரின் பாராட்டுகள் பரிசுகள் கிடைக்கும். ஒளிமிகுந்த ஆபரணங்கள், உயர்ந்த ஆடைகள் சேரும். அதிகமாகச் சுகம் உண்டாகும். வாக்குஸ்தானம் என்று சொல்லக் கூடிய இரண்டாமிடம், எட்டாமிடம், பன்னிரண்டாமிடம் ஆகிய வீடுகளில் இந்தச் சனி இருப்பானாகில், உயர்ந்தோரால் தீங்கு நேரும். களத்திரத்திற்கும் தன்கீழ் பணிசெய்வோருக்கும் கேடுண்டாகும். பயிர்த்தொழில் செய்யின் விளைச்சல் மிகுதியாகி மிகுந்த இலாபம் கிடைக்கும், பூமியால் நன்மை உண்டாகும். களத்திரத்திற்குச் சயரோகம் ஏற்பட்டு, அதனால் களத்திரத்தின் ஆரோக்கியத்திற்குத் தீங்கு நேரிடும் என்றவாறு.

திரமான சகோதரங்கள் விரோதமிக வாகும்
திசைமத்தியம் பரதேச சஞ்சாரத் துடனே
விரைவாகப் பரதேச வாசமுமுண் டாகும்
வீணான பாலன்ன போசனமும் கிடைக்கும்
தரைமீது கடையினிலே அதிகநட்ட மாகும்
தங்குமருப் பினைப்பழித்துச் சகோரமதைச் செயித்தே
வரையோடு பொருதெழுந்து அமுதரசத் தேனை
வைத்திடும்பொற் கலசமென வளருமுலைக் கொடியே.
(4) (267)

(இ.ள்) யானையினுடைய தந்தங்களைப் பழிக்கக் கூடிய, சகோரப் பறவையை வெல்லக்கூடிய, மலையோடு போரிட்டு வென்று, நிமிர்ந்து நின்று அமுதரமாகிய தேனை சேமித்து வைக்கக்கூடிய பொன்கலசம் போன்று வளர்கின்ற கொங்கைகளையுடைய பூங்கொடி போன்ற பெண்ணே! உடன்பிறந்த சகோதரர்கள் பகையாவார்கள். திசையின் மத்தியில் நீண்ட தொலைவில் உள்ள பிற தேசங்களுக்குச் சென்று அலைய நேரிடும். அங்குத் தங்க நேரும். நல்ல உணவு கிடைக்கும் என்றவாறு. சனி திசையின் கடைசியில் அதிக நட்டம் ஏற்படும்.

❖

6.1 சனிதிசை – சனி புத்தி

கொடியதொரு சனிதிசையில் தனதபகா ரந்தான்
கூறாண்டு மூன்றுடனே நாள்மூன்றின் பலன்கேள்
கடியதொரு பீடைவரும் கிரகம்போம் அரசர்
கள்ளரால் அக்கினியால் வெகுநாச மாகும்
வடிவுடைய களத்திரத்தோ டுடன்பந்து நாசம்
வரும்விலங்கு பந்தனமும் தாயாதி கலகம்
படியினிலே முடவன்தன் மாமதம்நிர் பயமாம்
பரிவுறுநல் மாதமதில் சுகமெனவும் பாரே. ***(1) (268)***

(இ.ள்) கொடிதான சனிதிசையில், சனிபுத்தி மூன்று ஆண்டுகள், மூன்று நாட்கள். இதன் பலனைக் கேட்பாயாக. துன்பம் வரும். வீடு கையைவிட்டுப் போகும். உயர்ந்தோராலும் திருடர்களாலும் தீயாலும் அதிக நாசம் உண்டாகும். களத்திரத்திற்கும் உற்றார் உறவினர்களுக்கும் தீங்கு உண்டாகும். விலங்கு பூண நேரிடும்.

தாயாதிகளால் கலகம் உண்டாகும். பூமியில் சனி மாதமாகிய தைமாதம் முதல் ஆனிவரை உத்தராயணத்தில் கஷ்டம் ஏற்படும் சூரிய மாதமாகிய ஆவணி முதல் மார்கழி வரை தட்சனாயணத்தில் சுகமென்று சொல்லுவாயாக என்றவாறு.

பகராத கொடுமாதம் தனநாச மாகும்
பதிமூல கோணசொக்ஷேத் திரத்தையடைந் தாலும்
மிகவேதான் சுபாங்கிசத்துச் சத்தா னத்தில்
விண்மீனத் திருந்தாலும் அதிகசௌக் கியமாம்
செகலாப மதிகீர்த்தி புத்திரலா பமுமாம்
செயம்பொருந்தும் சந்தோஷ ராசசன்மா னமுமாம்
வகையாகும் சபைக்கிவனே நாயகனு மாவான்
வாம்புரியும் தந்தியுடன் வாகனமுண் டாமே. *(2) (269)*

(இ.ள்) இதில் சொல்லப்படாத ஆடி மாதத்தில் நாசம் உண்டாகும். சனி, மூலத்திரி கோண இராசிகளில் இருந்தாலும், ஆட்சி வீடுகளான மகர இராசி, கும்ப இராசிகளில் இருந்தாலும் சுபாங்கிசம் பெற்று இருந்தாலும், உச்ச வீடான துலாம் இராசியில் இருந்தாலும், மீன இராசியில் இருந்தாலும் அதிக நலன்கள் உண்டாகும். இராச்சிய இலாபம், அதிக புகழ் உண்டாகும். புத்திரர்களால் மனமகிழ்ச்சி உண்டாகும். வெற்றிகள் கிட்டும். சாதகனின் மனம் மகிழ்ச்சியால் நிறைந்திருக்கும். அரசரின் பாராட்டுக்களும் பரிசுகளும் கிடைக்கும். அரசனுக்கு இணையான தலைவனாகக் கருதப்படுவான். ரதம், யானை, குதிரை முதலான உயர்ந்த வாகனங்கள் கிடைக்கும் என்றவாறு.

கனராச ரால்நினைத்த காரியங்கள் கூடும்
கமலமின்னா ளிவன்மனையைத் தன்மனைஎன் றிருப்பாள்
வனமாரும் நாற்காலி தனதான்ய இலாபம்
வந்துவிடும் சட்டாட்ட வியந்தனிலே பாவி
தனதாக இவனுடனே கூடிடுவான் எனினும்
சனிநீச மாகவே இருந்திட்டான் எனினும்
மனராலும் அதிகபயம் விஷபீடை யாகும்
மாடுமுதல் லாபமென வகுத்துரையு மின்னே. *(3) (270)*

(இ.ள்) மின்னலை ஒத்த இடையையுடைய பெண்ணே! உயர்ந்தோரால் நினைத்த காரியங்கள் அனைத்தும் கைகூடும். செந்தாமரை மலரில் வீற்றிருக்கும் திருமகள் இவனுடைய வீட்டைத் தன்மனையாகக் கருதி குடியிருப்பாள் (செல்வனா வான்) நான்கு

கால் விலங்குகளால் இலாபம் உண்டாகும். தன, தானியச் சேர்க்கை ஏற்படும். சனி, ஆறாமிடம், எட்டாமிடம், பன்னிரண்டாம் இடம் ஆகிய இடங்களில் ஏதேனும் ஒன்றில் தீக்கோளுடன் சேர்ந்து இருந்தாலும், சனி நீசமாக இருந்தாலும் உயர்ந்தோரால் அதிக பயம் உண்டாகும். விஷத்தால் துயரம் உண்டாகும். கால்நடை வளர்ப்பின் மிகுந்த இலாபம் கிட்டும் என்பதை வகுத்துரைப்பாயாக என்றவாறு.

மின்னேகேள் அதிகசண்டை யுடன்வயிற்றுக் கடுப்பு
மிகுகுன்ம ரோகமுறும் ராகுதனில் சிரநோய்
பின்னேயும் அதிகசுரம் மத்தியத்தில் தீயால்
பெருத்தகள்ள ரால்பயமாம் தானியமும் சேதம்
சொன்னாலும் மிகுபீடை யந்தியத்தில் விவாகம்
துடிமன்னர் சுருதிசுக மிகஉண் டாகும்
பன்னாகப் படமதனை அரசிலையைத் தேரைப்
பஞ்சபா ணன்மனையைப் பழித்தவல்குல் திருவே. *(4) (271)*

(இ.ள்) மின்னலைப் போன்ற இடையையும் நாகத்தின் படத்தையும் அரசிலையையும் தேரையும் ஐந்து மலரம்புகளையுடைய இரதியையும் பழிக்கினற அல்குலையும் தன்னகத்தே கொண்ட அழகுடைய பெண்ணே! அதிக சண்டைகளுடன் வயிற்றுக் கடுப்புத் தோன்றும். இராகு அந்தரத்தில் சிரநோய், அதிகசுரம் குன்மரோகம், முதலான நோய்களும் உண்டாகும். சனிபுத்தியின் மத்தியில் தீயாலும் திருடராலும் பயம் உண்டாகும். இந்தத் துன்பத்துடன் தானிய சேதம் ஏற்படும். சனிபுத்தியின் கடைசியில் திருமணம் நடைபெறும். அரசரிடமிருந்து வெகுமதியும் கிடைக்கும் என்றவாறு.

(வேறு)

வேலுந்திரை வாழுங்கடல் மீனும்பொரு விழியாய்!
மிகுமூன்றி லும்வருமா றிலும்விளைலா பந்தனிலே
நீலன்தனித் திருந்தானெனி லேனும்மதன் பலன்கேள்!
நிதிதானிய முடனேசுக முறுவாக்கினி லெட்டில்
ஞாலந்தனை உடையோனுடன் இவன்கூடில் அவமாம்
நலமில்லவள் மிருத்தெய்திடும் நாடும்பரி காரம்
கோலந்திகழ் வருங்காளையைக் கொடுவேதியர் தமக்கே
கூறும்செப மிருத்துஞ்சினைக் குறிப்பாய்சுக மாமே.

(5) (272)

(இ.ள்) அலைகள் நிறைந்த, கடல்மீனின் விழிகளை ஒத்த கண்களை உடையவளே! சனி தனித்து மூன்றாமிடத்தில் இருந்தாலும் ஆறாமிடத்தில் இருந்தாலும் லாபத்தானமாகிய பதினோராம் இடத்தில் இருந்தாலும் அதன் பயனைக் கேட்பாயாக. செல்வம் பெருகும். தானிய விளைச்சல் அதிகமாகக் கிடைக்கும். இன்பம்தரும். இரண்டாம் இடத்தில் இருந்தாலும் எட்டாம் இடத்தில் இருந்தாலும் அவமானம் உண்டாகும். களத்திரத்திற்கு மரணபயம் ஏற்படும். இதற்குப் பரிகாரமாக அலங்கரிக்கப்பட்ட காளையை அந்தணர் களுக்குக் கொடுத்து மிருத்யுஞ்ச யாகத்தைச் செய்தால், துன்பம் நீங்கி, இன்பம் உண்டாகும் என்றவாறு.

ஆக விருத்தம் 272

❖

6.2 சனிதிசை – புதன் புத்தி

ஆமேசனி திசையில் புதன்அபகாரம் அதுதான்
அறுநான்குடன் இருநான்கென அவன்மாதமொன் பான்நாள்
பூமிதனில் சனிக்கேயுறு புதனந்தர்க் கதனாய்ப்
பொருந்துதிரி கோணகேந்திரம் புகுந்தாலும் உச்சத்திலே
மேவினம் சொக்ஷேத்ரதிரத்தினி லிருந்தாலும்பன் னொன்றில்
இசையும்பிதுர் தானத்தி லேனும்சுபாங் கிசமாய்
தாமேயிருந் தாலும்சுபன் பார்வையுற் றாலும்
தனராச்சியம் பரராச்சியம் தருமேயினி கேளே. *(1) (273)*

(இ.ள்) சனிதிசை பத்தொன்பது ஆண்டுகளில், புதன் புத்தி, இரண்டு வருடங்கள், எட்டு மாதங்கள், ஒன்பது நாட்கள். சனியும், புதனும் ஒன்றாகச் சேர்ந்து இருந்தாலும், 1,5,9 ஆகிய திரிகோண வீடுகளில் இருந்தாலும் 1,4,7,10 ஆகிய கேந்திர வீடுகளில் இருந் தாலும், புதன் தன் உச்சவீடான கன்னி இராசியில் இருந்தாலும், பதினோராம் வீட்டில் இருந்தாலும், பிதுர்த்தானமான ஒன்பதாம் வீட்டில் இருந்தாலும், சுபாங்கிசத்தில் இருந்தாலும், சுபரால் பார்க்கப் பட்டாலும் செல்வத்தையும் பூமியையும் கொடுக்கும் என்றவாறு.

இனிதாகிய நரவாகன மிசைராசர்கள் யோக
இயல்பாய்வரும் உச்சாங்கிசம் இவனுற்றிடில் சுகமாம்
வனிதாய்நவ தீர்த்தம்தரும் வளர்யாத்திரை பலனும்
வருமாறுடன் இருநாலினும் வகையாய்வியந் தனிலும்

முனிவானசத் துருக்ஷேத்திட முடனீசாவீ டேனும்
முறையாயிருந் தாலும்சனி சேய்பாவியும் சேரில்
தனநாசமும் மனக்கோபமும் எதிராளிகள் பயமும்
தானேவரும் விலங்குண்டெனச் சகமீதினி லுரையே.

(2) (274)

(இ.ள்) இனிமையுடைய பல்லக்கு கிடைக்கும். அரசர்களால் யோகம் உண்டாகும். புதன், உச்சாங்கிசத்தில் இருப்பின் நன்மை யாகும். புண்ணிய தீர்த்தங்களில் இச்சாதகன் நீராடுவான். புனிதப் பயணத்தை மேற்கொள்வான். புதன், ஆறாமிடம், எட்டாமிடம், பன்னிரண்டாமிடம் ஆகிய இடங்களில் ஏதேனும் ஒன்றில் இருந்தாலும் பகை வீட்டில் இருந்தாலும் நீச வீட்டில் இருந்தாலும், சனி, செவ்வாய் முதலான தீயக் கோள்களுடன் சேர்ந்து இருந்தாலும் பொருள் சேதம் உண்டாகும். மன்னர்களின் கோபத்திற்கு ஆளாக நேரிடும். பகைவர்களால் பயமுண்டாகும். மேலும், விலங்கு பூண நேரிடும் என்பதை இவ்வுலகத்தோர்க்கு உரைப்பாயாக என்றவாறு.

உரைகேந்திர கோணத்தினி லுயர்மூன்றுபன் னொன்றில்
உற்றாலவன் தனக்கேசுக சௌக்கியவித் தைகளும்
தரைமீதினில் மிகவாழ்வுறும் சகராசர்கள் ஆவன்
தனதாகவே வெகுதேசகி ராமம்பல சாரும்
குறையாதிது பலனாதியில் கொடுக்கும்நடு கடையில்
கூர்சத்துரு பயம்பீடையும் குலபந்துடன் தனம்போம்
நிறையாகிய பிதுர்மாதுரு சுகமாம்சுப னாலே
நேர்பார்த்தி லதிலேவரும் பலன்கேளினி நீயே. ***(3) (275)***

(இ.ள்) புதன், கேந்திர திரிகோண வீடுகளாகிய 1,4,7,10,5,9 ஆகிய இடங்களில் நின்றாலும், மூன்று, பதினொன்று ஆகிய இடங் களில் நின்றாலும் சாதகன் சுகமுடனும் அனைத்து பாக்கியங் களுடனும் விளங்குவான். வித்தைகளில் மேன்மை அடைவான். உலகில் சிறந்த வாழ்வினைப் பெறுவான். அரசனாவான். மிகுதியான தேசப் பரப்பையும், கிராமங்களையும் உடையவனாக விளங்குவான். புதன் புத்தி ஆதியில் இப்பலன்கள் உண்டாகும் புத்தியின் நடுபாகத்திலும் கடைசி பாகத்திலும் பகைவர்களால் அச்சம் ஏற்படும். பீடைகள் உண்டாகும். உற்றார் உறவினர்களுக்கு அழிவு ஏற்படும். செல்வம் கையை விட்டப் போகும். தாய் தந்தையர் சுகம் பெற்று விளங்குவர். சுபக்கோள்கள் புதனைப் பார்ப்பதால் உண்டாகும் பலன்களை இனி கேட்பாயாக என்றவாறு.

கேளாயினி அதிபாக்கியம் கெடிமன்னர்சன் மானம்
கீர்த்திபிர பலமாகுவன் கிடைக்குங்கன இலாபம்
தாளாதுயர் நரவாகனம் தானேவரும் பந்து
தான்மித்ர களத்திராதிகள் சார்வஸ்திர இலாபம்
வேளாமென எழில்மீறுவன் வெகுபூஷணம் கிடைக்கும்
மிகுபுத்திவரும் போதினில் சுகமத்திய மதனில்
வாளார்விழி யாய்தான்ய லாபங் கடையில்
மனத்தாபமுண் டாமென்றுமுன் வகுத்தேயுரைத் தாரே.
(4) (276)

(இ.ள்) வாளையொத்த கண்களை உடைய பெண்ணே! அதிக பாக்கியங்கள் உண்டாகும். அரசர்க்குச் சமமான புகழ் கிடைக்கும். பலராலும் போற்றப்படுபவனாக விளங்குவான். மிகுதியான இலாபங்கள் கிடைக்கும். நரவாகனம் கிட்டும். உறவினர்கள், நண்பர்கள், களத்திராதிகள்வந்து சேருவர். விலையுயர்ந்த பட்டாடைகள் வந்து சேரும். மன்மதனை ஒத்த அழகுடையவனாக விளங்குவான். சிறந்த பட்டங்கள் கிடைக்கும். மிகுந்த புத்திமானாக புத்தியின் தொடக்கத்தில் விளங்குவான். புத்தியின் இடை பாகத்தில் சுகமுடையவனாகவும் தானிய இலாபமும் பெற்று விளங்குவான். புத்தியின் கடைசி பாதத்தில் பிறரிடத்தில் கருத்து வேறுபாடு தோன்றும் என்று சோதிடத்தைக் கற்றுணர்ந்த சோதிட வல்லவர்கள் கூறியுள்ளார்கள் என்றவாறு.

வகுத்தோசொலும் ஆறெட்டிலும் வாகாவியந் தனிலும்
வரும்பாவி யுடன்கூடி வதிந்தாலவன் தன்னைத்
தொகுத்தேசுப னுடன்கூடினும் சுபன்பார்வையுற் றாலும்
சுகலாபமெ லாமற்பம் தாகுமவன் புத்தி
மிகுத்தாதியில் நரவாகனம் சுகசோபன லாபம்
மிகுதர்மமு முண்டாம்நடு வினிலேமனை போகும்
பகுத்தோதிடில் மிகபீடையின் பயநீரிழி வாகும்
பரராசர்கள் சோராக்கினி பயந்தான்மிக வருமே. (5) (277)

(இ.ள்) தீய வீடுகளான 6,8,12 ஆகிய இடங்களில் புதன் பாவிகளுடன் கூடி இருந்தாலும் அவனோடு சுபக்கிரகங்கள் கூடி இருந்தாலும், புதனைச் சுபக்கோள்கள் பார்த்தாலும், சுக இலாபங் களையெல்லாம் குறைவாகத் தருவான். புத்தியின் முதல் பாகத்தில் நரவாகனம் கிடைக்கும். மேலும், சுக சோபன இலாபம் உண்டாகும்.

புத்தியின் மத்திய பாகத்தில் வாழ்ந்து கொண்டிருந்த சொந்தவீடு கையை விட்டுப் போகும். பீடைகள் உண்டாகும் நீரழிவு நோய் வரும். பிற தேசத்து அரசர்களாலும், திருடர்களாலும், தீயாலும் மிகுதியான பயம் தோன்றும் என்றவாறு.

(வேறு)

வருங்கடை யினிலே கட்டம் வாக்கேழுக் குடையோ னாகில்
தருமவ மிருத்துண் டாகும் தான்பரி காரம் கேளாய்
அரிசகஸ்த் திரநா மத்தோ டாகுமிர்த் திஞ்சும் கூட்டி
வருஞ்செபம் செய்வா ராகில் மகாசௌக் கியம்உண் டாமே
(6) (278)

(இ.ள்) புதன் புத்தியின் கடைசியில் மிகுந்த கஷ்டங்கள் உண்டாகும். புதன், இரண்டு, ஏழாம் இடங்களுக்கு அதிபதியாக இருந்தால், மரணபயம் உண்டாகும். இதற்குப் பரிகாரகமாக அரி சகஸ்திர நாமங்களை ஓதுவதோடு மிருத்யுஞ்ச வேள்வி செய்தால் மிகுதியான நன்மைகள் உண்டாகும். பயம் நீங்கும் என்றவாறு.

❖

6.3 சனிதிசை – கேது புத்தி

உண்டாகும் சனிதிசையில் கேதபகா ரந்தான்
உறுமாதம் பதிமூன்று நாளொன்பா னாகும்
தண்டாத சசியுடனே கேதுறுங்கா லத்தில்
சரீரத்தில் பிராணபயம் தனயர்மிக நாசம்
கொண்டாகம் பாவியுடன் கூடுவா னாகில்
குடியிருந்த மனைபோகும் அதிகபயம் விலங்கு
வண்டாரும் பூங்கூந்தல்! களத்ரபுத்ர நாசம்
வந்துவிடும் பரதேச சஞ்சாரம் தானே. ***(1) (279)***

(இ.ள்) வண்டுகள் மொய்க்கின்ற பூக்களைக் கூந்தலில் சூடியுள்ள பெண்ணே! சனிதிசையில் கேதுவின் புத்தி, ஆண்டு 1 மாதம் 1, நாள் 9. சந்திரனும் கேதுவும் ஒன்றாகச் சேர்ந்து இருந்தால், மரண பயம் தோன்றும். தனயர்களுக்கு அழிவு நேரிடும். கேது, பாவக் கோள் களுடன் கூடியிருந்தால் குடியிருந்த வீடு கையை விட்டுப் போகும். அதிக பயம் தோன்றும். விலங்கு பூண நேரிடும். களத்திரர், புத்திரர் களுக்குத் தீங்கு உண்டாகும். பிற தேசங்களுக்குச் சென்று அலைய நேரிடும் என்றவாறு.

சாரமுறு இலக்கனாதி பதியுடனே இருந்தால்
தானாதி புத்தியிலே சௌக்யம்தன லாபம்
தீரமிகும் கங்காஸ்தா னத்துடனே அதிக
தேவபூசை யும்கிடைக்கும் கேந்திரகோ ணத்தில்
வாசமுடன் இருந்தாலும் சட்டாட்ட வியத்தில்
வந்தாலும் அவமிருத்து பரிகாரம் அதற்கு
வீரமிகு சிகிப்பிருகு மாதானம் பண்ணில்
வெகுசுகமுண் டாகுமென விளம்பினர்முன் னோரே.

(2) (280)

(இ.ள்) இலக்கனாதிபதியுடன் கேது இருந்து 1,4,7,10 ஆகிய இடங்களில் நின்றால் கேது புத்தியின் தொடக்கத்தில் சௌக்கியமும் தன இலாபமும் உண்டாகும். காசி முதலான புனிதத் தலங்களுக்குப் பயணம் மேற்கொண்டு கங்கை முதலான புண்ணிய நதிகளில் சாதகன் தீர்த்தமாடுவான். இறை வழிபாடு செய்வான். கேது, ஆறு, எட்டு, பன்னிரண்டு ஆகிய இடங்களில் இருந்தால் மரண கண்டங்கள் வரும். அதற்குப் பரிகாரமாக வெள்ளியினால் பாம்பு செய்து தானமாகத் தரவேண்டும். அவ்வாறு செய்தால் துன்பங்கள் நீங்கி, மிகுந்த சுகம் உண்டாகும் என்று சோதிடக்கலையில் வல்ல நம் முன்னோர்கள் கூறியுள்ளார்கள் என்றவாறு.

❖

6.4 சனிதிசை – சுக்கிர புத்தி

அணங்கேகேள்! சனிதிசையில் சுக்கிரனார் புத்தி
அதுமுப்ப துடனெட்டு மாதமதின் பலன்தான்
இணங்குமிந்த சுக்கிரனார் உச்சசொக்ஷேத் திரத்தில்
இருந்தாலும் கேந்திரத்தா் னத்திலிருந் தாலும்
குணம்பெறவே ஏட்டிரண்டு பதினொன்றிலிருந் தாலும்
கூறுபுத்திர களத்திரமதிக சௌக்கிய சுகமாம்
சுணங்குபடர்ந் தடிகனத்துப் புடைத்திளகி விம்மி
துடியிடைதாங் காதெழுந்த துணைமுலைப்பெண் ணரசே.

(1) (281)

(இ.ள்) தேமல் படர்ந்து இடம் அகன்று கனத்து பெருத்து இளகி விம்மி, துடிபோன்ற இடை தாங்காது எழுந்த கொங்கை

களையுடைய பெண்ணரசே! கேட்பாயாக! சனிதிசையில் சுக்கிரபுத்தி ஆண்டுகள் 3, மாதங்கள் இரண்டு. புத்திநாதனாகிய சுக்கிரன் உச்சவீடான மீனத்தில் இருந்தாலும் ஆட்சி வீடுகளான இடபம், துலாம் ஆகிய இடங்களில் இருந்தாலும் நல்ல வீடுகளான 1,4,7,10,5,9 ஆகிய கேந்திர திரிகோண இடங்களில் இருந்தாலும், 2,11 ஆகிய இடங்களால் இருந்தாலும் புத்திரர்களும், களத்திரமும் அதிக சௌக்கியம் அடைவர். மிகுந்த சுகம் உண்டாகும் என்றவாறு.

செயமிகுந்த கீர்த்தியுடன் பூமிலா பமுமாம்
செகராசர் சன்மானம் தீவினிலும் பொருள்கள்
நயமிகுந்து வரும்வியாழன் அதிசார மாகி
நாலவனைச் சேர்வானேல் பால்பாக்ய லாபம்
வயமிகுந்த காரியதி சாரமாய் இருந்த
வனைச்சேர்வா னாகில்மகா ராசயோ கமுமாம்
பயமுறவா றாமிடத்தில் மூடமா னாலும்
பகர்ந்திடும்சட் டாட்டவியத் தினிலிருந்தாலும் கேளே.

(2) (282)

(இ.ள்) வெற்றியுடன் கூடிய புகழ் உண்டாகும். பூமி இலாபம் ஏற்படும். அரச சன்மானங்கள் கிடைக்கும். வெளி நாடுகளில் இருந்து பொருட்கள் கிடைக்கும். குரு அதிசாரத்துடன் நான்காம் இடத்திற்கு அதிபனைச் சேர்ந்தால் பாக்கிய இலாபம் உண்டாகும். சனி அதிசாரமாக இருந்து நான்காம் இடத்திற்கு அதிபதியைச் சார்ந்து இருந்தாலும் மகா ராச யோகம் உண்டாகும் சுக்கிரன் ஆறாமிடத்தில் அஸ்தனம் பெற்று இருந்தாலும் ஆறு, எட்டு, பன்னிரண்டாம் வீடுகளில் இருந்தாலும் அதன் பலனைக் கேட்பாயாக என்றவாறு.

திருந்தாத தாரமுறும் நாசமன வியாதி
சேர்ந்ததிக்கு மனையோகும் பந்துசனக் கிலேசம்
வருந்தாத ராசரால் நிஷ்டூரம் சேரும்
வளர்பாக்கியம் கேந்திரகோ ணத்தையடைந் தாலும்
பொருந்தாத லாபனுடன் இவன்பொருந்தி னாலும்
பூமன்னர் சன்மானம் அதிகசந்தோ ஷமுமாம்
கிரந்தாதி வித்தையுடன் வஸ்திரா பரணம்
கிடைத்திடுமே மறையவர்கள் பூசையின்னங் கேளே.

(3) (283)

(இ.ள்) மனைவிக்குத் துன்பம் உண்டாகும். மனவியாதி ஏற்படும். சொந்த வீடு கையை விட்டுப் போய்விடும். உற்றார் உறவினர்களால் மனக்கவலை ஏற்படும். அரசர்களின் கோபத்திற்கு ஆளாக நேரிடும். நிறைந்த பாக்கியங்கள் கேடடையும். சுக்கிரன் 1,4,7,10 ஆகிய கேந்திர வீடுகளில் நின்றாலும் 1,5,9 ஆகிய திரிகோண வீடுகளில் இருந்தாலும், இலாபாதிபதியான பதினோராம் இடத்திற்கு அதிபதியுடன் இவன் சேர்ந்து இருந்தாலும், புவியாளும் அரசர்களிடமிருந்து மிகுந்த வெகுமதிகளைப் பெற்று மகிழ்வான். அவன் வாழ்வில் மிகுந்த மகிழ்ச்சி உண்டாகும். கிரந்தம் முதலான மொழிகளைக் கற்றுவித்தைகளில் சிறப்பான். பட்டாடை முதலான உயர்ந்த ஆடைகளும், விலையுயர்ந்த ஆபரணங்களும் வந்து சேரும். பெரியோர்களை வணங்குவான். இன்னமும் கேட்பாயாக என்றவாறு.

மறையவர்கள் பூசையினால் புத்திரர்கள் இலாபம்
மன்னவர்கள் சிறுமையினால் சிவிகைமிகு இலாபம்
நிறைபெறுமா றெட்டுஈ ராறிலிருந் தாலும்
நீங்கரிய பாவியுடன் இவன்கூடி னாலும்
குறைவதாம் களத்திரநா சம்நேத்திர ரோகம்
கூறுமந்த ரோகமுடன் குன்மவலி சேரும்
தரைதனிலே மரமேறி வீழ்ந்திடுவான் உற்ற
சகோதரமும நாசமுறும் தாரணிபூங் குயிலே. (4) (284)

(இ.ள்) மாலையை அணிந்த பூங்குயில் போன்ற பெண்ணே! புத்திரர்களால் இலாபம் உண்டாகும். அரசர்களுடைய கருணையினால் பல்லக்கு முதலான வாகனங்கள் கிடைக்கும். தீய வீடுகளான ஆறு, எட்டு, பன்னிரண்டு ஆகிய இடங்களில் சுக்கிரன் நின்றாலும் சூரியனோடு சேர்ந்து இருந்தாலும் களத்திர நாசமும் கண் நோய்களும், பல் வலியும், குன்மம், வயிற்றுவலி முதலானவையும் வந்து சாதகனை வருத்தும். மேலும் சாதகன் மரத்தின் மேலேறி விழ நேரிடும். உடன்பிறந்த சகோதரர்களுக்கும் அழிவு உண்டாகும் என்றவாறு.

தாரணியில் இராகுவுக்குச் சத்துருவா னாலும்
தானேமுன் சொன்னபலன் சரியாகக் கொடுக்கும்
பூரணமாய் இரண்டேழுக் கிவன்நாத னாகில்
பொருகளத்திர கிலேசமுடன் பீடையவ மிருத்தாய்

காரணமாம் பரிகாரம் துர்க்கைசெப மதுதான்
கருது மறை யோர்களினாற் செய்துவரில் சுகமாம்
வாரணிந்து புடைத்துவிம்மி மதத்துமிக்க கனத்து
வளர்முலையைத் தாங்குமிடை வாடிடுமின் னாளே.

(5) (285)

(இ.ள்) கச்சினை அணிந்து, பெருத்து, விம்மி, திமிர்த்து, மிகுந்த கனத்துடன் வளர்கின்ற கொங்கைகளைத் தாங்குதலால் மின்னல் போன்ற இடையானது வாடுகின்ற பெண்ணே! இராகுவுக்குப் பகையாக இருப்பினும் முன் சொன்னபலன்கள் நடக்கும். சுக்கிரன், இரண்டு, ஏழாம் இடங்களுக்கு அதிபதியாக இருந்தால், களத்திரத்தோடு கருத்து வேறுபாடு ஏற்பட்டு பீடையாகும். மரணபயம் உண்டாகும். இதற்குப் பரிகாரமாக துர்க்கைக்குத் தக்கவர்களைக் கொண்டு பூசை செய்ய வேண்டும். அவ்வாறு செய்துவந்தால் சுகமாகும் என்றவாறு.

❖

6.5 சனிதிசை – சூரிய புத்தி

வாடாத சனிதிசையில் இரவிபுத்தி யதுதான்
வருமாதம் பதினொன்று நாள்பனிரெண் டாகும்
தோடார்தா மரைநண்ப னவன்மகனுக் கேதான்
சொல்லரிய வந்தர்க்கத னாகியிருந் தாலும்
ஈடான லக்னாதிபதி உடன்சேர்ந் தாலும்
இவன்புத்தி யாதியி னிறைபயம் உண்டாம்
கோடாருங் கனதனத்தாய் நடுக்கடையில் அதிக
கொடூரகட்டம் உண்டெனவே கூறினர்முன் னோரே.

(1) (286)

(இ.ள்) மலைகளை ஒத்த கனத்த கொங்கைகளை உடையவளே! சனிதிசையில் சூரியனுடைய புத்தி மாதங்கள் 11, நாள் 12. தாமரைக்கு நண்பனான சூரியனின் மகனான சனியுடன் ஒன்றாகச் சேர்ந்திருந்தாலும், சூரியன் இலக்கனாதிபதியுடன் சேர்ந்திருந்தாலும், சூரிய புத்தியின் தொடக்கத்தில் மிகுந்த பயம் உண்டாகும். இப்புத்தியின் இடை பாகத்திலும் கடைசி பாகத்திலும் கொடுமையான கஷ்டங்கள் உண்டாகும் என்று சோதிடக்கலையில் வல்ல நம் முன்னோர்கள் கூறியுள்ளார்கள் என்றவாறு.

கூறிடும் சென்மத்தில் சனியிருப்பா னாகில்
குறித்தபயம் தாயாதி இட்டசனம் கலகம்
மீறியதோர் சத்ருபயம் ராசாக்கள் கலகம்
வியாழம்நோக் குற்றக்கால் சத்துருநா சங்காண்
தேறியதோர் சுபனோடே கூடுகினும் சுபரால்
செழும்பார்வை யுற்றாலும் கூடிவரும் பாக்ய
மாறிலுடன் ராகுசனி இரவியும் கூடில்
அதுபீடை மனவியாதி யாகுமின்னங் கேளே. *(2) (287)*

(இ.ள்) இலக்கனத்தில் சனி இருந்தால், பங்காளிகளால் பயம் உண்டாகும். நெருங்கிய இனிய உறவினர்கள் கலகம் செய்வார்கள். பகைவர்களால் அச்சம் மிகுந்து தோன்றும். அரசர்களின் கோபத்திற்கு ஆளாக நேரிடும். இலக்கனத்தில் உள்ள சனியை, வியாழன் பார்த்தால் பகைவர்கள் அழிந்து போவார்கள். இச்சனி சுபரோடு கூடி இருந்தாலும், சுபர்களால் பார்க்கப்பட்டாலும் பாக்கியங்கள் உண்டாகும். சனி, சூரியனுடன் இராகு சேர்ந்து இருப்பின், அதிக துன்பங்கள் தோன்றும். மனவியாதி உண்டாகும். இன்னமும் கேட்பாயாக என்றவாறு.

ஆகாத காச்சலோ டதிசார ரோகம்
அன்னியதே சங்கமனம் நாற்காலி நாசம்
வாகான உச்சசொக்ஷேத் திரத்திற்கேந்திர கோணம்
வளர்லாபத் தடைந்திருந்தால் புராணகதை கேள்வி
போகாது விவசாய பலன்மிகவும் உண்டாம்
புகழ்தெய்வ தீர்த்தமுமாம் புகல்நீச னானால்
பாகாரு மொழியாய்சத் துருவீடெய் திடினும்
பன்னிரண்டெட் டாறினிலே பதிந்திடினும் கேளே. *(3) (288)*

(இ.ள்) சர்க்கரையின் பாகுபோன்ற இனிமையான மொழியை யுடைய பெண்ணே! காய்ச்சலுடன், அதிசாரம் தோன்றும். இச்சாதகன் பிறதேசப் பெண்டிருடன் உறவு கொள்வான். கால்நடைகளுக்கு அழிவு நேரிடும். சூரியன் உச்சவீடான மேஷத்தில் இருந்தாலும் சொந்த வீடான சிம்மத்தில் இருந்தாலும், கேந்திர வீடுகளான 1,4,7,10 ஆகிய இடங்களில் இருந்தாலும், 1,5,9 ஆகிய திரிகோண வீடுகளில் இருந்தாலும், இலாபத்தானமான பதினோராம் வீட்டில் இருந்தாலும் மிகுந்த பலன்கள் உண்டாகும். புனிதத் தலங்களுக்குச் சென்று புண்ணிய நீராடுவான். சூரியன் நீசவீட்டில் இருந்தாலும், பகை வீட்டில் இருந்தாலும் ஆறு, எட்டு, பன்னிரண்டு ஆகிய வீடுகளில் இருந்தாலும் அதன் பலனைக் கேட்பாயாக என்றவாறு.

பதியில்லாப் பீடைதலை வலிகாய்ச்ச லுடனே
பகர்ந்தபிதுர் கிலேசமுறும் காரணமாய்க் கலகம்
மதியில்லாத் தாயாதி இட்டசன கலகம்
வளரக்னி பயமுடனே நீரிழிவு ரோகம்
துதிபெறுகேந் திரகோணம் லாபத்தா னத்தில்
சூரனுரில் சகோதரநா சங்காட்டு மிந்தப்
புதுமனைபோய் பரதேச சஞ்சார மாகும்
புகழ்பெருகும் தனதான்ய நாசமுறும் தானே. *(4) (289)*

(இ.ள்) ஓரிடத்தில் நிலையில்லாது அலைதலும் பீடைகளும், தோன்றும். தலைவலி, காய்ச்சல் போன்ற நோய்களும் வந்து துன்பம் செய்யும். தந்தையால் கவலை தோன்றும். கலகங்கள் தோன்றும், அறிவற்ற பங்காளிகளும், நெருங்கிய இனிய உறவினர்களும் கலகம் செய்வார்கள். அக்கினியால் பயம் தோன்றும். நீரழிவு நோயும் வந்து வருத்தும். சூரியன், *1,4,7,10* ஆகிய கேந்திர வீடுகளில் இருந்தாலும், *1,5,9* ஆகிய திரிகோண வீடுகளில் இருந்தாலும், இலாபத்தானமான பதினோராம் வீட்டில் இருந்தாலும் சகோதரர்களுக்கு அழிவு உண்டாகும். வாழ்ந்திருந்த புதிய மனையை விட்டு பிறதேசங்களுக்குச் சென்று அலைய நேரிடும். தனமும் தானியமும் நாசமடையும் என்றவாறு.

நாசமுறும் அன்னியர்கள் பணிவிடையே செய்வர்
நலமில்லா நீசமங்கை சங்கமமும் அகால
போசனமும் கிடைக்குமப கீர்த்திமிக உண்டாம்
பொருள்தொழில் நாசமுறும் சட்டாட்ட வியத்தில்
வாசமுறில் அதிபீடை அதிககட்ட விதமும்
வளர்மனைபோம் தனச்செலவு சோரரக்னி பயமாம்
நேசமிகும் ஆடவரை இளநகையால் உருக்கும்
நேரிழையே! பராசரமா முனியுரைத்த பலனே. *(5) (290)*

(இ.ள்) தன் மீது அன்பு கொண்ட ஆடவரை இளம் புன்னகையால் உருகச் செய்கின்ற சிறந்த ஆபரணங்களை அணிந்த பெண்ணே! பராசர மாமுனிவர் உரைத்த பலனைக் கேட்பாயாக! தீயவர்கள் பணிவிடை செய்வர். நல்ல பண்புகள் இல்லாத தீய பெண்களுடன் உறவுண்டாகும். அகால நேரத்தில் உணவு உண்ணுதலும் நிகழும். சாதகன் பிறரால் மிகவும் தாழ்வாக இகழப்படுவான். செல்வம் நாசமடையும். செய்தொழிலுக்கு அழிவுண்டாகும். சூரியன், ஆறு, எட்டு, பன்னிரண்டு ஆகிய இடங்களில் இருந்தால், மிகுந்த பீடை

உண்டாகும். மிகுந்த கஷ்டங்கள் தோன்றும். சொந்த வீடு கையை விட்டுப் போகும். மிகுதியான பணச்செலவு ஏற்படும். திருடராலும், தீயாலும் மிகுந்த அச்சம் தோன்றும் என்றவாறு.

(வேறு)

பலனுறு இரண்டே ழுக்குப் பதிரவி யான போதில்
நலமில்லா அவமிருத் துண்டாம் நற்பரி காரம் தானே
நிலமதி லொளிகொள் சூரிய நமஸ்காரம் நிதமும் செய்தால்
இலகிய சுகமுண் டாகும் என்றுதான் இயம்பு மின்னே.

(6) (291)

(இ.ள்) மின்னலை ஒத்த இடையையுடைய பெண்ணே! இலக்கனத்திற்குச் சூரியன், இரண்டு ஏழு ஆகிய இடங்களுக்கு அதிபதியாக இருந்தால் மரணபயம் உண்டாகும். இதற்குப் பரிகாரம் செய்ய வேண்டும் இப்புவியுலகிற்கு ஒளியை வழங்குகின்ற சூரியனைத் தினமும் வணங்கினால் துன்பங்கள் நீங்கும். சுகம் உண்டாகும் என்றவாறு.

❖

6.6 சனிதிசை – சந்திர புத்தி

மின்னிடையாய் சனிதிசையில் சந்திரன்தன் புத்தி
மிகுமாதம் பத்தொன்ப ததன்பலனைக் கேளாய்!
நன்னயமாய் காரிக்குச் சசியந்தர்க் கதனாய்
நண்ணிடினும் புதன்பார்வை யுற்றாலும் புதனோ
டுன்னிலிது கூடுகினும் பட்டாபி ஷேகம்
உயரியராச் சியலாபம் இராசபேட் டியுமாம்
மன்மதன்மா மன்னர்மனை யாயரசிலையைத் தேரை
மாசுணத்தின் படத்தைவென்ற வளருமல்குல் திருவே.

(1) (292)

(இ.ள்) மன்மதனின் அரண்மனையைப் போல பெரிதும் இடம் அகன்ற அரசிலையையும் தேரையையும், பாம்பின் படத்தையும் வென்று வளர்கின்ற அல்குலையுடைய திருமகளைப் போன்ற பெண்ணே! மின்னலையொத்த இடையை உடையவளே! சனிதிசையில் சந்திரனின் புத்தி ஆண்டு ஒன்று, மாதங்கள் 7. சனியும்

சந்திரனும் ஒன்றாகச் சேர்ந்து இருப்பினும், புதனால் பார்க்கப்பட்டாலும், புதனோடு சந்திரன் கூடியிருந்தாலும் பட்டாபிஷேகமும் உயர்வான இராச்சிய இலாபமும் கிடைக்கும் அரசனை நேரில் கண்டு பேட்டி காணுவது நிகழும் என்றவாறு.

திருவேகேள்! சிவிகையுடன் வஸ்திரா பரணம்
சேர்ந்திடுநாற் காலிவரும் பிதுர்மாதுர் சௌக்யம்
தருமேநற் சுகமெல்லாம் உச்சசொக்ஷேத் திரத்தைத்
தானடைந்து பூரணசந் திரனுடன்கூ டிடினும்
வருமேகேந் திரதிரிகோணந் தன்னிலிருந் தாலும்
வளமாக முன்சொன்ன பலனாகும் சசிதான்
முருகார்பூங் குழலாய்பூ ரணசந்திர னாகில்
முழுப்பாவி யுடக்கூடில் மொழிபலனைக் கேளே. *(2) (293)*

(இ.ள்) அழகு நிறைந்த மலர்கள் சூடிய கூந்தலை உடையவளே! திருமகளை ஒத்தவளே! பல்லக்கு வாகனம் கிடைக்கும். விலையுயர்ந்த பட்டாடைகளும், ஆபரணங்களும் சேரும். கன்று காலிகள் பெருகி வரும். தாய், தந்தை ஆகியோர் நலமுடன் விளங்குவர். நல்ல சுகம் உண்டாகும். பூரண சந்திரன் உச்ச வீட்டை அடைந்து இருந்தாலும், தன் ஆட்சி வீட்டில் இருந்தாலும், 1,4,7,10 ஆகிய கேந்திர இடங்களில் இருந்தாலும் 1,5,9 ஆகிய திரிகோண இடங்களில் இருந்தாலும் முன்சொன்ன பலன்களாகும். பூரண சந்திரன், பாவக்கோள்களுடன் கூடில், நேருகின்ற பலனைச் சொல்லக் கேட்பாயாக என்றவாறு.

பாவியுடன் இது கூடில் களத்ரபுத்ர நாசம்
பகர்மாதுர் நாசமுடன் மிகும்பீடை யதுவாம்
பூவினிலே கேந்திரதிரி கோணத்தையடைந் தாலும்
புகலரிய மூன்றுபதி னொன்றிலிருந் தாலும்
கோவரசர் அபிஷேகம் தனலாபம் தேசம்
குறைவில்லாக் கிரகமுடன் வெகுலாப மாகும்
மேவியமத் தியமுதலந் தியவரைக்குந் தானே
மிகுராசர் பீடைவரும் விரைசெறிபூங் குழலே. *(3) (294)*

(இ.ள்) நறுமணம் பொருந்திய மலர்களைச் சூடிய கூந்தலை உடையவளே! சந்திரன் பாவக் கோள்களுடன் கூடி இருந்தால், களத்திர, புத்திர நாசம் ஏற்படும். பெற்ற தாய்க்கு அழிவு ஏற்படுவதோடு பீடை உண்டாகும். சந்திரன் 1,4,7,10 ஆகிய கேந்தி இடங்களில்

இருந்தாலும் 1,5,9 ஆகிய திரிகோண இடங்களில் இருந்தாலும், 3,11 ஆகிய இடங்களில் நின்றாலும் அரசர்களால் போற்றப்படுவர். மிகுந்த பொருள் இலாபம் வந்து சேரும். மேலும் பூமி இலாபமும் உண்டாகும். நல்ல வீடு அமைவதோடு, அனைத்திலும் மிகுந்த இலாபம் கிடைக்கும். சந்திர புத்தியின் மத்திய பாகம் முதல் கடைசி பாகம் வரைக்கும் அரசரால் பீடை உண்டாகும் என்றவாறு.

பூங்குழலே! சட்டாட்ட வியந்தனிலே சசிதான்
பொருவரிய பலவானாய்ப் புகுந்தினிதாய் இருக்கில்
ஆங்கவர்க்கு நல்லபோ சனமதிக சுகமாம்
அண்டலர்கர் நாசமுறும் அதில்பாவி சேரில்
ஓங்கியஅப் பாவியினால் பார்வையுற்றா லேனும்
உறுவிலங்கு கிரகம்போம் பீடைபந்து நாசம்
கோங்கரும்பும் பூங்கரும்பும் பொருதமுலை மொழியாய்
குறித்தனர்சோ திடமுழுதும் கூறினர்வல் லோரே. (4) (295)

(இ.ள்) மலர்களைச் சூடிய கூந்தலையும் கோங்கின் அரும்பை வென்ற கொங்கைகளையும், கரும்புச்-சாற்றினை ஒத்த இனிய மொழியையும் உடைய பெண்ணே! சந்திரன், ஆறு, எட்டு, பன்னிரண்டாம் இடங்களில் பலவானாக இருக்கில், சாதகனுக்கு நல்ல உணவும் அதிக சுகமும் உண்டாகும். பகைவர்கள் நாசம் அடைவர்கள். சந்திரனுடன் பாவிகள் சேர்ந்து இருந்தாலும் சந்திரன் பாவக்கோள்களால் பார்க்கப்பட்டாலும், விலங்கு பூண நேரிடும். வாழ்கின்ற வீட்டிற்கு அழிவு நேரிடும். பீடை உண்டாகும். உறவினர்களுக்கு அழிவு ஏற்படும் என்று சோதிடக்கலையில் வல்ல சோதிடர்கள் எடுத்துக் கூறியுள்ளனர் என்றவாறு.

(வேறு)

வல்லதோர் இரண்டே ழுக்கு மதினாத னாகிப் பின்னும்
அல்லல்சேர் பாவி யோடே அவன்வந்து கூடு வானேல்
சொல்லுவாய் மரண மந்தத் துன்பங்கள் தீரத் தானே
நல்லதோர் பரிசா ரத்தை நாமினிப் புகலு வோமே. (5) (296)

(இ.ள்) சந்திரன் இரண்டு, ஏழு ஆகிய இடங்களுக்கு அதிபனாக இருந்தாலும், பாவக்கோள்களுடன் கூடியிருந்தாலும் மரண பயம் தோன்றும். அந்தத் துன்பங்கள் விலக, இனி பரிகாரத்தைச் சொல்லுகிறேன் என்றவாறு.

ஓமமும் திலதத் தாற்செய் உறுவெள்ளைக் காளை தன்னை
மாமறை யோர்க்குத் தானம் வழங்கியே மாத வர்க்குச்
சேமமாய் சகஸ்ர நாமம் செபம்செய்து துர்கா தேவி
யாமளை செபமும் செய்தால் அதிசுகம் ஆகும் தானே. *(6) (297)*

(இ.ள்) ஓமத்தையும் எள்ளையும், வெள்ளைக் காளை ஒன்றையும் பிராமணர்களுக்குத் தானமாக அளித்து, திருமாலுக்கு சகஸ்ரநாம பூசை செய்து, துர்க்கா தேவிக்கு யாமளை செபமும் செய்ய வேண்டும். அவ்வாறு செய்தால் சகல தோடங்களும் அகன்று அதிக சுகம் வந்து சேரும் என்றவாறு.

ஆக விருத்தம் 297

❖

6.7 சனிதிசை – செவ்வாய் புத்தி

சுகமில்லாச் சனிதிசையில் செவ்வாய்புத்தி மாதம்
சொல்கின்றேன் பதிமூன்று நாளொன்ப தாகும்
மிகுசெவ்வாய் மந்தனுக்கு அந்தர்க்கதனா யாகிலும்
விளங்கியகேந் திரகோண லாபமுற்றா னேனும்
புகலரிய உச்சொக்ஷேத் திரத்தையடைந்தா னேனும்
பொருந்துதே காதிபனுடனே கூடினா னேனும்
செகமதனில் விலங்குவரும் சுரம்சிரனோய் இட்ட
சனநாசம் புவிநாசம் வாதபித் தமுமே. *(1) (298)*

(இ.ள்) சுகமில்லாத சனிதிசையில் செவ்வாய் புத்தி ஆண்டு 1, மாதம் 1, நாள் 9. செவ்வாய், சனியுடன் சேர்ந்து இருந்தாலும், 1,4,7,10 ஆகிய கேந்திர இடங்களில் இருந்தாலும், 1,5,9 ஆகிய திரிகோண இடங்களில் இருந்தாலும், இலாபத்தானமான பதினோராம் இடத்தில் இருந்தாலும், உச்ச வீடான மகர இராசியில் இருந்தாலும் ஆட்சி வீடுகளான மேஷம், விருட்சிகம் ஆகிய இடங்களில் இருந்தாலும் இராசியாதிபதியுடன் கூடி இருந்தாலும், விலங்கு பூண நேரிடும். சுரம், தலைவலி முதலான நோய்கள் வந்து துயர் செய்யும். நெருங்கிய இனிய உறவினர்களுக்கு அழிவு வந்து சேரும். பூமி நாசமாகும். வாதம், பித்தம் ஆகியவற்றால் உடல்நலம் குன்றி சாதகன் வருந்துவான் என்றவாறு.

உற்றலக் னாதிபதி யுடன்கூடி னாலும்
உச்சத்தில் இருந்தாலும் ஒருமூன்றில் ஆறில்
பெற்றதசம் லாபமதில் இவனிருந்தா லுந்தான்
பெருகுமகா சந்தோஷம் வஸ்திரலா பங்கள்
கொள்ளவரால் தளகர்த்தம் சமரமதில் செயமாம்
கூடுசுகம் புதுக்கிரகம் லாபமுண் டாகும்
குற்றமில்லா வாகனங்கள் பால்பாக்யத் துடனே
கூடிவரும் என்றுரைத்தார் குலமறையோர் தானே. *(2) (299)*

(இ.ள்) இலக்கனாதிபதியுடன் செவ்வாய் கூடியிருந்தாலும், மகர இராசியில் உச்சம் பெற்ற விளங்கினாலும், மூன்று, ஆறு, பத்து, பதினொன்று ஆகிய இடங்களில் இருந்தாலும் மிகுந்த சந்தோஷம் உண்டாகும். விலையுயர்ந்த பட்டாடைகள் கிடைக்கும். அரசரால் பெரிய பதவி கிடைக்கும். போரில் வெற்றி கிடைக்கும். சுகம் அதிகரிக்கும். புதிய வீடு கட்டி அதில் வாழும் யோகம் உண்டாகும். வாகன இலாபங்கள் உண்டாகும். கன்று காலிகள் மிகுந்து இலாபம் ஏற்படும். அனைத்துவிதமான சௌபாக்கியங்களும் சாதகனுக்கு மிகுதியாகக் கிடைக்கும் என்று சோதிடகலையில் வல்லவர்கள் எடுத்துரைத்துள்ளனர் என்றவாறு.

கூடியதோர் இலக்கனத்துக் கிவனுடையோ னானால்
குறித்தசம ரினில்செயமாம் குவலயமும் சேரும்
தேடிய கோதரத்தால் விரோதமிக வாகும்
திகழ்ந்துவரும் எட்டேழுக் கிவனாத னாகில்
நீடில்லா இரண்டுடையோன் இவன்கூடு வானேல்
திசையுமவ மிருத்துபயம் இதற்கிடபம் தனையும்
மாடத னையும்சேர்த்துத் தானமதைக் கொடுத்தால்
அதிகசுகம் உண்டெனவே அவனியினில் உரையே. *(3) (300)*

(இ.ள்) இலக்கனாதிபதியாக செவ்வாய் இருந்தாலும், போரில் வெற்றி உண்டாகும். பூமி இலாபம் கிட்டும் சகோதரர்களோடு விரோதம் உண்டானும். ஏழாமிடம், எட்டாமிடம் இவற்றிற்குச் செவ்வாய் அதிபனாகி, இரண்டாமிடத்திற்கு அதிபதியோடு ஒன்று கூடி இருந்தால் மரணபயம் உண்டாகும். இதற்குப் பரிகாரமாக, காளை ஒன்றையும், பசு ஒன்றையும் சேர்த்துத் தானமாகக் கொடுக்க வேண்டும். அவ்வாறு கொடுத்தால், துன்பங்கள் அனைத்தும் நீங்கி, பூமியில் அதிக சுகம் உண்டாகும் என்றவாறு.

பாராசாரியம் (திசா புத்தி பலன்கள்)

> அவனிமகன் சட்டாட்ட வியத்திலிருந் தாலும்
> அஸ்தமன மானாலும் அதிநீச்சன் எனினும்
> புவனமதில் அரசரால் சோரரால் தீயால்
> பொருந்துபயம் கிரந்தியொடு மேகமுமுண் டாகும்
> பலமிகுந்த விலங்குவரும் கிரகம்போம் துணைவர்
> பகையாகுந் தாயாதி சனகலகம் உண்டாம்
> தவமுறுகேந் திரகோண லாபமதில் பலவான்
> தன்னுடனே கூடியிந் தாலுமினிக் கேளே.   (4) (301)

(இ.ள்) செவ்வாய், தீய வீடுகளான ஆறு, எட்டு, பன்னிரண்டாம் இடங்களில் இருந்தாலும் அஸ்தமனம் பெற்றாலும், நீசனாக விளங்கினாலும், அரசராலும், திருடர்களாலும், தீயாலும் அச்சம் உண்டாகும். கிரந்தி, மேகம் முதலான நோய்கள் உண்டாகும். விலங்கு பூண நேரும். வாழும் வீடு கையை விட்டுப் போகும். கணவருடன் பகை ஏற்படும். பங்காளிகள் கலகம் செய்வார்கள். நெருங்கிய இனிய உறவினர்கள் கலகம் செய்வார்கள். செவ்வாய் 1,4,7,10 ஆகிய கேந்திர வீடுகளில், 1,5,9 ஆகிய திரிகோண வீடுகளில், இலாபத் தானமான பதினோராம் இடத்தில், பலவானுடன் கூடியிருந்தால் அதனால் உண்டாகும் பலனைக் கேட்பாயாக என்றவாறு.

குறிப்பு: அவனிமகன் - செவ்வாய்.

> இனியதொரு மூன்றிலிருந் தாலுமிருந் தவனை
> எழில்சுபர்கள் பார்த்தாலும் அதிகசந்தோ ஷங்கள்
> தனதான்ய லாபமுறும் கலியாணம் நடக்கும்
> தானேநாற் காலிவரும் ஆதிஅற்ப பலனாம்
> கனியாகும் மத்தியத்தில் சௌக்கியதன இலாபம்
> கடையதனில் தனதான்யம் உறுநாச மாகும்
> தினைதானும் இடைபோக தேநெருங்கிப் புடைத்துத்
> திரண்டெழுந்த கனதனச்செப் புடையமட மயிலே!
>   (5) (302)

(இ.ள்) தினையளவுகூட இடைவெளி இல்லாது நெருங்கி புடைத்து, பருத்தெழுந்த கனமான, கொங்கைகளாகிய செம்புகளைக் கொண்டிருக்கக் கூடிய இளமையான மயிலின் சாயலைக் கொண்ட பெண்ணே! இனிமையான மூன்றாமிடத்தில் செவ்வாய் இருந்து அந்தச் செவ்வாயைச் சுபக்கோள்கள் பார்த்தால், அதிகமான சந்தோஷங்கள் கிட்டும். தன தான்ய இலாபம் கிடைக்கும். திருமணம்

நடைபெறும். கன்று காலிகள் வந்து சேரும். செவ்வாய் புத்தியின் தொடக்கத்தில் அற்ப பலன் உண்டாகும். மத்திய பாகத்தில் சௌக்கியம் ஏற்படும். தன இலாபம் கிட்டும். கடைசி பாகத்தில் சாதகனுக்குத் தன, தானியங்கள்.. நாசமாகும் என்றவாறு.

செப்பிடும்சட் டாட்டவிய மதுதனிலே பாவி
சேயுடனே இருந்தக்கால் சேருநீ ரிழிவு
தப்பில்தலை வலிகாச்சல் எதிராளி சமரில்
தானுண்டாம் அபசெயமும் மரணமும்வந் தெய்தும்
கொப்பிலங்கும் குழையுடனே வாதாடிப் பொழுது
கூராறும் வடிவாளை வேலினையும் பழித்து
மைப்படியும் விழியிணையாள் ஆடவர்கள் உயிரை
வாட்டிடும்சிற் றிடையுடைய மங்கையருக் கரசே. (6) (303)

(இ.ள்) காதுகுழைகளுடன் கொப்புகள் விளங்கி, அவற்றோடு போரிடக்கூடிய, கூர்மை நிறைந்த வாளையும், வேலினையும் பழிக்கக்கூடிய மைபூசப்பட்ட இரு விழிகளால் ஆடவர்கள் உயிரை வாடச் செய்கின்ற, மெல்லிய இடையினைக் கொண்ட பெண்களுக் கெல்லாம் அரசியாக விளங்கக் கூடியவளே! சொல்லக் கேட்பாயாக. செவ்வாய், ஆறு, எட்டு, பன்னிரண்டு ஆகிய இடங்களில் பாவி களுடன் கூடியிருந்தாலும், அந்தச் செவ்வாயைப் பாவக்கோள்கள் பார்த்தாலும் நீரிழிவு நோய் உண்டாகும். மேலும் தலைவலி, காய்ச்சல் முதலானவைகளும் வந்து வருத்தும். பகைவனுடன் செய்யும் போரில் தோல்வியுண்டாகி, சாதகனுக்கு மரணமும் வந்து சேரும் என்றவாறு.

❖

6.8 சனிதிசை – இராகு புத்தி

மங்கையே! சனியில்ராகு வகுத்தபுத்தி யதனில்
மாதமுப்பதி நாலினோடறு நாளதாமது தானமே
துங்கமாகிய மந்தனுக்கிவ அந்தர்க்கத னாகிலும்
சொல்லுகின்ற மனோவியாதி கலகமோடதி பீடையாம்
பொங்கமாகிய ஞாதிமார்விவ காரமேபுரி வாரதில்
பெரும்நாசம் இராசகோப மதாகுமேபுவி நாசமாம்
தங்குதேசம் அகன்றுபின்பர தேசமேஉறு வானவன்
தமனியக்குட மதுநிகர்த்த பயோதரத்திரு வாள்மினே. (1) (304)

(இ.ள்) பொன்குடங்களை ஒத்த கொங்கைகளையுடைய திருமகளையொத்த அழகுடையவேள! சனிதிசையில் இராகு புத்தி ஆண்டுகள் 2, மாதங்கள் 10, நாட்கள் 6. சனியுடன் இராகு ஒன்று சேர்ந்து இருந்தால் மனவியாதி உண்டாகும். அனைவரிடமும் கலகம் ஏற்படும். அதிக பீடையுண்டாகும். ஞாதிகளிடம் வீண் பிரச்சனைகள் தோன்றும். அதனால் பெரிய பொருள் அழிவு ஏற்படும். சாதகன், அரசரின் கோபத்திற்கு ஆளாவான். பூமி நாசமாகும். வாழ்கின்ற தேசத்தை விட்டு பிறதேசங்களுக்குச் சென்று வாழ நேரிடும் என்றவாறு.

குறிப்பு: ஞாதி – சுற்றம்.

திருவிளங்கிய லக்கனாதிப னுடனுறைந்திடு வானேல்
சேருமாதியி லேசெளக்யம் நடுவிலுங்கடை யதிலுமே
வருமிகுந்ததி கஷ்டபீடைகள் வாகுசேர்தன தான்ய
வகையினாசம தாகுமூன்றினில் மருவுமாறினில் பத்தினில்
பொருளதாகிய லாபமீது புகுந்திருந்திடில் இடபமும்
போற்றுங்கட கத்திேனாடுறு பூவைவீணையி லெய்திலும்
தருமிராச சனவஸ்திர பூஷணாதிகளில் லாபமாம்
தானினைத்தது பலிதமாம் செயசர்வகாரிய லாபமே. *(2) (305)*

(இ.ள்) அழகு மிகுந்த இலக்கனாதிபனுடன் இராகு ஒன்று கூடி இருந்தால், அந்த இராகு புத்தியின் ஆதியில் செளக்கியமும், புத்தியின் மத்திய பாகத்திலும் கடைசி பாகத்திலும் அதிக துன்பத்தைத் தரக்கூடிய பீடைகளும் உண்டாகும். தனம், தானியம் முதலானவை நாசம் அடையும், மூன்று, ஆறு, பத்து, ஆகிய இடங்களில் இராகு நின்றாலும், இலாபத்தானமான பதினோராம் இடத்தில் நின்றாலும், கடகம், இடபம், மிதுன இராசிகளில் நின்றாலும் அரசர்களிடமிருந்து வெகுமதிகள் கிடைக்கும். பட்டாடைகள் முதலான உயர்ந்த ஆடைகளும் விலையுயர்ந்த ஆபரணங்களும் கிடைக்கும். நினைத்த செயல்கள் அனைத்தும் நிறைவேறும். சாதகனின் அனைத்து காரியங்களிலும் இலாபமும் வெற்றியும் வந்து குவியும் என்றவாறு.

காரியத்துடன் நிருதிமூலை கதித்தநற்பய ணத்தினில்
காசினிக்கிறை பேட்டியுண்டிசைச் கருதுதேவதை பூசையும்
சாருமேசனி ராகுவாரலிம் மூவர்தானுமே ஓரிடம்
தானுதித்திடி லேகளத்திர மோடுதந்தையும் நாசமாம்

வாரமுற்றிடு மாதர்நாசம் வகுத்தஇஷ்டகி லேசமே
வந்துசேருமோ ராறிலெட்டிலும் வளர்வியத்திலு மாயிலும்
நேரதுற்றதிரி கோணகேந்திர நிற்கிலும்சுபர் கூடினும்
நித்தியமற் பசவுக்யமா மெனநீபுகன்றிடு வாய்மினே.
(3) (306)

(இ.ள்) ஒரு செயலை நிறைவேற்றுவதற்காக தென்மேற்கு திசை நோக்கிய பயணம் ஒன்றை மேற்கொள்ள நேரிடும். அரசரை நேரில் கண்டுபேச வாய்ப்பு உண்டாகும். சாதகன், புகழைத் தரும் தெய்வத்தின் பூசையைச் செய்வான். இலக்கனாதிபதியும், சனியும், இராகுவும் ஓர் இராசியில் ஒன்று கூடி ஆறு, எட்டு, பன்னிரண்டு ஆகிய இடங்களில் நின்றால், களத்திரம், தாய், தந்தை போன்றோருக்கு அழிவு ஏற்படும். சாதகனுக்கு விருப்பமானவர்களிடத்தில் கருத்து வேறுபாடு உண்டாகும். இலக்கனாதிபதியும் சனியும் இராகுவும் 1,4,7,10 ஆகிய கேந்திர வீடுகளில் இருப்பினும் 1,5,9 ஆகிய திரிகோண வீடுகளில் நின்றாலும் குறைவான சௌக்கியம் உண்டாகும் என்றவாறு.

புகழுகின்றதோர் பாவியானவர் புத்தராவொடு கூடினால்
பொருந்துமேயப கீர்த்தியோடதி பயமுறுங்தன நாசமாம்
தகவுறுஞ்சுப னுடனிருந்தவர் தங்கள்பார்வை தங்கீரிந்
தரணிமன்னர் சன்மானமுங் கலியாணமுந்தரு ஞானமே
மிகவுறும்பின நல்லகர்மம் மிருக்குமேவிவ சாயமும்
விளங்கிரண் டுடனேழில் மாசுணமேவு நாதன்தாயிடிற்
செகமறிந்திட வருமிகுந்தததி தீதுசேரவ மிருத்துவும்
தீரவேயச தானமாவது செய்திடச்சுப மாகுமே. *(4) (307)*

(இ.ள்) பாவக்கோள்கள் இராகுவோடு கூடியிருந்தால் சாதகன், அபகீர்த்தி அடைவான். அதிகமான அச்சங்கள் தோன்றும். செல்வம் அழியும். இராகு, சுபக்கோள்களோடு சேர்ந்து இருந்தாலும், சுபக்கோள்களால் பார்க்கப்பட்டாலும், அரசரிடமிருந்து வெகுமதிகள் கிடைக்கும். திருமணம் நடைபெறும். ஞானம் விரிவடையும். சாதகன் நல்ல செயல்களை மிகுதியாக மேற்கொள்வான். பயிர்த்தொழிலில் இலாபம் அதிகமாகக் கிடைக்கும். இராகு, இரண்டு, ஏழாம் இடங்களில் இலக்கனாதிபதியுடன் சேர்ந்து இருந்தால் மிகுந்த தீமையும் மரண பயமும் உண்டாகும் இதற்குப் பரிகாரமாக ஆடு ஒன்றைத் தானம் செய்ய வேண்டும். அவ்வாறு செய்தால், துன்பங்கள் நீங்கி, அனைத்தும் சுகமாகும் என்றவாறு.

6.9 சனிதிசை – குரு புத்தி

சுகமு றும்சனி திசையி லேகுரு தோன்றி டுமப காரமே
சொல்லில் முப்பது மாதம் நாள்பனி ரெண்ட தாமதி லேபலன்
மிகவு றுஞ்சனி உறையி டத்தனில் வேத ஙந்தர்க்க தனமாய்
மேவி லுந்தி கோண கேந்திர லாப மீதுறு வானெனில்
அகம கிழ்ந்திடு சுகமு மின்புறும் ஆடை யாபர ணங்களும்
அரச ராலபி மான மும்அவ ரால்நி னைத்தது பலிதரும்
செகத லத்தினி லதிக ராச்சிய லாப முந்திடத் தந்தியும்
சேரு மேபரி லாப மோடதி செல்வ மும்பெறு வார்களே.

(1) (308)

(இ.ள்) சனிதிசையில் குருபுத்தி ஆண்டுகள் 2, மாதங்கள் 6, நாட்கள் 12. சனியும் குருவும் ஒன்று கூடி இருந்தாலும், 1,5,9 ஆகிய திரிகோண இடங்களில் இருந்தாலும், 1,4,7,10 ஆகிய கேந்திர இடங்களில் இருந்தாலும், இலாபத்தானமான பதினோராம் இடத்தில் இருந்தாலும் மகிழ்ச்சி உண்டாகும். சுகம் அதிகமாகும். பட்டாடை முதலான ஆடைகளும், விலையுயர்ந்த ஆபரணங்களும் கிடைக்கும். சாதகன், அரசருடைய அன்புக்குப் பாத்திரமாவான். அந்த அரசர்களால் நினைத்த காரியங்கள் அனைத்தும் நிறைவேறும். அதிக இராச்சிய இலாபம் உண்டாகும். யானை, குதிரை போன்ற வாகன இலாபங்கள் கிட்டும். மேலும் அதிக செல்வங்கள் வந்து சேரும் என்றவாறு.

பெருகு முச்சம் அடைந்த பொன்னொடு பின்பு மேசுயர் கூடிலும்
பேணி யேசுப ரங்கி சத்திடை பலம வன் எய்தினும்
தருமம் உற்றிடும் அந்த ணாளர்கள் தங்கள்பூசனை புரிகுவன்
தானு மேயதி கீர்த்தி சேர்தன கர்த்த தத்துவம் எய்திடும்
பொருள்மி குத்திடு வாயு திக்கினி லுடன்வ ரும்பிர யாணமே
பூமி மன்னர்கள் பேட்டி வஸ்திர லாப முந்தன லாபமாம்
திருவு றைந்திடு மிவனு றும்சமர் செய்து டன்செய மாகுவான்
செகத லங்களை விலைகொ ளும்படி சேர்பயோதர மாமினே!

(2) (309)

(இ.ள்) உலகங்களை விலைகூறும்படிச் செய்யும் கொங்கைகளை யுடைய பெண்ணே! குரு, தன் உச்சவீடான கடகத்தில் இருக்க, அந்த குருவுடன் சுபக்கோள்கள் இருந்தாலும், குரு, சுபரங்கிசத்தில் பலமாக

இருந்தாலும் அந்தணர்களுக்குப் பூசைசெய்வான். அதிகமான புகழை உடையவனாக விளங்குவான். அதிகாரம் உடைய பெரிய பதவிகளில் இருப்பான். செல்வம் மிகுதியாகச் சேர்ந்திடும். சாதகன் வடமேற்கு திசையில் பயணம் ஒன்றை மேற்சொன்ன நேரிடும். அரசர்களை நேரில் கண்டு பேசக்கூடிய வாய்ப்பு உண்டாகும். விலையுயர்ந்த பட்டாடைகள் மிகுதியாகக் கிடைக்கும். தன இலாபம் உண்டாகும் இவனுடைய வீட்டில் செல்வம் நிறைந்திடும். இச்சாதகன் போரில் வெற்றியடைவான் என்றவாறு.

சேர்ந்தி டும்பனி ரெண்டி லெட்டினில் சேரு மாறினில் இரணியன்
சேரி லேசுபர் பாவி யானவர் சேருவா ரெனில் லாபமும்
ஆர்ந்த சொற்ப மதாகு மற்ப சவுக்கி யந்தரு மாதமும்
அதிக பீடைய தாகி யேயுறு பாவ மேல்மன மாகிடும்
தேர்ந்து ரைத்திடி லீன மங்கையர் சேர்க்கை தானு றுசொல்
செய்ய கேந்திர கோண மூன்றொரு திகிரி லாபம டைந்திடில்
ஆய்ந்த ராசர்கள் பிரீதியால்நர வாகனங்கய மிவுளியும்
வஸ்திர பூஷணம் வந்து கூடிடும் மாத ருக்கொரு திலகமே
(3) (310)

(இ.ள்) பெண்களுக்கெல்லாம் திலகம் போன்று விளங்குபவளே! ஆறு, எட்டு, பன்னிரண்டு ஆகிய இடங்களில் குரு இருக்க, இந்த குருவுடன் சுபக்கோள்களும் பாவக்கோள்களும் சேர்ந்து இருந்தால், சிறிதளவு இலாபமும் குறைவான சௌக்கியங்களும் உண்டாகும். அதிக பீடையும் உண்டாகும். பாவச் செய்கையில் மனம் ஈடுபடும். ஆராய்ந்து சொல்லும்பொழுது இழிவான பெண்களின் உறவு உண்டாகும் என்பதைச் சொல்வாயாக. குரு, சுபக்கோள்களுடனும் பாவக்கோள்களுடனும் சேர்ந்து 1,5,9 ஆகிய திரிகோண இடங்களில் இருந்தாலும், 1,4,7,10 ஆகிய கேந்திர இடங்களில் இருந்தாலும், 3,10,11 ஆகிய இடங்களில் இருந்தாலும் அரசர்களிடமிருந்து பல்லக்கு, யானை, குதிரை முதலான வாகனங்கள் கிடைக்கும். விலையுயர்ந்த பட்டாடைகளும் விலையுயர்ந்த ஆபரணங்களும் சேரும் என்றவாறு.

மாத ரோடுறு பிது ர்சௌக்கியம் வளரும் வித்தை புராணநூல்
வரவு கேள்வி மிகுக்கு மாறொரு வளர்வி யத்திலும் எட்டிலும்
தீது தானுறு நீச னோடுற வாதி லாதியி லேமிகச்
சேர்ந்தி டுமதி கஷ்ட முந்தன தான்ய பந்துட நாசமாம்

ஓதி லாத வியாதி புத்திர நாச முற்றக ளத்திரம்
உடன்வி ரோதம கால போசனம் உயரிய ராசவி ரோதமும்
பாத மீதினில் நிகள பந்தன மாகு மென்றுப குத்தனர்
பருவ மாதர்க ளரச தாயுயர் பங்க யாசன மங்கையே.

(4) (311)

(இ.ள்) பருவ மங்கையருக்குள்ளும் அரசியாய், உயர்ந்த தாமரை மலரில் வீற்றிருக்கும் திருமகளை ஒத்த அழகுடைய பெண்ணே! தாய், தந்தை ஆகிய இருவரும் நலம் பெற்றிருப்பர். தொழில் வளர்ச்சியடையும். புராண இதிகாசங்களில் அறிவு மிகும். குரு, ஆறு, எட்டு, பன்னிரண்டு ஆகிய இடங்களில் நீசம் பெற்ற கிரகங்களோடு சேர்ந்திருந்தால், குரு புத்தியின் தொடக்கத்தில் மிகுந்த மனசங்கடங்கள் ஏற்படும். அறிவு மயக்கம் தோன்றும். தனம், தானியம் சேதமாகும். உறவினர்களுக்கு அழிவு ஏற்படும். வியாதிகள் வரும். அகால வேளையில் உணவு உண்ண நேரிடும். அரசர்களின் கோபத்திற்கு ஆளாக நேரிடும். சாதகன் விலங்கு பூண நேரும் என்று சோதிடக் கலையில் வல்லவர்கள் வகுத்துரைத்துள்ளார்கள் என்றவாறு.

மங்கை யேனுச்ச வங்கிச மாயி ருந்தவ னுடனுமே
வந்து மேசுபர் கூடி னாலதில் வருப லாபலன் மிகவுமே
பொங்க மாகிய சிவிகை மேதினி புகழ்ச வுக்கிய லாபமாம்
புத்தி ராதி பவுத்தி ராதி பொருந்தி யேமிக வாழுவார்
துங்க ராசர்கள் கிருபை யுண்டதி சோரரால் சத்துரு நாசமாம்
சொன்ன புத்திய தந்தி யத்தினி லேமி குந்திடு கட்டமாம்
பங்க மில்சுப ரான பேர்கடம் பார்வை தானுறு லேசுகம்
பால தாய்மொழி சேல தாம்விழி பவள மாயிதழ் மடமினே.

(5) (312)

(இ.ள்) பால்போன்ற தூய மொழியையும், கெண்டைமீன் போன்ற விழிகளையும் பவளம் போன்ற சிவந்த இதழ்களையும் இளமையையும் மின்னலைப் போன்ற இடையையும் கொண்ட பெண்ணே! குரு, உச்சனுடனும், உச்சாங்கிசத்தில் இருந்தவனுடனும் சேர்ந்து சுபர் பார்வை பெற்றால், நன்மையான பலன்கள் மிகுதியாக உண்டாகும். பல்லக்கு வாகனம் கிடைக்கும். சாதகன் புகழ்மிக்கவனாக விளங்குவான். அதிக சௌக்கியங்கள் வந்து சேரும். பிள்ளைகள், பேரர்கள் ஆகியோருடனான வளமான வாழ்வு உண்டாகும். அரசர் களின் அன்பிற்குப் பாத்திரமாவார்கள். திருடர்களும் பகைவர்களும்

அழிந்து போவார்கள். குரு புத்தியின் முடிவில் மிகுந்த கஷ்டங்கள் உண்டாகும். அக்குரு சுபக்கோள்களால் பார்க்கப்பட்டால் மிகுந்த சுகம் உண்டாகும் என்றவாறு.

(வேறு)

பவமிகு இரண்டே ழுக்குப் பதிகுரு வாகி னாக்கால்
அவமிருத் துடனே சேரும் அரிசகஸ் திரநா மத்தேர்
டுவமையில் துர்க்கா தேவி மிருத்யுஞ்ச செபமும் செய்து
தவளமா நிறத்தான் தன்னைத் தானஞ்செய் திடுவாய் மாதே.
(6) (313)

(இ.ள்) பெண்ணே! குரு, இரண்டு, ஏழு ஆகிய இடங்களுக்கு அதிபனாக இருந்தால் மரண பயம் தோன்றும். அதற்குப் பரிகாரமாக அரியினுடைய சகஸ்திர நாமங்களோடு, உவமை கூற இயலாத துர்க்கா தேவிக்கு மிருத்யுஞ்ச வேள்வி செய்து, வெள்ளை நிறத்தொடு விளங்கும் பசு ஒன்றை தானம் செய்ய வேண்டும். அவ்வாறு செய்தால் துன்பங்கள் நீங்கி சுகம் உண்டாகும் என்றவாறு.

7. புதன்திசைப் படலம்

மாதுடைய புதன்திசைதான் பதினேழாண் டாகும்
வருங்கால மங்கையர்கள் சம்போகம் வித்தை
நீதமுறு நவரத்ன மாலைமிகு இலாபம்
நீங்காத சவுக்யமுண் டாகுமுச்சத் தேனும்
கோதகலும் சொக்ஷேத்திர மடைந்தாலும் வித்தை
குறைவில்லா மல்கொடுக்கும் தனதான்ய லாபம்
தீதகலும் வியாபாரம் பூமிபுத்திர ருடனே
திகழும்வஸ்திரா பரணமிக லாபமெனச் செப்பே. ***(1) (314)***

(இ.ள்) புதன்திசை பதினேழு ஆண்டுகளாகும். இத்திசையில் சாதகனுக்குப் பெண்களின் சேர்க்கையினால் மகிழ்ச்சி உண்டாகும். வித்தைகளைக் கற்று உயர்வான். விலைஉயர்ந்த ஆபரணச் சேர்க்கை, சகல நலன்கள் கிடைக்கும். புதன், தன் உச்சவீடான கன்னி இராசியில் இருந்தாலும், குற்றமற்ற சொந்தவீடான, மிதுன இராசியில், இருந்தாலும் வித்தைகளில் தேர்ச்சி பெற்றவனாக விளங்குவான்.

தன, தான்ய இலாபம் கிடைக்கும். வியாபாரம் சிறக்கும். பூமிச் சேர்க்கை, உயர்ந்த ஆடை, ஆபரணச் சேர்க்கை ஏற்படும். புத்திர இலாபம் உண்டாகும் என்றவாறு.

  செப்பியதோர் இரண்டினிலே இவனிருந்தால் தானே
  செயமான வில்வித்தை இலாபம்மிக சேரும்
  ஒப்பரிய தளகர்த்தர் சிவிகைசங் கீதங்கள்
  உயர்வாத்தியக் கேள்வியுண்டாம் உற்றகேந் திரத்தில்
  தப்பிதமில் லாத்திரிகோ ணத்திருந்தால் அதிக
  சவுக்கியமும் கீர்த்தியுடன் தரணிமிகக் கிடைக்கும்
  இப்புவியில் புராணநூல் வித்தையெல்லாம் படிப்பன்
  இடையொடியா புடைத்தெழுந்த இளமுலைபெண் ணரசே!
                (7) (315)

  (இ.ள்) மெல்லிய இடை ஒடியும்படியான புடைத்தெழுந்த இளமையான கொங்கைகளை உடைய பெண்களுக்கெல்லாம் தலைவியாக விளங்கும் பெண்ணே! புதன் இரண்டாம் இடத்தில் இருந்தால், வில்வித்தை இலாபம் உண்டாகும். உயர்ந்த பதவி கிட்டும். வாகன சேர்க்கை உண்டாகும். இசை, இசைக்கருவி போன்றவற்றில் தேர்ச்சி உண்டாகும். 1,4,7,10 ஆகிய கேந்திர வீடுகளில் இருந்தாலும், 1,5,9 ஆகிய திரிகோண வீடுகளில் இருந்தாலும் சகல நலன்களும் உண்டாகும். புகழ் உண்டாகும். பூமி இலாபம் கிடைக்கும். புராண நூல்கள், வித்தைகள் அனைத்தையும் கற்றுத் தேர்வான் என்றவாறு.

  பெண்ணேகேள் ஒன்பதாமி டத்தினிலுற் றாலும்
  பலமான பாக்கியத்துக் குடையவனோ டேனும்
  வண்ணமிகு பாக்கியத்தோன் அங்கிசத்தில் பத்தில்
  வதிந்தவனோ டுற்றாலும் வளருமேலக் கனத்துக்
  கெண்ணமிகும் அதிபதியாய் இருந்தாலும் கேந்தரம்
  இசைந்தாலும் சிவிகைதந்தி யிவுளிமிக லாபம்
  திண்ணமுறும் களத்ரபுத்திர லாபளமுண்டாம் என்று
  செப்பினர்கள் கணிதமெல்லாம் தேர்ந்துரைசெய் தவரே.
                (8) (316)

  (இ.ள்) பெண்ணே! கேட்பாயாக. ஒன்பதாம் இடத்தில் புதன் இருந்தாலும், பலமான ஒன்பதாம் இடத்திற்கு அதிபதியோடு சேர்ந்து இருந்தாலும், ஒன்பதாம் இடத்திற்கு அதிபனின் அங்கிசத்தில் இருந்தாலும், பத்தாம் இடத்திற்கு அதிபதியோடு சேர்ந்திருந்தாலும்,

சத்தியபாமா காமேஸ்வரன் 185

இலக்கனாதிபதியாக இருந்தாலும், 1,4,7,10 ஆகிய கேந்திர வீடுகளில் இருந்தாலும், பல வாகன இலாபம் உடையவனாக விளங்குவான். களத்திரம், புத்திரர்களால் இலாபங்கள் உண்டாகும் என்று சோதிட நூலில் தேர்ந்தவர்கள் உரை செய்துள்ளார்கள் என்றவாறு.

கணிதமாம் சட்டாட்ட வியத்திலிருந் தாலும்
கருதரிய நீசாஸ்த மனமாறி லேனும்
துணிவுடனே இவனிருந்தால் தனதான்ய நாசம்
சொல்லும்விவ சாயநஷ்டங் களத்திரமும் நாசம்
மணியாரும் திசையாதி தனதான்ய லாபம்
மாம்நடுவில் ராசசன்மானம் கிடைக்குங் கடையில்
பிணிசேரும் இட்டசன விரோதமுண்டா மென்று
பேசினர்கள் கற்றுணர்ந்த பெரியவர்கள் தானே. *(9) (317)*

(இ.ள்) புதன் ஆறு, எட்டு, பன்னிரண்டு ஆகிய இடங்களில் இருந்தாலும், நீசவீடான மீன இராசியில் இருந்தாலும், அஸ்தமனமாகி இருந்தாலும், ஆறாம் வீட்டில் இருந்தாலும் தனதான்ய அழிவு ஏற்படும். பயிர்த்தொழிலில் நஷ்டம் ஏற்படும். களத்திரத்திற்குத் தீங்கு நேரிடும். புதன்திசையின் ஆரம்பத்தில், தன தான்ய இலாபம் உண்டாகும். இடைபாகத்தில், அரசாங்க விருது போன்ற சிறப்புகள் கிடைக்கும். கடைசி பாகத்தில், நோய்கள் வந்து சேரும். அன்பு பூண்ட உறவினர்களிடம் பகை ஏற்படும் என்று கற்றுணர்ந்த சோதிடக் கலையில் வல்ல சோதிடர்கள் கூறியுள்ளார்கள் என்றவாறு.

ஆக விருத்தம் *317*

❖

7.1 புதன்திசை – புதன் புத்தி

கற்றுணர்ந்தோன் திசைதனிலே தனதபகா ரந்தான்
கதித்திங்கள் இருபத்தெட் டிருபத்தேழ் நாளாம்
மற்றவன்தன் புத்திவரும் போதிலா ரோக்கியம்
வஸ்திரபூ ஷணஞ்சிவிகை மகவுவிவ சாயம்
உற்றதன லாபமொடு வித்தியா லாபம்
உயர்பந்து சனக்கீர்த்தி ராசாபி மானம்
பற்றவர்மார் பினிலுருவும் வேல்போன்ற விழியாய்!
பராசரமா முனியுரைத்த பலன்களிது வாமே. *(1) (318)*

(இ.ள்) உலகப்பற்றற்றவர்களின் மார்பினையும் ஊடுருவிச் செல்லும் கூரிய வேல்போன்ற விழிகளையுடைய பெண்ணே! புதன் திசை, பதினேழு ஆண்டுகளில் புதன் புத்தி இரண்டு ஆண்டுகள், நான்கு மாதங்கள், இருபத்தேழு நாட்கள். புதன் திசையில் புதன்புத்திவரும் காலத்தில் உடல் ஆரோக்கியத்துடன் விளங்கும். விலையுயர்ந்த ஆடை ஆபரணங்கள் சேரும். வாகன யோகம் உண்டாகும். புத்திரர்களால் நன்மை ஏற்படும். பயிர்த்தொழிலில் நல்ல இலாபம் கிடைக்கும். வித்தைகளால் இலாபம் கிடைக்கும். சுற்றத்தார் அன்பு கொண்டு விளங்குவர். புகழ்ந்து வந்து சேரும். அரசாங்கத்தில் நல்லபெயர் கிடைக்கும். பராசரமா முனிவர் உரைத்த பலன்கள் இவையாகும் என்றவாறு.

பலனிலாச் சட்டாட்ட வியத்திலிருந் தாலும்
பாவியுடன் கூடிடினும் தனதான்ய நாசம்
குலமதிலே பந்துசன நாசமுறும் பின்னே
குன்மமொடு பருவிலங்கும் கூடமது சேர்வன்
தலமன்னர் விரோதமதால் தனநாச மாகும்
தனித்தவுச்ச சொக்ஷேத்திர கோணகேந்தி ரத்தில்
நிலமைபெறு லாபத்தில் இருந்தாலும் பலனை
நிகழ்த்திடக்கேள் உபயதின நெருங்கியபொற் கொடியே.

(2) (319)

கொங்கைகள் நெருங்கி அமைந்துள்ள பொற்கொடி போன்ற பெண்ணே! பயனற்ற ஆறு, எட்டு, பன்னிரண்டு ஆகிய இடங்களில் புதன் இருந்தாலும், தீயக்கோள்களுடன் சேர்ந்திருந்தாலும் பொருள், தானியம் நாசமாகும். குடும்பத்தில் உறவினர்களுக்குத் தீங்கு நேரும். குன்மநோய் வந்து சேரும். விலங்கு பூட்டிச் சிறைக்குச்செல்ல நேரும். அரசாங்கப் பகையின் காரணமாகப் பொருள்களை இழக்க நேரிடும். புதன், உச்சவீடான கன்னி இராசியில் இருந்தாலும் ஆட்சி வீடான மிதுன இராசியில் இருந்தாலும், இலாபஸ்தானமான பதினோராம் வீட்டில் இருந்தாலும் அதன்பலனைச் சொல்லக் கேட்பாயாக.

தனதான்ய வஸ்திராப ரணத்தோ டதிகத்
தாரணியும் புத்திரரும் இலாபமிக உண்டாம்
மனராலே பேட்டியுண்டு சமரதனில் வெல்வன்
வாத்தியசங் கீதமிகு லாபமிகு உண்டாம்

கனமான சந்தோஷம் பிதுர்மாதுர் சுகமாம்
கருதுபந்து சுகமுடனே கனசிவிகை லாபம்
மனமான் நடையுடனே சிறுமருங்கு ஒசிய
வளர்ந்தெழுந்து திரண்டமுலை அரிவையருக் கரசே.
(3) (320)

(இ.ள்) மானின் நடையுடன் சிறிய இடை அசையும்படியாக வளர்ந்தெழுந்த பெரிய கொங்கைகளையுடைய பெண்களுக்கெல்லாம் தலைவியாக விளங்கக்கூடிய பெண்ணே! புதன் மிதுனம், கன்னி, இராசிகளில் இருந்தாலும் இலாபஸ்தானமான பதினோராம் வீட்டில் இருந்தாலும் தன தானிய இலாபம் உண்டாகும். உயர்ந்த ஆடை, ஆபரணச் சேர்க்கை உண்டாகும். புத்திரர்களால் மகிழ்ச்சி உண்டாகும். உயர்ந்தோருடன் நட்பு உண்டாகும். அனைத்திலும் வெற்றி உண்டாகும். இசை, இசைக்கருவிகளால் பொருள் சேர்க்கை உண்டாகும். மனம் மகிழ்ச்சியுடன் விளங்கும். தாய், தந்தை உடல்நலத்துடன் விளங்குவர். உறவினர்கள் நலம் பெற்று வாழ்வர். வாகன சேர்க்கை உண்டாகும் என்றவாறு.

அரிவை யையுடை யோன்வாக்கேழ் அதிபதி யாகி னாக்கால்
வருங்களத் திரநா சந்தான் மாறிடப் பரிகா ரங்கேள்!
குருமொழிப் படியே மாயன் சகத்திர நாமம் கூறில்
திருவளர் மாதே! மிக்க செல்வமும் சுகமுண் டாமே (4) (321)

(இ.ள்) அழகில் சிறந்த பெண்ணே! புதன், இரண்டாம் இடம், ஏழாம் இடத்திற்கு அதிபதியாக இருந்தால், களத்ளதிரத்திற்குக் கெடுதல் உண்டாகும். இதற்குப் பரிகாரம் குரு கூறியுள்ள மொழியின்படி, திருமாலுக்குச் சகஸ்திர நாம அர்ச்சனை செய்ய வேண்டும். அவ்வாறு செய்தால் துன்பங்கள் குறைந்து மிகுந்த செல்வமும் இன்பமும் உண்டாகும்.

ஆக விருத்தம் 321

❖

7.2 புதன்திசை – கேது புத்தி

உண்டான புதன்திசையில் கேதபகா ரந்தான்
உறுமாதம் பதினொன்றுநாள் இருபத் தேழாம்
தண்டாரும் புதனுக்குச் சிகியந்தர்க் கதனாய்த்
தானிருக்கத் திரிகோண கேந்திரத்துற் றாலும்

கொண்டாடும் சுபனுடனே கூடிறும்பார்த் தாலும்
குறித்தலக்க னாதிபனோ டேகூடி னாலும்
செண்டாரும் முலைமடவாய்! அதன்பலனை வகையாய்ச்
செப்பக்கேள்! மைக்கருங்கண் டரிவையர்க் கரசே! *(1) (322)*

(இ.ள்) பந்தை ஒத்த கொங்கைகளையும் மைபூசப்பட்ட கரிய கண்களையும் உடைய பெண்களுக்கெல்லாம் தலைவியாக விளங்கு பவளே! புதன்திசை பதினேழு ஆண்டுகளில், கேது புத்தி மாதங்கள் பதினொன்று நாட்கள் இருபத்தேழு. புதனுடன் கேது சேர்ந்து இருந் தாலும், கேது 1,5,9 ஆகிய திரிகோண வீடுகளில் இருந்தாலும் 1,4,7,10 ஆகிய கேந்திர வீடுகளில் இருந்தாலும், நற்கோள்களுடன் கூடியிருந் தாலும், நற்கோள்களால் பார்க்கப்பட்டாலும், இலக்கனாதிபதியுடன் கூடி இருந்தாலும் அதன் பலனைக் கூறக் கேட்பாயாக என்றவாறு.

செயமாகும் அற்பசவுக் கியமற்ப லாபம்
சேர்ந்தபந்து சனசுகமாம் திரவியமும் லாபம்
நயமான நாற்காலி லாபமேற் றிசையில்
நற்பயண மரசர்களின் பேட்டியுமுண் டாகும்
வயமீறும் சமரதனில் அதிகசெயம் உண்டாம்
வருமாறெட் டீராறில் வதிந்திருப்பா னேனும்
பயமீறும் பாவியுடன் கூடிடிற் பார்த் தாலும்
பலாபலனை வகைவகையாய்ப் பகுத்துரைசெய் வாயே.
(2) (323)

(இ.ள்) சிறிதளவு நலம் உண்டாகும். சிறிதளவு இலாபம் உண்டாகும். தன்னுடன் சேர்ந்துள்ள சுற்றத்தார் நலமடைவர். செல்வம் பெருகும். நான்குகால் விலங்குகளால் இலாபம் உண்டாகும். மேற்குத்திசையில் பயணம் மேற்கொள்ள நேரிடும். உயர்ந்தோரின் நட்பு கிட்டும். அனைத்திலும் வெற்றி கிட்டும். கேது தீயவீடுகளான ஆறு, எட்டு, பன்னிரண்டு ஆகிய வீடுகளில் இருந்தாலும், தீயக்கோள் களுடன் சேர்ந்து இருந்தாலும், தீயக்கோள்களால் பார்க்கப்பட்டாலும் வரும் பலனை எடுத்துரைப்பாயாக என்றவாறு.

ஏறிவரும் வாகனத்தில் தவறிவீழ்ந் திடுவன்
இராசரால் சோரரால் அக்கினியால் பயமாம்
வீறுசேர் புத்ரபயம் தேளிடப மதியே
வீற்றிருப்பா னாகிலதிக பயம்நீச னுடனே

சேரில்வரும் கலகமிரண் டேழிலிருப் பானேல்
தேகபய முறுமதற்குப் பரிகாரம் காணும்
கூறறரிய அசதானம் மறையோர்க்கு ஈந்தால்
கொடுப்பன்மகா சுகமெனவே குவலயத்தில் உரையே.
(3) (324)

(இ.ள்) வாகனத்தில் இருந்து தவறி வீழ்ந்து, விபத்து உண்டாகும். அரசாங்க தண்டனை கிடைக்க வாய்ப்பு ஏற்படும். திருடராலும், தீயாலும் பயம் உண்டாகும். புத்திரர்களை எண்ணி அஞ்ச நேரிடும். கேது, விருச்சிக இராசியில் இருந்தாலும், ரிஷப இராசியில் இருந்தாலும் அதிகமாகப் பயம் உண்டாகும். நீசக் கோள்களுடன் சேர்ந்திருந்தால் கலகம் உண்டாகும். இரண்டாம் இடத்திலும் ஏழாம் இடத்திலும் இருந்தால், உடல்நலக் குறைவு உண்டாகும். இதற்குப் பரிகாரமாக அந்தணர்களுக்கு ஆடுகளைத் தானமாகக் கொடுத்தால் துன்பங்கள் மாறி, இன்பங்கள் வந்து சேரும் என்றவாறு.

❖

7.3 புதன்திசை – சுக்கிர புத்தி

குவலயத்தில் புதன்திசையில் புகரபகா ரந்தான்
குறித்தமுப் பானால்மாதம் கூடுமதின் பலன்கேள்!
தவமுடைய கணக்கனுக்கந் தர்க்கதனாய் புகர்தான்
சார்ந்திடினும் குருவுடனே தான்கூடி னாலும்
கவலையுறான் புராணமுதல் கேள்விகளா ராய்வன்
காவலர்கள் சன்மானம் நாற்காலி லாபம்
நவநிதியம் தீவுகளில் இருந்துவந்து சேரும்
நளினமுகை யனையதன நங்கையருக் கரசே. ***(4) (325)***

(இ.ள்) அழகுமிக்க தாமரை மொட்டை ஒத்த தனங்களை யுடைய பெண்களுக்குத் தலைவியாக விளங்குபவளே! புதன்திசை பதினேழு ஆண்டுகளில், சுக்கிரன் புத்தி 2 ஆண்டு, 10 மாதங்கள். அதன் பலனைக் கேட்பாயாக. புதனுடன், சுக்கிரன் சேர்ந்து இருந் தாலும், குருவுடன் சேர்ந்து இருந்தாலும் புராணம் முதலான இலக்கிய ஆராய்ச்சிகளில் செய்யக் கூடியவன். பணியாட்கள் உடையவனாக விளங்குவான். பரிசுகள் பெறுவான். கால்நடைகளால் இலாபம் உண்டாகும். செல்வம், பல இடங்களில் இருந்து வந்து சேரும் என்றவாறு.

நங்கையருக் கரசேதான் கன்னிதேள் சிங்கம்
நல்லதனு மேடத்தில் புகர்மேவி னாக்கால்
தங்குதலை வலிகாய்ச்சல் நோய்களத்ர சண்டை
தான்வடக்குத் திசைகமனங் காலியினால் சீவன்
மங்கிவிடும் ரவியுடன் கூடிடுவா னாகில்
வருமற்ப சவுக்கியங்கள் உண்டாமென் றுரைப்பாய்
செங்கமலப் போதிலுறை செந்துருவைப் போல
செகதலத்தில் அதிவாழ்வு சேர்ந்திடும்பெண் கொடியே!

(2) (326)

(இ.ள்) செந்தாமரை மலரில் வீற்றிருக்கும் திருமகளைப் போல விளங்கக் கூடிய பெண்கொடியே! பெண்களுக்கெல்லாம் தலைமை தாங்கக்கூடிய சிறப்புடையவளே! கன்னி, விருச்சிகம், சிம்மம், தனுசு, மேஷம் ஆகிய இராசிகளில் சுக்கிரன் இருந்தால், தலைவலி, காய்ச்சல் போன்ற நோய்கள் வரும். களத்திரத்துடன் சண்டை ஏற்படும். வடக்குத்திசை நோக்கிப் பயணம் மேற்கொள்வான். கால்நடைகளுக்குத் தீங்கு நேரிடும். சூரியனுடன் இந்தச் சுக்கிரன் கூடி இருந்தால், சிறிதளவு நன்மைகள் உண்டாகும் என்பதை உரைப்பாயாக என்றவாறு.

சேர்ந்திடுநற் கேந்திரதிரி கோணலா பத்தில்
செயமாக இருந்திடினும் பலவான்சேர்ந் திடினும்
பாந்தமுறு உச்சசொட் க்ஷேத் திரத்தையடைந் தாலும்
பகர்பூமி லாபமுடன் ராச்சியமும் லாபம்
வேந்தருடன் சன்மானம் விவசாய லாபம்
வெகுதான தர்மமுடன் தடாகப்பிர திட்டை
தேர்ந்துரைக்கில் நடைகிணறு புதிதாகச் செய்வன்
திருவுமவன் மனைதனிலே சென்றுறைவள் தானே.

(3) (327)

(இ.ள்) சுக்கிரன், 1,4,7,10 ஆகிய நல்ல வீடுகளான கேந்திர வீடுகளில் இருந்தாலும், 1,5,9 ஆகிய திரிகோண வீடுகளில் இருந்தாலும், இலாபஸ்தானமான பதினோராம் வீட்டில் இருந்தாலும், வலிமையான கிரகங்களோடு சேர்ந்து இருந்தாலும், உச்சவீடான மீன இராசியில் இருந்தாலும், சொந்த ஆட்சி வீடுகளான ரிஷப இராசி, துலா இராசிகளில் இருந்தாலும் அரசாங்கத்தால் கௌரவிக்கப் படுவான். பயிர்த்தொழிலில் இலாபம் கிடைக்கும். அதிக தான தர்மங்கள் செய்வான். குளங்கள் வெட்டுவான். நடைகிணறு புதிதாகச் செய்வான். திருமகள், இச்சாதகனுடைய வீட்டில் சென்று தங்குவாள் என்றவாறு.

உரைத்திடும் வாக்கே முக்கே உடைய வனிவனே யாகில்
தரைத்தலந் தனிலே பீடை தானுறும் பரிகாரந்தான்
வரைத்தன துர்க்கா தேவி செபம்செய மாறிப் போகும்
அரைத்தசந் தனச்செஞ் சேற்றை அணிமுலை மடநல் லாளே.
(4) (328)

(இ.ள்) அரைத்த சந்தனத்தை அழகுபெற கொங்கைகளில் பூசியுள்ள இளமைப் பொருந்திய நல்ல பெண்ணே! சுக்கிரன் இரண்டு, ஏழு ஆகிய இடங்களுக்கு அதிபதியாக இருந்தால் துன்பங்கள் வந்து சேரும். இதற்குப் பரிகாரமாகத் துர்க்காதேவிக்குச் செபம் செய்ய வேண்டும். அவ்வாறு செய்தால், துன்பங்கள் நீங்கி, இன்பம் பெருகும் என்றவாறு.

ஆக விருத்தம் *328*

❖

7.4 புதன்திசை – சூரிய புத்தி

நல்லதொரு புதன்திசையில் ரவிபுத்தி யதுதான்
நவின்றதிங்கள் பத்துடனே நாளாற தாகும்
வல்லபஞ்சேர் சவுமியர்க்கு ரவியந்தர்க் கதனாய்
வந்தாலும் உச்சசொஷேத் திரத்தையடைந் தாலும்
சொல்லரிய சவுக்கியமாம் ராசாபி மானம்
தொலையாத பாக்யமுறும் சேய்பார்ப்பா னாகில்
வல்லைநிகர் பூண்முலையாய்! புவிலாபம் மென்றே
வகுத்துரைத்தார் கணிதநூல் வகுத்தமறை யோரே. ***(1) (329)***

(இ.ள்) புதன்திசை, பதினேழு ஆண்டுகளில் சூரியன் புத்தி பத்து மாதங்கள், ஆறு நாட்கள். புதனும் சூரியனும் சேர்ந்து இருந் தாலும், சூரியன் தன் உச்ச வீடாகிய மேஷ இராசியில் இருந்தாலும், சொந்த வீடாகிய சிம்மத்தில் இருந்தாலும் சொல்லுவதற்கு அரிதான நலங்கள் உண்டாகும். சாதகன் அரசாங்கத்தின் நம்பிக்கைக்குப் பாத்திரமாவான். பாக்கியவானாக விளங்குவான், இந்தச் சூரியனைச் செவ்வாய் பார்த்தால் பூமியால் இலாபம் என்று சோதிட நூலில் வல்லவர்களாகிய பெரியோர்கள் வகுத்துரைத்துள்ளார்கள் என்றவாறு.

குறிப்பு: சவுமியர் (சௌமியர்) - புதன்.

மறைவில்லா லக்கினாதி பதிநோக்குற் றாக்கால்
வளர்சவுக்கியம் தனலாப மத்தியமந் தியத்தில்
குறையாமல் வளர்ந்தேறும் சனிசெவ்வாய் ராகு
கூடியிடில் பாவர்களின் கொடும்பார்வை சேரில்
தரைமீதில் மனவியாதி யுடன்தேக பீடை
தனச்செலவு வுற்றசனப் பீடையும்உண் டாகும்
பிறைபோலும் தனுப்போலும் வளைந்ததிரு நுதலாய்!
பெரும்பலனை இப்படியே பேணியுரைப் பாயே!

(2) (230)

(இ.ள்) மூன்றாம் பிறையைப் போன்றும் வில்லைப் போன்றும் அழகாக வளைந்த புருவத்தை உடைய பெண்ணே! சூரியனை, இலக்கனாதிபதி பார்த்தால், வாழ்க்கை வசதிகள் உண்டாகும். பொருள் இலாபம் முதலானவை உண்டாகும். சூரியபுத்தியின் மத்திய பாகத்திலும், கடைசி பாகத்திலும் இவை மேன்மேலும் வளரும். சனி, செவ்வாய், இராகு இவர்கள் சூரியனுடன் சேர்ந்து இருந்தாலும், தீயக்கோள்களின் பார்வை சூரியன்மீது விழுந்தாலும் இச்சாதகனுக்கு மனவியாதியுடன், உடல்நலக்கேடு ஏற்படும். அதிகமான பொருட்செலவு உண்டாகும். நெருங்கிய உறவினர்களுக்கும் கேடு உண்டாகும் என்பதை உரைப்பாயாக என்றவாறு.

பேணாத சட்டாட்ட வியத்திலிருந் தாலும்
பிழைசேரும் உச்சசொக்ஷேத் திரத்தையடைந் தாலும்
வீணான சோராக்னி பயங்கிரகப் பெயர்ச்சி
விஷபீடை நாற்காலி யால்சீவ நாசம்
பாணாரும் மொழிமாதர் பிதுர்நாச முடனே
பகருமதி காரமுறு இரண்டேழு தனக்குச்
சேனாரு மிரவிபதி யாகிலவமி ருத்துத்
தீரபரி காரம்ரவி நமஸ்காரம் செய்யே. ***(3) (331)***

(இ.ள்) சூரியன், ஆறு, எட்டு, பன்னிண்டு ஆகிய தீய வீடுகளில் இருந்தாலும், உச்ச வீடான மேஷ இராசியில் இருந்தாலும் ஆட்சி வீடான சிம்ம இராசியில் இருந்தாலும், திருடர்களாலும் தீயாலும் அச்சம் உண்டாகும். வீடுமாற்றம் செய்ய வேண்டியதாகும். விஷங்களால் தீங்குண்டாகும். நான்குகால் விலங்குகளால் உயிர்ச்சேதம் நேரும். இனியமொழி பேசும் களத்திரம், தந்தை ஆகியோருக்குக் கேடு நேரும். சூரியன் இரண்டாம் இடம், ஏழாம் இடத்திற்கு அதிபதியாக இருந்தால் மரண பயம் உண்டாகும். இதற்குப் பரிகார

மாகச் சூரிய நமஸ்காரம் செய்ய வேண்டும். அவ்வாறு செய்தால், துன்பங்கள் நீங்கி, இன்பம் உண்டாகும் என்றவாறு.

ஆகவிருத்தம் 331

❖

7.5 புதன்திசை – சந்திர புத்தி

காராளன் திசையெனில் சசிபயபகா ரந்தான்
கருதுபதி னேழ்மாதம் கனமதியன் தானும்
தாராள மாய்ப்புதர்க்கந் தர்க்கதனா யிடினும்
தனித்தஉச்ச கேந்திரசொட் ஷேத்திரதிரி கோணம்
நேராக விருந்தாலும் சுக்கிரநோக் குறினும்
நிதமதிக சவுக்கியமாம் அதிகதன லாபம்
சீராரும் அரசரபி மானமுடன் களத்ரம்
தீர்க்கபுத்ர லாபமுடன் சிவிகைவரு மின்னே. (1) (332)

(இ.ள்) புதன்திசை பதினேழு ஆண்டுகளில் சந்திரன் புத்தி ஒரு வருடம், 5 மாதங்கள். புதனுடன் சந்திரன் சேர்ந்திருந்தாலும் உச்சவீடான ரிஷப இராசியில் இருந்தாலும் 1,4,7,10 ஆகிய கேந்திர வீடுகளில் இருந்தாலும், ஆட்சி வீடான கடகத்தில் இருந்தாலும் சுக்கிரன் இச்சந்திரனைப் பார்த்தாலும் அதிகமான வாழ்க்கை வசதிகள் உண்டாகும். அதிக அளவில் பொருள் இலாபம் கிட்டும். இச்சாதகன், அரசாங்கத்தின் நம்பிக்கைக்குப் பாத்திரமாவான். களத்திரத்தாலும் புத்திரர்களாலும் மகிழ்ச்சி அதிகமாகும். வாகனச் சேர்க்கை உண்டாகும் என்றவாறு.

குறிப்பு: காராளன் - புதன்.

சிவிகையுடன் புதுக்கிரக முண்டாகும் அதிகச்
சிறப்புறுபோ சனவாத்திய லாபமுடன் சேரும்
புவியதனில் தென்திசைப் பிரயாணமது கூடும்
புகழரசர் பேட்டிவரும் தீவாந்திர வஸ்தும்
கவிகையுடன் ஷேத்திராதி லாபம்உண் டாகும்
கனமதிய நீசஞ்சத்ரு ஸ்தானமடைந் தாலும்
குவிமுலையாய் ஆறெட்டீ ராறினிலே யேகிக்
கொடும்பாவர் நோக்கில்மதி குறைந்தாலும் கேளே.

(2) (333)

(இ.ள்) மேலும் புது வீடு வாங்கும் யோகம் உண்டாகும். நல்ல உணவுகளை உண்பான். இசைக்கருவிகளால் இலாபம் சேரும். தென்திசையில் பயணம் ஒன்றை மேற்கொள்வான். உயர்ந்தோரின் நட்பு கிடைக்கும். வெளிநாடுகளிலிருந்து பொருள்வரவு உண்டாகும். பூமி இலாபம் கிடைக்கும். சந்திரன், நீச வீட்டில் இருந்தாலும், பகை வீட்டில் இருந்தாலும், ஆறு, எட்டு, பன்னிரண்டு ஆகிய வீடுகளைச் சென்று சேர்ந்திருந்தாலும் தீயக்கோள்களால் பார்க்கப்பட்டாலும் அஸ்தமனம் பெற்று இருந்தாலும் கிடைக்கும் பலனைக் குவிந்த கொங்கைகளை உடைய பெண்ணே! கேட்பாயாக என்றவாறு.

குறைவாகும் தனநாசம் கிரகம்போம் பயமே
கூடிவரும் பீடையுறு மனத்தாபம் உண்டாம்
தளைமீதி லிவனெடுத்த காரியம்விக் கினமாம்
தரணிமன்ன ராலமைச் ரால்கனவி ரோதம்
நிறையாகும் சமரதனில் அபசெயமுண் டாகும்
நேரான மித்ருபந்து சனச்சேதம் உண்டாம்
மறைதேரும் பராசரமா முனியருளிச் செய்த
வடநூலிற் கண்டபடி வரும்பலன்சொன் னோமே.

(3) (334)

(இ.ள்) செல்வம் அழியும். வீடு கைவிட்டுப் போகும். மனதில் பயம் உண்டாகும். மனக்கஷ்டங்கள் ஏற்படும். முயற்சியை மேற் கொண்டு செய்யும் காரியங்கள் பாதியிலேயே நின்று போகும். அரசாங்கத்திடம், பெரியோர்களிடம் பகை உண்டாகும். அனைத்தில் தோல்வி நேரும். நண்பர்களும் உறவினர்களுக்கும் சேதம் உண்டாகும். வேதங்களைக் கற்றுத் தேர்ந்த பராசர மாமுனிவர் வடநூலில் கூறியுள்ளபடி, எடுத்துரைத்துள்ளோம், என்றவாறு.

பலனாகச் சுபக்கிரகம் சசியுடனே கூடில்
பாக்கியத்தோ டதிகசுகம் பகர்கேந்திர கோணம்
தலமீதி லிருந்தாலும் லாபமடைந் தாலும்
தனித்தமித்ர க்ஷேத்திரத்தில் உச்சத்தி லேனும்
குலவியிருந் தாலும்மகா புண்ணியதீர்த் தங்கள்
கொடுக்குமன்னர் சன்மானம் சந்தோஷம் உண்டாம்
நிலைமைபெறும் அதிகவித்தை கற்றிடுவ னெனச்சொல்
நேரிழையார்க் கதிகவெழில் நிறைந்தபூந் திருவே.

(4) (335)

(இ.ள்) பெண்களில் பேரெழில் பெற்ற மலர்களைச் சூடிய பெண்ணே! நற்கோள்கள் சந்திரனுடன் கூடியிருந்தால், அதிக பாக்கியங்களுடன் அதிக சுகம் கிடைக்கும். நல்ல வீடுகளான 1,4,7,10 ஆகிய நல்ல கேந்திர வீடுகளில் சந்திரன் இருந்தாலும், 1,5,9 ஆகிய திரிகோண வீடுகளில் இருந்தாலும், இலாபத்தானமான பதினோராம் வீட்டில் இருந்தாலும் நட்புவீட்டில் இருந்தாலும், உச்ச வீடான ரிஷப இராசியில் இருந்தாலும் புண்ணிய நீராடுவான். அரசாங்கத்தால் நன்மை அடைவான். மகிழ்ச்சி உண்டாகும். அதிக வித்தைகளைக் கற்றிடுவான். என்பதைச் சொல்லுவாயாக என்றவாறு.

வெய்யதொரு சட்டாட்ட வியந்தனிலே சசிதான்
வீற்றிருக்க அவனுடனே பாவிகள்சேர்ந் திருந்தால்
வையகத்தில் அதிககட்டம் சுபசந்திர னாகில்
வருமந்த புத்தியினில் அதிகசௌக் கியமும்
துய்யகளத் திரபுத்திர சௌக்கியத் துடனே
சொலும்பூமி லாபமொரு சுருதிமறை யோதும்
செய்யமறை யோர்பத்தி யுடையவனாம் என்று
செகதலத்தோர் அறிந்திடவே செப்பினர்கற் றாரே. (5) (336)

(இ.ள்) கொடுமைமிகு ஆறு, எட்டு, பன்னிரண்டு ஆகிய வீடுகளில் சந்திரன் இருந்தாலும், அவனுடன் தீக்கோள்கள் சேர்ந்து இருந்தாலும், இச்சாதகனுக்கு அதிக கஷ்டங்கள் வரும். வளர்பிறைச் சந்திரனாகில் அந்தப் புத்தியில் அதிக வசதிகள் சேரும். களத்திரத் தாலும் புத்திரர்களாலும் சந்தோஷம் ஏற்படும். பூமியால் இலாபம் உண்டாகும். இச்சாதகன், வேதங்களை ஓதுவான் அந்தணரிடத்துப் பக்தி உடையவனாக விளங்குவான். இதனை, இந்த உலகத்தில் உள்ளவர்கள் அறிந்து கொள்வதற்காகச், சோதிடக்கலையைக் கற்றவர்கள் எடுத்துரைத்துள்ளார்கள் என்றவாறு.

செப்புகின்ற சசிபுத்தி யாதியிலே அதிகச்
செல்வமுண்டாம் மத்தியத்தில் சவுக்கியதன நாசம்
இப்புவியில் அந்தியத்தில் இராசவிரோ தத்தா
லேபீடை மாதுருநா சம்காட்டு மிடியால்
தப்பில்லாப் பயமுடனே தலைவலியும் காய்ச்சல்
சசியிரண் டேழுக்குடை யோனாகில் வருபீடை
மைப்பழகும் விழிதுர்க்கா தேவிசெபம் செய்தால்
மாறுமவ மிருத்துவென வழுத்திடுபூங் குயிலே! (6) (337)

(இ.ள்) மையிட்ட கண்களையும், பூங்குயிலை ஒத்த இனிய சொல்லையும் உடைய பெண்ணே! சந்திர புத்தியின் முதல்பாகத்தில், அதிகமான செல்வம் உண்டாகும். மத்தியபாகத்தில், அனைத்து நலங்களைப் பெற்றாலும் பொருள் அழிவு ஏற்படும். சந்திர புத்தியின் கடைசி பாகத்தில், அரசாங்கப்பகை ஏற்படும். மேலும், மனத்துயரத் துடன் தாய்க்குத் தீங்கு உண்டாகும். வறுமையினால் மனதில் பயம் தோன்றும். தலைவலி, காய்ச்சல் முதலானவை உண்டாகும். சந்திரன், இரண்டாமிடம், ஏழாமிடம் இவற்றுக்கு அதிபதியாக விளங்கினால் துன்பம் வரும். இதற்குப் பரிகாரமாகத் துர்க்கா தேவிக்கு வழிபாடு செய்ய வேண்டும். அவ்வாறு செய்தால், மரண பயம் மாறி இன்பம் நிலவும் என்பதைக் கூறுவாயாக என்றவாறு.

❖

7.6 புதன்திசை – செவ்வாய் புத்தி

புதன்திசையில் செவ்வாயின் புத்திதான் ஓதில்
பொருந்துதிங்கள் பதினொன்று நாளிருபத் தேழாம்
அதன்பலன்கேள் கணக்கனுக்குக் குசனந் தர்க்கதனாய்
அமர்ந்தாலும் கேந்திரகோ ணத்தையடைந் தாலும்
மிதம்போல உச்சசொக்ஷேத் திரத்திலிருந் தாலும்
இலக்கனாதி பனுடனே கூடியிருந் தாலும்
மதன்தனக்கு வாய்த்தரதி தேவியுமா கியுமே
மனநாண எழில்மிகுத்த மாதர்சிரோ மணியே! *(1) (338)*

(இ.ள்) மன்மதனுக்கு வாய்த்திருக்கக் கூடிய, இரதி தேவியைப் போல, மனதில் நாணமும் அழகும் மிகுந்த, பெண்களுக்கெல்லாம் தலைமைச்சான்ற மணியாக விளங்கும் பெண்ணே! புதன்திசை பதினேழு ஆண்டுகளில் செவ்வாயின் புத்தி, மாதங்கள் பதினொன்று, நாட்கள் இருபத்தேழு. அந்தப் புத்தியின் பலனைக் கேட்பாயாக! புதனுடன் செவ்வாய் சேர்ந்து இருந்தாலும், செவ்வாய், நல்லவீடு களான 1,4,7,10 ஆகிய வீடுகளில் இருந்தாலும் 1,5,9 ஆகிய திரிகோண வீடுகளில் இருந்தாலும், செவ்வாய் உச்ச வீடான மகர இராசியில் இருந்தாலும், ஆட்சி வீடுகளான மேஷம், விருச்சிகம் ஆகிய வீடுகளில் இருந்தாலும் இலக்கனாதிபதியுடன் கூடியிருந் தாலும் அதன்பலனைக் கேட்பாயாக என்றவாறு.

மணியாரம் புனைராச சன்மானம் உண்டாம்
மனையதனில் திருவாழும் மகாகளத்திர லாபம்
தணிவாகி நட்டமுறும் ராச்சியலா பங்கள்
தனையர்களும் மிகலாபம் தான்விவசா யத்தில்
அணிதான்ய லாபமுறும் நீசச்சத்துரு வீட்டுக்
காதிபனைக் கூடுகினும் ஆறெட்டீ ராறில்
துணிவாக இருந்தாலும் பாவிகூ டிடினும்
சொலும்பாவர் பார்த்தாலும் தொடர்பலனைக் கேளே.

(2) (339)

(இ.ள்) அரசரால் கௌரவிக்கப்படுவான். செல்வம் மிகுதியாகக் கிடைக்கும். களத்திரத்தால் நன்மை உண்டாகும். பின்பு நஷ்டம் ஏற்படும். பூமியால் இலாபங்கள் கிடைக்கும். புத்திரர்களால் நன்மைகள் உண்டாகும். பயிர்த்தொழிலில் நல்ல விளைச்சலால் இலாபம் கிட்டும். செவ்வாய், நீச வீட்டில் இருந்தாலும், பகை வீட்டில் இருந் தாலும், நீச, பகை வீடுகளின் அதிபதிகளோடு சேர்ந்து இருந்தாலும், ஆறு, எட்டு, பன்னிரண்டு ஆகிய வீடுகளில் இருந்தாலும், தீயக்கோள் களோடு சேர்ந்து இருந்தாலும், செவ்வாயைத் தீயக்கோள்கள் பார்த்தாலும் வரக்கூடிய பலனைக் கேட்பாயாக என்றவாறு.

தொடருமே தலைவலிநோய் குளிர்காய்ச்ச லுடனே
துரைராசர் விரோதமுறும் தனதான்ய நாசம்
படருமே களத்திரத்தால் வெகுகலகந் தானும்
பலுகிடுநாற் காலியது மிகுநாச மாகும்
திடமுடனே பீனிசமும் மண்டையிடி உண்டாம்
சிறந்துகுடி இருக்குமனை தான்போகு மென்றே
வடகலைநூல் முழுதுணர்ந்த பராசரமா முனிவன்
வாக்கியத்தில் கண்டபடி தப்பாது மயிலே! ***(3) (340)***

(இ.ள்) மயிலைப்போன்ற சாயலை உடைய பெண்ணே! தலைவலி, குளிர்க்காய்ச்சல் பீனிசம், மண்டையிடி முதலான நோய்கள் உண்டாகும். அரசாங்கப்பகை ஏற்படும். தனம், தானியம் அழியும் களத்திரத்தால் கலகம் உண்டாகும். கால்நடைகளுக்குக் கேடு நேரும். சிறப்புடன் விளங்கிய குடியிருக்கும் வீடு கைவிட்டுப் போகும். இதனை, வடமொழியில் உள்ள சோதிடநூல்கள் முழுமையும் கற்று ணர்ந்த பராசரமாமுனிவன் வாக்கியத்தில் கண்டபடி கூறியுள்ளேன். இம்மொழி தப்பாது என்பதை அறிவாயாக என்றவாறு.

தப்பாத கேந்திரகோணம் தனிலே யேனும்
தான்மூன்று பன்னொன்றி லேனுமிருந் தாலும்
பொய்ப்பாவி யுடன்கூடி னாலுமதி பயமாம்
புகல்மாதுர் நாசமுடன் மனவியாதி அடையும்
இப்பாரில் இவனெடுத்த காரியம்விக் கினமாம்
இசையும்அப கீர்த்திசுரம் இருப்புவிலங் காகும்
செப்பார்பூண் முலையாய்நாற் காலியது நாசம்
செழுஞ்சுபர்நோக் குறில்சவுக்ய சுகம்அற்ப முறுமே.

(4) (341)

(இ.ள்) செவ்வாய், நல்ல வீடுகளான 1, 4, 7, 10 ஆகிய கேந்திர வீடுகளில் இருந்தாலும், 1, 5, 9 ஆகிய திரிகோண வீடுகளில் இருந்தாலும் மூன்று, பதினொன்று ஆகிய இடங்களில் இருந்தாலும் தீயக்கோள்களுடன் கூடி இருந்தாலும் இச்சாதகனுக்கு அதிக அச்சங்கள் உண்டாகும். தாய்க்குத் தீங்கு நேரிடும். சுரம், மனவியாதி உண்டாகும். எடுத்துச் செய்ய நினைக்கும் காரியங்கள் எல்லாம் பாதியிலேயே நின்றுபோகும். புகழுக்கு இழுக்கு நேரிடும். கையில் விலங்கு ஏற நேரிடும். கால்நடைகள் நாசமாகும். நற்கோள்கள் நோக்கினால், சிறிதளவு நன்மைகளும் சுகமும் கிடைக்கும் என்றவாறு.

உற்றதொரு சட்டாட்ட வியத்திலிருந் தாலும்
உறும்பாவி யுடன்கூடி னாலுமதி நஷ்டம்
பெற்றதாய் உடன்நாசம் ரணபீடை யுடனே
பெரிதான விலங்குவரும் இராசரால் தீயால்
மற்றுமிகு கள்வரால் வருமதிகப் பயந்தான்
வளர்பந்து சனத்துடனே சகோதரமும் நாசம்
குற்றமில்லாப் புத்திரரும் களத்திரரும் நாசம்
குறித்துரைக்கில் அதிசார ரோகமுமுண் டாமே. *(5) (342)*

(இ.ள்) செவ்வாய், ஆறு, எட்டு, பன்னிரண்டு ஆகிய தீய இடங்களில் இருந்தாலும், தீயக்கோள்களுடன் சேர்ந்து இருந்தாலும் அதிக நஷ்டங்கள் உண்டாகும். தாய்க்குத் தீங்கு நேரிடும். இரத்தக் காயங்களால் துன்பம் உண்டாகும். விலங்கு பூண நேரலாம். அரசாங்கப் பகை வரும். தீயினாலும் திருடர்களாலும் அதிகமான பயம் உண்டாகும். உற்றார் உறவினர்களுக்கும் சகோதரர்களுக்கும் கெடுதல் நேரிடும். குற்றமற்ற புத்திரர்களுக்கும், களத்திற்கும் தீங்கு உண்டாகும். அதிசார நோய் உண்டாகும் என்றவாறு.

உண்டாகும் இரண்டேழுக் கிவனாத னாகில்
உரையும்அவ மிருத்துபயம் உண்டதற்குத் தானும்
கொண்டாடும் பரிகாரம் மிருத்யுஞ்ச செபம்தான்
குலமறையோ ரால்செபித்தே இடபமதைத் தானே
பண்டோர்கள் சொன்னபடி தானமதைச் செய்தால்
பகர்பலன்போய் மிகுசுகமும் பாக்கியமும் உண்டாம்
வண்டாரும் பூங்கூந்தல் மங்கையருக் கெல்லாம்
வாய்த்தமத ரதியெனவே வளரும்மிகுந் திருவே. (6) (343)

(இ.ள்) வண்டுகள் மொய்க்கின்ற தேன்நிறைந்த பூக்களைச் சூடியுள்ள கூந்தலையும் அழகில் சிறந்து விளங்கும் பெண்களிலெல்லாம் தலைமைசான்ற இரதியைப் போன்று மேன்மேலும் அழகு வாய்ந்த பெண்ணே! செவ்வாய் இரண்டாமிடம், ஏழாமிடம் ஆகிய இடங்களுக்கு அதிபதியாக விளங்கினால், மரணபயம் உண்டாகும். இதற்குப் பரிகாரமாக மிருத்யுஞ்ச யாகத்தை அந்தணர்களைக் கொண்டு செய்து முடிக்க வேண்டும். மேலும், அவர்களுக்குக் காளை ஒன்றைத் தானமாகக் கொடுத்தால், முன்பு சொல்லப்பட்ட தீயப்பலன்கள் மாறி, அதிக சுகமும் பாக்கியங்களும் உண்டாகும்.

7.7 புதன்திசை – இராகு புத்தி

திருமதிக்குப் புதன்திசையில் ராகுபுத்தி யதுதான்
செப்புதிங்கள் முப்பதுடன் நாள்பதினெட்டாகி
வருமிகுத்த கணக்கனுக்குப் பாம்பந்தர்க் கதனாய்
வந்திருந்தால் விடஞ்சோராக் கினியதனால் பயமாம்
பொருகளத்திர நாசமுறும் களத்திரத்தி னாலே
போராட்ட முண்டாகும் தனதான்ய நாசம்
தருமதிகப் பீடையுடன் அகாலபோ சனமே
தான்கிடைக்கும் மரணபயம் தனிக்கிரகம் போமே. (1) (344)

(இ.ள்) புதன்திசை பதினேழு ஆண்டுகளில், இராகுபுத்தி இரண்டு ஆண்டுகள், ஆறு மாதங்கள், பதினெட்டு நாட்கள். புதனுடன், இராகுவும் ஒன்று சேர்ந்து இருந்தால், விஷத்தாலும் திருடர்களாலும் தீயினாலும் அச்சம் உண்டாகும். களத்திரத்திற்குத் தீங்கு நேரும். களத்திரத்தின் பொருட்டுப் போராட்டம் ஏற்படும்.

தன தானியங்களுக்கு அழிவு உண்டாகும். அகால வேளையில் உணவு உண்ணுதல் நிகழும். அதிக துன்பங்களும் உண்டாகும். மரண பயம் ஏற்படும். தனி வீட்டிற்குச் செல்ல வேண்டியதாகும் என்றவாறு.

தனித்தமூன் றாறுபத்துப் பதினொன்றி லேனும்
சார்ந்தசுபர் கூடிடினும் தானியலா பங்கள்
மனத்தினிலே சந்தோஷம் ராசாபி மானம்
வஸ்திரா பரணமுதல் நாற்காலி லாபம்
புனத்துறையும் புண்யதீர்த்தந் தானம் கிடைக்கும்
பொருந்துமகா சவுக்கியமும் தேகவா ரோக்யம்
கனத்தபெரும் பாவியுடன் கூடிடினும் பாவரால்
கடும்பார்வை யுறில்சத்ரு நாசமெனக் கருதே. *(2) (345)*

(இ.ள்) இராகு, மூன்று, ஆறு, பத்து, பதினொன்று ஆகிய இடங்களில் இருந்தாலும் நற்கோள்களுடன் கூடி இருந்தாலும், தானிய இலாபங்கள் கிடைக்கும். மனதில் பெருமகிழ்ச்சி ஏற்படும். அரசாங்கத்தின் நம்பிக்கைக்குப் பாத்திரமாவான். உயர்ந்த ஆடை, ஆபரணச் சேர்க்கை உண்டாகும். கால்நடைகளால் பொருள் சேரும். புண்ணிய நதிகளில் தீர்த்தமாடுவான். நல்ல வாழ்க்கை நலங்களும், உடல் ஆரோக்கியமும் உண்டாகும். இராகு, தீயக்கோள்களுடன் சேர்ந்து இருந்தாலும், தீயக்கோள்களால் பார்க்கப்பட்டாலும் பகைவர்களுக்குத் தீங்கு நேரிடும் என்பதைக் கருதுவாயாக என்றவாறு.

நாசமுறும் கடகசிங்க கும்பமா தத்தில்
ராசபயம் சண்டையெனில் செயமுண் டாகும்
பேசரிய சட்டாட்ட வியத்திலிருந் தாலும்
பலத்தகேந் திரகோண லாபமதுற் றாலும்
பாசமுறும் பாவியுடன் கூடினும்பார்த் தாலும்
பரராசர் விரோதமுடன் மனைபாழ தாகும்
கூசிவிடும் மனவியாதி தனதான்ய நாசம்
கூறில்இஷ்ட சனவிரோதம் கொடுக்குமின் னணங்கே.

(3) (346)

(இ.ள்) மின்னலை ஒத்த இடையையுடைய பெண் அணங்கே! ஆடி, ஆவணி, மாசி மாதங்களில் அரசாங்கத்தால் பயம் ஏற்படும். சண்டைகளில் வெற்றி கிட்டும். ஆறாமிடம், எட்டாமிடம், பன்னிரண்டாமிடம் ஆகிய இடங்களில் இராகு இருந்தாலும், 1,4,7,10 ஆகிய கேந்திர வீடுகளில் இருந்தாலும், இலாபஸ்தானமான பதினோராம் வீட்டில் இருந்தாலும், தீயக்கோள்களுடன் கூடி

இருந்தாலும், தீயக்கோள்கள் இராகுவைப் பார்த்தாலும் மனவியாதி உண்டாகும். தன, தானிய இழப்பு நேரிடும். அன்புள்ள உறவினர்கள் பகைவர்களாவார்கள் என்பதை அறிவாயாக என்றவாறு.

கொடுக்குமே மார்பதனில் குத்துடனே குன்மம்
குறித்தசம ரதுதனிலே மரணமது காட்டும்
நடுக்குமே உறும்வாக்குக் கேழினுக்கும் இவனே
நாதனே யானாக்கால் அவமிருத்து பயமாம்
வடுக்கண்ணாள் மகாதுர்க்கை செபமதுதான் செய்தால்
வருமகா சுகமுடனே வாழ்வுமிக உண்டாம்
உடுக்கைநேர்ந் திடுமிடைதள் ளாடிமிக வாடி
உயர்ந்துவிம்மிப் புடைத்தெழுந்த உபயதன மாதே.

(4) (347)

(இ.ள்) உடுக்கையை ஒத்த குறுகிய இடையானது தள்ளாடி மிகவும் வருந்தும்படியாக உயர்ந்து விம்மி புடைத்தெழுந்த இணை தனங்களை உடைய பெண்ணே! மார்புக்குத்து, குன்மம் முதலான நோய்கள் உண்டாகும். சண்டைக்குச் சென்றால் மரணம் நேரும். நடுக்கம் தரக்கூடிய இரண்டாமிடம், ஏழாமிடம் ஆகிய இடங்களுக்கு இவன் அதிபதியாக இருப்பானேயானால் மரண பயம் ஏற்படும். மாவடு போன்ற கண்களை உடையவளாகிய மகா துர்க்கைக்கு வழிபாடு செய்யவேண்டும். அவ்வாறு செய்தால், நலங்கள் தேடிவரும். நிம்மதியுடன் கூடிய உயர்ந்த வாழ்வு உண்டாகும்.

ஆகவிருத்தம் *347*

❖

7.8 புதன்திசை – குரு புத்தி

தனதான புதன்திசையில் குருவினப காரம்
தன்மாதம் இருபத்தேழ் நாளாறு தனிலே
கனமான புலவனுக்குக் குருவந்தர்க் கதனாய்
கதித்திருக்கில் தனலாப மதுமிகஉண் டாகும்
சொனசேயி னுடன்கூடி னாலதிக சண்டை
சொற்கேது வுடன்கூடில்இருக் கில்மன்னர் விரோதம்
மினைநேரும் சிற்றிடைப்பெண் ணமுதரசத் தேனே
விளம்பினார்கள் சோதிடத்தில் மிகமிகவல் லோரே. ***(1) (348)***

(இ.ள்) மின்னலை ஒத்த சிறிய இடையினை உடைய பெண்களில் அமுதரசத் தேனாக விளங்குபவளே! புதன்திசை பதினேழு ஆண்டு களில், குருவின் புத்தி இரண்டு ஆண்டுகள், மூன்று மாதங்கள், ஆறு நாட்கள். புதனுடன் குரு சேர்ந்து இருந்தால், தனலாபம் அதிகம் கிடைக்கும். குரு, செவ்வாயுடன் கூடியிருந்தால், அதிக சண்டைகள் நேரும். குரு, கேதுவுடன்கூடியிருந்தால், அரசாங்கப் பகை உண்டாகும். இதனைச் சோதிடத்தில் வல்லமை வாய்ந்தவர்களாக விளங்கிய சோதிடர்கள் கூறியுள்ளார்கள் என்றவாறு.

வல்லதொரு உச்சசொக்ஷேத் திரத்திலே யேனும்
வளர்கேந்திர திரிகோண லாபத்தி லேனும்
நல்லதொரு குருவிருந்தால் அதில்தேக சௌக்யம்
நாடுசுப சோபனமும் பாலனமும் பொசிப்பன்
சொல்லரிய ஆதிபுத்தி நல்லசவுக் கியமாம்
தூயநதி ஸ்நானமும்புத் திரலாபம் உண்டாம்
பலபலபூ ஷணலாபம் மிகக்கிடைக்கும் என்று
பகர்ந்தனர்சோ திடநூலின் பலனையறிந் தோரே. ***(2) (349)***

(இ.ள்) குரு, உச்ச வீடான கடக இராசியில் இருந்தாலும், ஆட்சி வீடுகளான தனுசு இராசி, மீன இராசிகளில் இருந்தாலும் 1,4,7,10 ஆகிய கேந்திர வீடுகளில் இருந்தாலும் 1,5,9 ஆகிய திரிகோண வீடுகளில் இருந்தாலும், இலாபஸ்தானமாகிய பதினோராம் இடத்தில் இருந்தாலும் அதிக நன்மைகள், உடல் ஆரோக்கியம் உண்டாகும். மங்கல காரியங்கள் நடக்கும், நல்ல உணவும் கிடைக்கும். குரு புத்தியின் தொடக்கத்தில் அதிக நலங்கள் உண்டாகும். புனித நதிகளில் நீராடுவான். புத்திர இலாபம் உண்டாகும். பல ஆபரணச் சேர்க்கை உண்டாகும் என்று சோதிட நூலின் பலனை அறிந்த சோதிட வல்லுநர்கள் எடுத்துரைத்துள்ளனர் என்றவாறு.

சோதிடர் ஆய்ந்தபடி குருநீச னாகத்
தோன்றிடினும் அஸ்தமனம் சட்டாட்ட வியத்தில்
மாதிடமாய் இருந்திடினும் செவ்வாய் ராகு
மந்தனுடன் இவன்கூடி மருவியிருந் திடினும்
கோதுடைய சண்டைவரும் மாதுர்பிதுர் பந்து
கொடுநாசம் ராசசோராக் கினியால் பயமாம்
தீதுபுரி தலைவலியுங் காச்சலுமுண் டாகும்
செகமன்ன ரால்தான்ய நாசமுறும் தானே. ***(93) (350)***

(இ.ள்) குரு, நீசனாக இருந்தாலும், அஸ்தமனமாகி இருந்தாலும், ஆறு, எட்டு, பன்னிரண்டு ஆகிய தீய வீடுகளில் இருந்தாலும், செவ்வாய், இராகு, சனி இவர்களுடன் கூடியிருந்தாலும் தாய், தந்தை, உற்றார் உறவினர்களுக்கு மிகுந்த தீங்குண்டாகும். அரசரால், திருடரால், தீயால் அச்சம் கொள்ள நேரும். தலைவலியும், காய்ச்சலும் உண்டாகும். பெரியோரால் துன்பமுண்டாகும். தானியம் நாசமாகும் என்றவாறு.

<blockquote>
நாசமுறும் விவசாய வகையினால் பூமி
நாசமுறு மனவியாதி யதுமிகஉண் டாகும்
நேசமுறு கேந்திரகோ ணத்தையடைந் தாலும்
நீங்காத மூன்றுபதி னொன்றிலிருந் தாலும்
ஆசையுறு சிவபூசை தேவகுரு பக்தி
அதினுடனே மகம்புரிவ ததிகசந்தோ ஷமுமாம்
காசினியில் இவன்படித்த வித்தையினால் சிவிகை
கனலாபம் உண்டெனவுங் கருதிடுபெண் ணரசே. (4) (351)
</blockquote>

(இ.ள்) பெண்களுக்குள் தலைவியாக விளங்கும் பெண்ணே! பூமியில் அழிவு உண்டாகும். மனவியாதி தோன்றும். குரு, 1,4,7,10 ஆகிய கேந்திர வீடுகளில் இருந்தாலும், 1,5,9 ஆகிய திரிகோண வீடுகளில் இருந்தாலும், மூன்று, பதினொன்று ஆகிய வீடுகளில் இருந்தாலும், விருப்பத்துடன் சிவபூசையைச் செய்வான். தெய்வ பக்தியுடன் குருபக்தியும் தோன்றும். புத்திரர்களால் மிகுந்த மகிழ்ச்சி ஏற்படும். இவன் படித்துள்ள வித்தைகளால் மிகுந்த இலாபம் கிடைக்கும். வாகனச் சேர்க்கை உண்டாகும் என்றவாறு.

<blockquote>
கருதியதோர் பாவியுடன் இவன்கூடி னாலும்
கடும்பாவி பார்த்தாலும் மார்பதனில் குத்தோ
டுருமையுறும் புத்திரருக் கதிநாச மாகும்
உள்ளமது பாவத்தில் செல்லுமன வியாதி
வருமரசர் பகையுண்டாம் சட்டாட்ட வியத்தில்
வலிகெடுத்துச் சுபபலனாய் குருவடைந்தா னாகில்
பரிவுடனே காலமுமே யவகீர்த்தி களத்திர
பயம்புத்ர தனநாசம் சத்ருபய முறுமே. (5) (352)
</blockquote>

(இ.ள்) குரு, தீயக்கோள்களுடன் கூடி இருந்தாலும், தீயக் கோள்களால் பார்க்கப்பட்டாலும், மார்புக்குத்து தோன்றும். புத்திரர் களுக்கு அதிக தீங்கு நேரிடும். மனம் பாவவழிகளில் செல்லும். மனவியாதி தோன்றும். அரசாங்கப் பகை ஏற்படும். ஆறு, எட்டு,

பன்னிரண்டாம் இடங்களில் குரு சுப பலனாக இருந்தால், இகழ்ச்சி அடைய நேரிடும். களத்திரத்தால் அச்சம் கொள்ள நேரிடும். புத்திரர் களுக்குக் கெடுதல் நிகழும். தனம் நாசமாகும். பகைவர்களால் அச்சம் உண்டாகும் என்றவாறு.

(வேறு)

பயமுறு இரண்டே ழுக்குப் பதிகுரு வாகி னாக்கால்
நயமில்லை பரிகா ரந்தான் நற்சொர்ண தானத் தோடு
இயல்புறும் சிவச ஹஸ்ர நாமமே இயற்றி னாக்கால்
கயலென விழிசேர் மாதே கனசுகம் ஆகுந் தானே. *(6) (353)*

(இ.ள்) கெண்டை மீனை ஒத்த விழிகளையுடைய பெண்ணே! குரு, இரண்டு, ஏழாம் இடங்களுக்கு அதிபதியாக இருப்பின் தீமையாகும். இதற்குப் பரிகாரமாகத் தங்கத்தைத் தானமாகக் கொடுத்து சிவபூசையையும், சகஸ்திரநாம அர்ச்சனையையும் செய்து வர வேண்டும். அவ்வாறு செய்தால், துன்பங்கள் நீங்கி மிகுந்த சுகம் உண்டாகும் என்று சொல்வாயாக என்றவாறு.

❖

7.9 புதன்திசை – சனி புத்தி

ஆகுமிந்தப் புதன்திசையில் சனியபகா ரந்தான்
ஆனதிங்கள் நாலெட்டு நாளொன்ப தாகும்
வாகுபெறும் சௌமியர்க்குச் சனியந்தர்க் கதனாய்
வதிந்திருக்கில் சண்டையினால் வியாதி யாகும்
போகுமவன் திரவியமும் அரசர்பயத் தாலே
புகழில்லாப் பாவமதில் அவன்மனது செல்லும்
சோகமுறும் பயமுண்டாம் எனக்கணிதர் தேர்ந்த
சோதிடர்கள் உரைத்தபலன் சொல்லிடுபூங் குயிலே.

(1) (354)

(இ.ள்) புதன்திசை பதினேழு ஆண்டுகளில், சனி புத்தி 2 ஆண்டுகள், 8 மாதங்கள், 9 நாட்கள். புதனுடன், சனி சேர்ந்து இருந்தால், சண்டைகளால் வியாதி உண்டாகும். செல்வங்கள் அழியும். அரசாங்க பயம் தோன்றும். பாவகாரியங்களில் அவன் மனம் ஈடுபடும். மனதில் பயம் உண்டாகும் என்று சோதிடக்கலையில்

வல்ல சோதிடர்கள் எடுத்துரைத்த பலனைப் பூங்குயில் போன்ற இனிய சொற்களை உடைய பெண்ணே! கூறுவாயாக என்றவாறு.

சொல்லரிய உச்சசொக்ஷேத் திரத்திலிருந் தாலும்
தோன்றிய மூன் றாறுபதி னொன்றையடைந் தாலும்
நல்லலக்கி னாதிபதி நோக்கமுற்றா லுந்தான்
ராச்சியலா பமுமதிக சுகங்களுண் டாகும்
வல்லமைசேர் இரணியனால் நோக்கமுற்றா லேதான்
வரும்அதிக தளகர்த்தம் அதிகசுகம் பெருகும்
அல்லவெனில் சுபர்நோக்க முற்றாலும் நன்மை
அதிகவித்தை லாபமதி கீர்த்தியுமுண் டாமே. *(2) (355)*

(இ.ள்) சொல்லுவதற்கு அரிய உச்ச வீடான துலாம் இராசியில் சனி இருந்தாலும், சொந்த வீடுகளான மகரஇராசி, கும்ப இராசி ஆகிய வீடுகளில் இருந்தாலும், மூன்றாமிடம், பதினோராம் இடம் ஆகிய இடங்களில் இருந்தாலும், இலக்கனாதிபதி பார்த்தாலும், பூமி இலாபமும் அதிக சுகங்களும் உண்டாகும். குரு, சனியைப் பார்த்தால் உயர்ந்த பதவியும் அதிக நலங்களும் உண்டாகும். நற்கோள்கள் பார்த்தாலும் நன்மைகளும் வித்தைகளால் இலாபமும் சேரும். அதிக புகழ் உண்டாகும் என்றவாறு.

குறிப்பு: இரணியன் - குரு.

மேதினி அதனில் சுபாங்கிசம் தன்னில்
மேவியே சனியிருந் தாக்கால்
கேதுவில் தானம் புரிகுவன் இந்தச்
செழுஞ்சனி புத்தியந் தியத்தில்
மாதுய ரடைவன் காரிய நாசம்
வந்திடும் அதிகமாம் பயங்கள்
சாதகன் தனக்குத் தேகபீ டையுமாம்
தன்மன வியாதியுற் றிடுமே. *(3) (356)*

(இ.ள்) சனி, சுபாங்கிசத்தில் இருந்தால், தானம் செய்வான். சனிபுத்தியின் முடிவில் மிகுந்த துயரத்தை அடைவான். செய்யும் காரியங்கள் நாசமாகும். அதிகபயம் தோன்றும். இச்சாதகனுக்கு உடல்நலக்கேடு உண்டாகும். மேலும் மனவியாதியில் பாதிக்கப் படுவான் என்றவாறு.

உற்றிடும் வாக்கே ழுக்கு உடையவ னாகி னாக்கால்
பற்றிடும் அவமிருத் தான பயமரி அரனின் னோர்க்குப்
பெற்றிடும் சகஸ்திர நாமச் செபமது பேணிச் செய்து
மற்றுமோர் கறுத்த காளை மறையவர்க் கீயு வாயே. (4) (357)

(இ.ள்) சனி, வாக்குஸ்தானம் என்று சொல்லப்படும் இரண்டாம் இடத்திற்கும் மற்றும் ஏழாம் இடத்திற்கும் அதிபதியானால் மரண பயம் தோன்றும். அதற்குப் பரிகாரமாகத் திருமால், சிவபெருமான் முதலான தெய்வங்களுக்குச் சகஸ்திர நாம அர்ச்சனை செய்து வழிபட்டுக் கரியநிற காளைமாடு ஒன்றை அந்தணர்க்குத் தானமாக வழங்கவேண்டும். அவ்வாறு தானமாக வழங்கினால், துன்பங்கள் நீங்கி நன்மைகள் உண்டாகும் என்றவாறு.

ஆக விருத்தம் 357

ஃ

8. கேதுதிசைப் படலம்

1. பொது

மறையுங் கேது மகாதிசை யானது
தரையி லேழ்வருட பலன்தான் சொல்லில்
குறையு மேபொருள் குன்றிடும் தாரமும்
முறைசெய் ராச பயமுமுண் டாகுமே. (1) (358)

(இ.ள்) கேது மகாதிசை ஆண்டுகள் ஏழு. இத்திசையில் சேர்த்து வைத்த பொருட்கள் குறைந்து போகும். தாரத்திற்கு நாசம் உண்டாகும். அரசரால் துன்பத்திற்கு ஆளாக நேரிடும் என்றவாறு.

பயமிலாக் கள்ளர் அக்கினி யால்பயம்
நயமில் பீடை சரீரத்தில் நண்ணிடும்
செயமி குந்த மூன்றாறுடன் பத்திலே
நியமாக நின்றால் பலன்நீ சொல்லே. (2) (359)

(இ.ள்) தைரியம் மிக்கத் திருடர்களாலும் தீயினாலும் மிகுந்த பயம் உண்டாகும். உடலில் நோய்கள் தோன்றும். கேதுவிற்கு வெற்றியைத் தரும் 3,6,10 ஆகிய இடங்களில் கேது நின்றால் உண்டாகும் பலன்களைக் கேட்பாயாக என்றவாறு.

சொல்ல ருஞ்சுத ருந்தன தானியம்
நல்ல தோர்விவ சாயமும் லாபமால்
வல்ல கேந்திர கோணத்தில் வந்தோன்பல
மில்லை யென்னில் இதன்பலன் கேண்மினோ.   (3) (360)

(இ.ள்) சொல்லுவதற்கு அருமையான புத்திரர்களால் நன்மைகள் உண்டாகும். தன தான்யங்களால் இலாபம் கிடைக்கும். விவசாயத்தால் செல்வம் பெருகும். கேது, கேந்திர கோண வீடுகளாகிய 1, 4, 7, 10, 5, 9 ஆகிய இடங்களில் இருந்தால் நற்பலன்கள் குறைவாகவே அமையும். இதன் பலனைக் கேட்பாயாக என்றவாறு.

பலித மில்மிரு கபயம் மன்னரால்
வலிகொள் சோரர் வருமக் கினிபயம்
நலியும் குன்மம் பயித்தியம் நண்ணிடும்
சொலிலு மிட்ட சனந்துயர் சூழுமே.   (4) (361)

(இ.ள்) மிருகத்தால் அச்சம் தோன்றும். மேலும் அரசராலும், திருடர்களாலும் தீயினாலும் பயம் மிகுதியாகத் தோன்றும். உடலை மெலியச் செய்யும் குன்மநோயும் தோன்றும். பைத்தியம் பிடிக்கும். மனதிற்குப் பிடித்தமான உறவினர்கள் துயரடைவார்கள் என்றவாறு.

மேவும் மூன்றினில் லாபத்தில் மேவிடில்
வாவல் சேரும் அதிகசுகத் தொடும்
காவல் சேர்ந்திடு காசினி லாபமும்
பூவி லேவிவ சாயம் பொருந்துமே.   (5) (362)

(இ.ள்) கேது, மூன்றாம் இடத்தில் அல்லது பதினோராம் இடத்தில் இருக்கும்பொழுது அதிக சுகம் உண்டாகும். காவல் கொண்ட பூமி இலாபம் உண்டாகும். பயிர்த்தொழில் பெருகி வளம் உண்டாகும் என்றவாறு.

பொருந்து மேநர வாகனம் பூணணி
முருந்து மூரல் களத்திர மும்உறும்
திருந்தி டுந்திசை ஆதி சுகநடு
வருந்தி டும்பய மென்று வகுத்திடே.   (6) (363)

(இ.ள்) பல்லக்கு வாகனம் அமையும். அணிகலன்களை அணிந்த அழகுடைய மனைவி அமைவாள். கேதுதிசையின் தொடக்கத்தில் சுகம் உண்டாகும். புத்தியின் நடுப்பகுதியில் வருத்தமும் பயமும் தோன்றும் என்று சொல்வாயாக என்றவாறு.

வகுத்த ராசர் பயம்வரும் அந்தத்தில்
பகுத்த ஒன்பது பத்துக்கு மேயிவன்
மிகுத்த வாதிப னாகவும் மேவிலும்
தொடுத்த லக்கினத் தோனுடன் கூடிலே. *(7) (364)*

(இ.ள்) கேது திசையின் கடைசி பாகத்தில் அரசரால் அச்சம் ஏற்படும். ஒன்பது, பத்தாம் இடத்திற்கு அதிபதிகளோடு கேது சேர்ந்து நின்றாலும் இலக்கனாதிபதியுடன் கூடி இருந்தாலும்.

கூடி டுந்தன தானியம் கோகுலம்
சாடி டும்பல ராசர்சம் பத்துடன்
தேடி டும்பொருள் யாவும் சிறந்திடும்
வாடி டுமிடை மங்கையர் தங்கமே. *(8) (365)*

(இ.ள்) தன தானிய இலாபம் உண்டாகும். பசுவர்க்கம் பல்கிப் பெருகும். அரசர்களால் செல்வம் பெருகும். தேடி சேர்க்கும் பொருள்கள் அனைத்தும் சிறப்புடன் அமையும் என்பதை, வாடுகின்ற இடையினையுடைய மங்கையரில் பொன்போல சிறந்து விளங்குபவளே! கேட்பாயாக என்றவாறு.

❖

8.1 கேதுதிசை – கேது புத்தி

தங்கியதோர் கேதுதிசை தனிலவன்தன் புத்தி
தான்மாதம் நாலுடனே நாளிருபத் தேழாம்
பொங்கமுடன் ஒன்பதுபத் துக்குடையோ னுடனே
பொருந்திடினும் லக்கினாதி பதியுடன்சேர்ந் தாலும்
பங்கமில்லாப் புத்திரத்தா னத்துடையோ னுடனே
பதிந்திடினும் சுபக்கிரகப் பார்வையுற்றா லுந்தான்
துங்கனதி தீர்த்தம்சிவ சாயம்சிவ பூசை
சொல்லரிய தனதான்ய லாபமிக வருமே. *(9) (366)*

(இ.ள்) கேது திசையில் கேதுபுத்தி 4 மாதங்கள், 27 நாட்கள். கேது, ஒன்பதாம், பத்தாம் இடத்திற்கு அதிபதிகளுடன் சேர்ந்து இருந்தாலும், இலக்கனாதிபதியுடன் சேர்ந்து இருந்தாலும், புத்திராதிபனாகிய ஐந்தாம் இடத்திற் அதிபதியுடன் சேர்ந்து இருந் தாலும், சுபக்கோள்களால் பார்க்கப்பட்டு இருந்தாலும் அச்சாதகன்

புனித யாத்திரை மேற்கொண்டு புண்ணிய தீர்த்தமாடுபவனாக விளங்குவான். பயிர்தொழிலில் ஈடுபாடு உடையவனாகச் சிவபூசை செய்பவனாக விளங்குவான். தனதான்ய இலாபம் உடையவனாக இருப்பான் என்றவாறு.

சொல்லரிய பாக்கியத்தா னத்தானைக் கூடில்
சொலுஞ்செல்வா யுடன்கூடில் சமரில்வெகு செயமாம்
வல்லதொரு ராசசன்மா னங்களுமுண் டாகும்
வருந்தடாகம் கோபுரபிர திஷ்டை செய்வன்
நல்லதொரு கிரகமதில் திருநிறைந்து வாழும்
நாடியகேந் திரிகோணத் தையடைந் தாலும்
சில்லரைசேர் சட்டாட்ட வியத்திலிருந் தாலும்
செழுங்குயிலே! அதன்பலனைச் செப்பிடுவன் கேளே.
(2) (367)

(இ.ள்) வளம் பொருந்திய குயிலின் இனிய மொழியையுடைய பெண்ணேள! ஒன்பதாம் இடத்திற்கு அதிபதியுடன் இக்கேது கூடி இருந்தாலும், செவ்வாயுடன் கேது கூடியிருந்தாலும், சண்டையில் வெற்றி கிட்டும். அரச வெகுமதிகள் கிடைக்கும். இச்சாதகன் குளம் வெட்டுவான். சிதிலமான கோயில் கோபுரங்களைப் புதுப்பிப்பான். தெய்வ பிரதிட்டை செய்வான். நல்ல மனையில் அனைத்துச் செல்வங்களும் பெற்றுச் சிறக்க வாழ்வான். கேது, நல்ல வீடுகள் என்று சொல்லப்படும் 1,4,7,10,5,9 ஆகிய கேந்திர திரிகோண இடங்களில் இருந்தாலும், தீய வீடுகளான 6,8,12 ஆகிய வீடுகளில் இருந்தாலும் அதன் பலனைக் கூறுகிறேன் கேட்பாயாக!

செப்பியதோர் தனநாசம் மனவியாதி யுடனே
சேர்ந்தகளத் திரநாசம் புத்திரரும் நாசம்
ஒப்பரிய மனையாளால் பிராணபயம் உண்டாம்
முகந்துபந்து தனநாசம் உறுமிரண்டே ழுக்கு
இப்படியி லிவனாத னாகியே பாவி
இவனுடனே சேர்ந்திருக்கில் அவமிருத்து பயமாம்
மைப்படியும் பூங்குழலாய் கேளசதான முடனே
மகாமிருத் யுஞ்சசெபம் வைத்திடில்தீர்ந் திடுமே. *(3) (368)*

(இ.ள்) மைபூசப்பட்ட கண்களையும் மலர்களைச் சூடிய கூந்தலையும் உடைய பெண்ணே கேட்பாயாக! தனநாசம் ஏற்படும். மனவியாதி உண்டாகும். களத்திர நாசமும் புத்திர நாசமும்

உண்டாகும். மனைவியால் உயிருக்கு பயம் ஏற்படும். உறவினர்களுக்கு நாசம் ஏற்படும். கேது, இரண்டு, ஏழாம் இடங்களுக்கு அதிபதியாகப் பாவி சேர்ந்து இருந்தால், மரணபயம் உண்டாகும். இதற்கு பசுவைத் தானமாகக் கொடுத்து மிருத்யுஞ்ச யாகம் செய்ய வேண்டும். அவ்வாறு செய்தால் மரணபயம் விலகி, நன்மை உண்டாகும் என்றவாறு.

8.2 கேதுதிசை – சுக்கிர புத்தி

திடமான கேதுவினில் சுக்கிரனார் புத்தி
சேர்ந்தபதி னால்மாதம் அதன்பலனைக் கேளாய்
அடைவான கேதுவுக்குக் கவியந்தர்க் கதனே
ஆனாலும் கேந்திரகோ ணங்களிலே யேனும்
முடனான லாபத்தா னத்திலே யேனும்
உறுதியுடன் இருந்தாலும் திசைநாத னிருந்த
இடம்நாடி பதிந்தாலும் களத்ரபுத்ர நாசம்
இராச்சியமும் அசுவகெச லாபமும்உற் றிடுமே.   (1) (369)

(இ.ள்) கேது திசையில் சுக்கிரன் புத்தி ஆண்டு 1, மாதம் 2. கேதுவும் சுக்கிரனும் ஒன்றாக இருந்தாலும், நல்ல வீடுகளான 1,4,7,10,5,9 ஆகிய கேந்திர திரிகோண வீடுகளில் இருந்தாலும், இலாபத்தானமான பதினோராம் இடத்தில் இருந்தாலும், திசா நாதனோடு சேர்ந்திருந்தாலும் களத்திர, புத்திரர்களுக்கு அழிவு உண்டாகும். இருப்பினும் இராச்சிய இலாபம் உண்டாவதோடு குதிரை, யானை முதலான வாகன இலாபங்கள் கிடைக்கும் என்றவாறு.

உற்றுவரும் பாக்கியத்தா னத்தோனைக் கூடில்
உயர்ந்தசம்பத் துண்டாகும் நீசஅஸ்த மனமே
பெற்றவனோ டிருந்தாலும் பாவிகூ டிடினும்
பெரும்பாவி பார்த்தாலும் இராசவிரோ தமுமாம்
நற்றனதான் யநாசம் இடியினால் அரவால்
நடுக்குபயம் உண்டாகும் மனவியாதி சேரும்
கற்றவர்கள் உவமான மதற்கடங்கா தெழுந்து
கண்கறுத்துப் புடைத்திளகிக் கனத்ததன மயிலே.
                                               (2) (370)

(இ.ள்) நூல்பல கற்றோராலும் உவமை கூற இயலாத விம்மி புடைத்தெழுந்து கண்கறுத்து பருத்து மிருதுவாகிய கனத்த கொங்கை களையுடைய மயில் போன்ற சாயலை உடையவளே! பாக்கியத் தாதிபனான ஒன்பதாம் இடத்திற்கு அதிபதியுடன் சுக்கிரன் கூடி யிருந்தால், மிகுந்த செல்வம் கிடைக்கும். சுக்கிரன் நீசம் அஸ்தமனமாக இருந்தாலும், நீசனோடு சேர்ந்து இருந்தாலும், பாவக்கோள்களோடு சேர்ந்து இருந்தாலும், பாவக் கோள்களால் பார்க்கப்பட்டாலும் அரசர்களின் கோபத்திற்கு ஆளாக நேரிடும். செல்வம், தானியம் போன்றவற்றிற்கு அழிவு ஏற்படும். இடியினாலும் பாம்பினாலும் பயம் உண்டாகும். மனவியாதியும் அச்சாதகனை வந்தடையும் என்றவாறு.

கனத்தகேந் திரகோணம் அதனிலிருந் தாலும்
கதித்தமூன் றொன்பானி லேவதிந்திட் டாலும்
நினைத்தகா ரியம்செயமாம் தேகவா ரோக்யம்
நீணிலத்தில் ஆடையா பரணமிக லாபம்
மனத்துடனே பால்பழமும் நிதம்நிதமும் புசிப்பன்
ஆதிபுத்தி சவுக்யதன லாபமத்தி யதனில்
தனத்திலற்ப நாசமுறும் மத்தியத்தி லேதான்
தன்மனைபோம் குலநாசம் அரசர்பய முறுமே. *(3) (371)*

(இ.ள்) நல்ல வீடுகளான 1,4,7,10, ஆகிய கேந்திர கோணங் களில் சுக்கிரன் இருந்தாலும், மூன்று, ஒன்பது ஆகிய இடங்களில் இருந்தாலும் நினைத்த காரியங்கள் வெற்றியடையும். உடல் ஆரோக்கியம் சிறப்பாக அமையும். பட்டாடைகள் முதலான விலை யுயர்ந்த ஆடை, ஆபரணங்கள் போன்றவை கிடைக்கும். பால் பழத்துடன் உணவு உண்பான். சுக்கிர புத்தியின் தொடக்கத்தில் சௌக்கியமும் தன இலாபங்களும் கிடைக்கும். சுக்கிர புத்தியின் மத்தியில் பொருள் சிறிது அழியும். இப்புத்தியின் கடைசி பாகத்தில் தன்னுடைய வீடு கையைவிட்டுப் போகும். குலநாசம் ஏற்படும். அரசரால் பயம் உண்டாகும் என்றவாறு.

நாசமில்லாச் சட்டாட்டம் வியம்வாக்கில் இருந்தால்
நற்சுக்கிர புத்தியினில் அதிகசௌக் கியமாம்
தேசுலாக் களத்ரபுத்ர சவுக்கியமும் உண்டாம்
செகதலத்தில் தனதான்ய லாபமிக வாகும்

ராசரால் அபிமானம் இரண்டேழுக் கிவனே
நாதனாய் இருந்தக்கால் அதிபீடை உண்டாம்
தோஷமது மிகத்தீரப் பரிகார மதுதான்
துர்க்கைசெபம் பண்ணிவரில் சுகமிகஉண் டாமே. (4) (372)

(இ.ள்) தீய வீடுகளான 6,8,12 ஆகிய இடங்களில் சுக்கிரன் இருந்தாலும், இரண்டாம் இடத்தில் சுக்கிரன் இருந்தாலும், அச் சுக்கிர புத்தியில் அதிக சௌக்கியம் உண்டாகும். உடல் ஆரோக்கியத்துடன் விளங்கும். களத்திரத்தாலும் புத்திரர்களாலும் நன்மைகள் ஏற்படும். தனதான்ய இலாபம் மிகுதிகாயக் கிடைக்கும். இச்சாதகன், அரசர் களின் பிரியத்திற்கு ஆளாவான். இரண்டு, ஏழாம் இடங்களுக்குச் சுக்கிரன் அதிபதியாக இருந்தால் மரணபயம் ஏற்படுவதுடன் பீடை உண்டாகும். இதற்குப் பரிகாரமாகத் துர்க்காதேவிக்குப் பூசை செய்தால் துன்பங்கள் நீங்கப் பெற்று சுகம் மிகுதியாக உண்டாகும் என்றவாறு.

❖

8.3 கேதுதிசை – சூரிய புத்தி

தருங்கேது திசையிலா தித்தனப காரம்
தரநாலு மாதமுடன் னாளாற தாகும்
வருங்கேது தனக்குரவி அந்தர்க்கத னாக
வதிந்திடினும் உச்சசொக்ஷேத் திரத்தையடைந் தாலும்
மிகுஞ்சுபர்கள் கூடிடிலும் சுபர்பார்த்திட் டாலும்
இராசவனுக் கிரகமுடன் ராசசன்மா னங்கள்
பொருங்கணையை வடிவாளை எழில்வேலைப் பழித்துப்
புருடர்திரு மார்பதனில் பொருங்கருங்கண் மயிலே.
(1) (373)

(இ.ள்) போர் செய்கின்ற அம்பினையும் வடித்தெடுக்கப்பட்ட கூர்மையான வாளையும், அழகுமிக்க வேலையும் பழிப்பது போன்று ஆடவரின் அழகுமிகு மார்பில் போரிடுகின்ற கரிய கண்களுடையனவான கொங்கைகளையும் மயிலைப்போன்ற சாயலையும் உடைய பெண்ணே! கேது திசையில் சூரியபுத்தி மாதங்கள் 4, நாட்கள் 6. கேது, சூரிய னுடன் சேர்ந்து இருந்தாலும் உச்சம், ஆட்சி பெற்று இருந்தாலும் சுபக்கோள்களால் பார்க்கப் பட்டாலும் அச்சாதகன் அரசரின் அன்பிற்குப் பாத்திரமாகி, வெகுமதிகள் பெற்று மகிழ்வான் என்றவாறு.

கருதியதோர் சட்டாட்ட வியந்தனில்கேந் திரத்தில்
கதித்ததிரி கோணத்தில் நீசாங்கிசம் தன்னில்
வருநீச ராசியினில் பருதியிருந் தாக்கால்
மண்டையிடி தலைவலிநோய் சுகபீடை காட்டும்
பரிவான களத்ரபுத்ர பீடைமிக உண்டாம்
பகர்மாதுர் பிதுர்நாசம் பரதேச கமனம்
பொருந்துசோ ராக்கினியால் விடத்தாலும் பயமாம்
புகழ்காலி மிகநாசம் புகன்றிடுபெண் ணரசே. ***(2) (374)***

(இ.ள்) சூரியன், தீய வீடுகளான ஆறு, எட்டு பன்னிரண்டாம் இடங்களில் நின்றாலும், நல்ல வீடுகளான *1,4,7,10,5,9* ஆகிய கேந்திர திரிகோண வீடுகளில் நின்றாலும், நீசாங்கிசத்தில் இருந் தாலும், நீச இராசியில் இருந்தாலும், மண்டை இடி தலைவலி, சுரம், போன்றவை வந்து துன்புறுத்தும். களத்திர புத்திர பீடைகள் மிகுதியாக் தோன்றும். தாயாருக்கு மரணம் ஏற்படும். தீய பெண் களின் சேர்க்கை உண்டாகும். திருடர்களாலும் தீயினாலும் விஷத்தி னாலும் அச்சம் ஏற்படும். கால்நடைகளுக்கு அழிவுண்டாகும். பெண்களுக்கெல்லாம் தலைமை சான்றவளே! இதனை எடுத்துக் கூறுவாயாக என்றவாறு.

பெண்ணே கேள்! இரவிபுத்தி அந்தத்தில் சுகமாய்
பெரும்பாவி கூடிடினும் நீசன்கூ டிடினும்
கண்ணாகும் இரண்டேழுக் குடையவன்சேர்ந் தாலும்
காலமிருத்துப் பயமதற்குப் பரிகாரம் புகல்வேன்
விண்ணாடர் பணிந்துசிவ பூசைசெய்து துர்க்கை
மிகசெபமும் செய்ததன்பின் வேதியர்க்குத் தானே
பண்ணார்கா ராம்பசுவும் தானமது கொடுத்துப்
பசும்பொன்னும் தானமிடில் பாக்கியமுண் டாமே. ***(3) (375)***

(இ.ள்) பெண்ணே! கேட்பாயாக! சூரிய புத்தியின் கடைசி பாகத்தில் சுகம் உண்டாகும், பாவக் கோள்களோடும், நீசக்கோள் களோடும் சூரியன்கூடி நின்றாலும், இரண்டு, ஏழாம் இடங்களுக்கு அதிபதியாக விளங்கினாலும், இரண்டு, ஏழாம் இடங்களுக்கு அதிபதியுடன் சேர்ந்து விளங்கினாலும் காலமிருத்துப் பயம் உண்டாகும். அதற்குப் பரிகாரமாக, தேவர்களால் வணங்கி போற்றப் படும் சிவனுக்குப் பூசை செய்து பின்னர், துர்க்காதேவிக்கு பூசையும்

செய்து பிராமணர்களுக்குக் காரம்பசு ஒன்றினையும் தானமாக வழங்க வேண்டும். அங்ஙனம் வணங்கினால் அனைத்துவிதமான பாக்கியங்களும் உண்டாகும் என்றவாறு.

ஆக விருத்தம் 375

❖

8.4 கேதுதிசை – சந்திர புத்தி

மெய்யார்செங் கேதுதிசை தனில்சந்திர புத்தி
மேவியதோர் ஏழ்மாதம் அதன்பலனைக் கேளாய்
பொய்யாய சசிகேதுக் கந்தர்க்கத னாகில்
பொருந்திடினும் உச்சசொக்ஷேத் திரக்கோணத் தேனும்
தொய்யாகக் கேந்திரத்தி லேனுமிருந் தாலும்
சுபனுடனே கூடுகிலும் அதிகசுகம் உண்டாம்
மையாரும் சேல்விழியாய் ஆடவர்கள் உயிரை
வாங்கியவர் தமைமருவும் மங்கையருஞ் சுகமே. ***(1) (376)***

(இ.ள்) மை பூசப்பட்ட கெண்டைமீனையொத்த கண்களைக் கொண்டு, ஆடவர்களின் உயிரை வாங்கி, அவர்களோடு மயங்கி மருவுகின்ற பெண்கிளி போன்றவளே! சிவந்த பாம்பாகிய கேது திசையில் சந்திரபுத்தி ஏழு மாதங்களாகும். கேதுவும் சந்திரனும் ஒன்றாகச் சேர்ந்து இருந்தாலும் சந்திரன் ஆட்சி வீட்டிலாவது உச்ச வீட்டிலாவது இருப்பினும், நல்ல வீடுகளான 1,4,7,10,5,9 ஆகிய கேந்திர திரிகோண இடங்களில் இருந்தாலும், சுபக்கோள்களுடன் சேர்ந்து இருந்தாலும் அதிக சுகம் உண்டாகும் என்பதைக் கேட்பாயாக.

சுகமாரும் தனலாபம் இராசசன்மா னங்கள்
சோபனகல் யாணமுடன் ஆடையா பரணம்
மிகலாபம் பரிலாபம் தேவால யங்கள்
மிகுந்ததடா கங்களுடன் கோபுரமும் செய்வன்
அகமோடு புவிலாப மாகுமிந்த சசிதான்
அதிககலை நிறைந்திருக்கில் அதன்பலன்முன் போலாம்
செகமீது நீசனாய்த் தேய்மதிய மானால்
சிலசவுக்கியம் மனவியாதி சேருமின்னங் கேளே.

(2) (377)

(இ.ள்) தன இலாபமும், அரசரிடமிருந்து வெகுமதிகளும் கிடைக்கும். சோபனமும் திருமணமும் நடக்கும். விலையுயர்ந்த பட்டாடைகளும் ஆபரணங்களும் சேரும். குதிரைகளால் இலாபம் உண்டாகும். அனைத்திலும் மிகுந்த இலாபம் கிடைக்கும். இச்சாதகன், கோயில்கள் கட்டுவான். குளம் முதலான நீர்நிலைகளை வெட்டுவான். சிதிலமான கோபுரங்களைப் புதிதாக அமைத்துக் கொடுப்பான். அவனுக்குப் பூமி இலாபமும் உண்டாகும். பூரண சந்திரனாக இருந்தாலும் மேற்கண்ட பலன்களை அதிகமாகச் செய்வான். சந்திரன் நீசம் பெற்று இருந்தாலும் தேய்பிறைச் சந்திரனாக இருந் தாலும் குறைந்த அளவில் சௌக்கியங்களும் மனநோயும் உண்டாகும். இன்னும் கேட்பாயாக.

சேருமொரு வாக்குத்தானத் துடையோன் தன்னைச்
செழுமதியம் கூடியிடில் தேகசாட் டியமாம்
கூறிடும் மனவியாதி தானுமுண் டிதற்குக்
குறித்தபரி காரமது பூசைபண்ணில் சுகமாம்
மாறுடனே எட்டுவிய மதில்சுபனைக் கூடி
அதிகசுபன் பார்த்தாலும் சோபனங்கள் நடக்கும்
நேருற்ற தருமசிந்தை ஆதிபுத்தி சுகமே
நிலைக்குநடு சொற்பசுகம் கடைக்கிலே சமுமே. (3) (378)

(இ.ள்) சந்திரன், இரண்டாமிடத்திற்கு அதிபதியோடு சேர்ந்து இருப்பின், உடலில் குறை உண்டாகும். மனவியாதியும் ஏற்படும். இதற்குப் பரிகாரமாக இறைவழிபாடு செய்தல் வேண்டும். அவ்வாறு செய்தால் அனைத்துத் துன்பங்களும் நீங்கும். சந்திரன், தீய வீடுகளான 6,8,12 ஆகிய இடங்களில் சுபக்கோள்களோடு சேர்ந்து நின்றாலும், சுபக்கோள்களால் பார்க்கப்பட்டாலும் சோபனங்கள் உண்டாகும். தர்ம சிந்தனை மிகும். சந்திர புத்தியின் தொடக்கத்தில் சுகம் உண்டாகும். இப்புத்தியின் இடைபாகத்தில் குறைந்த அளவிலேயே சுகம் கிடைக்கும். இப்புத்தியின் கடைசியில் மனக் கவலை உண்டாகும் என்றவாறு.

ஆமேகேந் திரகோண லாபத்தா னத்தை
அடைந்தாலும் பலவான்கள் உடன்கூடி னாலும்
பூமீது விவசாய லாபம்வித்தை லாபம்
புகலரசர் அபிமானம் வஸ்திரா பரணம்

சீமேவு சிவிகைவரும் சுகந்தம் சேரும்
தேகசவுக்ய முண்டாகும் மூன்றுபத்தி லேதான்
மீமேவு சசிபூர்ண மாகிஇருந் தாலும்
விளங்குசொக்ஷேத் திரத்துறினும் மிகும்பலனைக் கேளே.

(4) (379)

(இ.ள்) சந்திரன், நல்ல வீடுகளான 1,4,7,10,5,9 ஆகிய கேந்திர, திரிகோண இடங்களில் இருந்தாலும், இலாபத்தானமான பதினோரா மிடத்தில் நின்றாலும் பலவான்களுடன் கூடி இருப்பினும் பயிர்த் தொழிலில் மிகுதியான இலாபம் கிடைக்கும். மேலும், பிற தொழில் களிலும் இலாபம் வந்து சேரும். இச்சாதகன், அரசருடைய அன்பிற்குப் பாத்திரமாவான். பட்டாடை போன்ற விலையுயர்ந்த ஆடைகளும் ஆபரணங்களும் வந்து சேரும். பல்லக்குகள் கிடைக்கும். சுக போகங்களும், உடல் ஆரோக்கியமும் உண்டாகும். பூரண சந்திரன், மூன்று, பத்தாம் இடங்களில் நின்றாலும் ஆட்சி பெற்று இருந்தாலும் அதனுடைய மிகுதியானப் பலனைக் கேட்பாயாக என்றவாறு.

பலனுதவும் காலிதந்தி உடனிவுளி சிவிகை
பண்பான ராச்சியமும் லாபமதி சுகமாம்
நலனுதவும் புத்திரலாபம் வஸ்திர லாபம்
நல்கும்இது சட்டாட்ட வியத்திலிருந் தாலும்
கலகமிகு பாவியுடன் கூடியிருந் தாலும்
கனதன தான்யலாபம் பூஷணலா பங்கள்
சொல்லரிய பாவிகூடா மலவன் பார்வை
தோன்றிடிலும் தனதான்ய நாசமுறும் தானே. ***(5) (380)***

(இ.ள்) கன்று காலிகள் பல்கிப் பெருகும். யானை, குதிரை, பல்லக்கு முதலான வாகனங்கள் சேரும். இராச்சிய இலாபம் உண்டாகும். அதிக சுகம் உண்டாகும். புத்திரர்களால் மகிழ்ச்சி ஏற்படும். பட்டாடை முதலான உயர்ந்த ஆடைகள் சேரும். சந்திரன் தீய வீடுகளான ஆறு, எட்டு, பன்னிரண்டு ஆகிய இடங்களில் இருந்தாலும், பாவக்கோள்களுடன் சேர்ந்து இருந்தாலும், தன தான்ய இலாபம் மிகுதியாகக் கிடைக்கும். ஆபரணச் சேர்க்கை உண்டாகும். ஆனால், பாவக் கோள்களின் பார்வை பெற்று இருந்தால், அச்சாதகனுக்குத் தனதானிய நஷ்டம் உண்டாகும் என்றவாறு.

தானான பந்துசன விரோதமுமுண் டாகும்
சாதகன்தன் காலினிலே விலங்குவந்து சேரும்
வானான மதியிரண்டே ழுக்குடையோ னாகில்
வந்துவிடும் அவமிருத்து பயமதற்குத் தானே
பூணோடும் உயிர்க்கவரும் துர்க்கைசெபம் செய்யில்
உறுதுயர் போய் அதிகசுகம் உண்டாகும் என்றார்
தேனோடு பால்கருப்பஞ் சாற்றினையும் சேர்த்து
தெளிந்தெடுத்த அமுதமெனச் செப்புமொழித் திருவே.
(6) (381)

(இ.ள்) தேனையும், பாலையும், கரும்புச் சாற்றினையும் இரண்டறக் கலந்து தெளிந்து எடுத்த அமுதம் போன்ற இனிமையான சொற்களைப் பேசக்கூடிய திருமகளையொத்த அழகுடைய பெண்ணே! சாதகனின் நெருங்கிய உறவினர்களுடன் பகை ஏற்படும். சாதகனின் கால்களில் விலங்கு பூண நேரும். சந்திரன், இரண்டு, ஏழாம் இடங் களுக்கு அதிபனாக விளங்கினால் மரண பயம் தோன்றும் அதற்குப் பரிகாரமாக துர்க்கை வழிபாடு நிகழ்த்துதல் வேண்டும். அவ்வாறு செய்தால், துன்பங்கள் அனைத்தும் நீங்கி மிகுந்த சுகம் உண்டாகும் என்று சோதிட நூல் வல்லோர் எடுத்துரைத்துள்ளனர் என்றவாறு.

❖

8.5 கேதுதிசை – செவ்வாய் புத்தி

செப்பியதோர் கேதுவினில் குசன்புத்தி யதுதான்
சேர்ந்துவரும் நால்மாதம் இருபத்தேழ் நாளாம்
ஒப்பில்லாக் குசன்கேதுக் கந்தர்க் கதனாய்
உற்றாலும் கேந்திரகோ ணத்தையடைந் தாலும்
இப்புவியில் தனதான்யம் மிகநாச மாகும்
எதிர்த்துவரும் சமரதனில் அபசெயம்வந் தெய்தும்
தப்பரிய பந்துசன விரோதமும்வந் தெய்தும்
சத்ருபயம் சுரபீடை உஷ்ணபே தியுமே. ***(1) (382)***

(இ.ள்) கேது திசையில் செவ்வாய் புத்தி, மாதங்கள் நான்கு, நாட்கள் 27. கேது செவ்வாயுடன் சேர்ந்து இருந்தாலும், நல்ல வீடுகளான 1,4,7,10,5,9 ஆகிய கேந்திர திரிகோண இடங்களை

அடைந்திருந்தாலும், அச்சாதகனுடைய தன தான்யம் அதிக அளவில் அழியும். சண்டையில் தோல்வி வந்து சேரும். நெருங்கிய உறவினர்கள் பகைமை பாராட்டுவர். எதிரிகளால் அச்சம் தோன்றும். சுரபீடை, உஷ்ணபேதி போன்றவற்றால் உடல்நலக் குறைவு உண்டாகும் என்றவாறு.

சயபீடை யுடன்மனைபோம் சுபாங்கிசம தாயும்
தனிசுபர்கள் கூடினும்உச் சசொக்ஷேத் திரத்தில்
நயமோடங் கிருந்தாலும் அற்பசௌக் கியமாம்
நடுமத்தி யதுசௌக்யம் நல்கிடுமே கடையில்
பயமோடு பரதேச சஞ்சாரம் உண்டாம்
பார்த்திபரால் சோரரால் அக்கினியால் பயமாம்
கயலாகும் விழிமடவாய்! அதிசார ரோகம்
காய்ச்சலும் உண்டாகுமென கருதினர்சோ திடரே. *(2) (383)*

(இ.ள்) கெண்டை மீனையொத்த கண்களையுடைய பெண்ணே! பீடையுடன், வாழும் வீடும் கையை விட்டுப் போகும். செவ்வாய் சுபர்க்கோள்களின் அங்கிசத்தில் இருந்தாலும், சுபக்கோள்களுடன் கூடி இருந்தாலும், உச்ச வீட்டில் இருந்தாலும் ஆட்சி வீட்டில் இருந் தாலும் குறைந்த சௌக்கியம் உண்டாகும். செவ்வாய் புத்தியின் மத்திய பாகத்தில் அதிகமான சௌக்கியங்கள் வந்து சேரும். கடைசி பாகத்தில் அதிகமான பயம் உண்டாகும். பிற தேசங்களுக்குச் சென்று அலைய நேரிடும். அரசர்களாலும், திருடர்களாலும் தீயாலும் அச்சம் உண்டாகும். அதிசாரம், காய்ச்சல் முதலானவை உடலை வருத்தும் என்று சோதிடக் கலையில் வல்லவர்கள் எடுத்துரைத்துள்ளார்கள் என்றவாறு.

திடமுடைய சட்டாட்ட வியத்திலிருந் தாலும்
திரிகோண கேந்திரத்தில் பாவியுட னுறினும்
கடன்மிகுக்கும் அதிககஷ்டம் தனதான்ய நாசம்
களத்திரபுத்ர நாசமுறும் சுபனுடனே கூடில்
அடவுடைய தனலாபம் புவியில்லாபம் உண்டாம்
ஆதிபுத்தி சௌக்கியம்மத் தியம்கடையில் கிலேசம்
தடமுலையாய் மூன்றாறு பத்துபதி னொன்றில்
தானிருந்தா லதன்பலனைச் சாற்றிடுவன் கேளே.

(3) (384)

(இ.ள்) பெரிய கொங்கைகளை உடையவளே! ஆறு, எட்டு, பன்னிரண்டு ஆகிய இடங்களில் செவ்வாய் நின்றாலும், *1,4,7,10,5,9* ஆகிய கேந்திர திரிகோண இடங்களில் பாவக்கோள்களுடன் சேர்ந்து நின்றாலும், கடன் மிகுதியாகும். அதிக கஷ்டங்கள் உண்டாகும். தனதான்யம் போன்றவை நாசமடையும். களத்திரமும் புத்திரர்களும் நாசம் அடைவர். செவ்வாய் சுபக்கோள்களுடன் சேர்ந்து இருந்தால், தன இலாபம் உண்டாகும். பூமி இலாபம் ஏற்படும். செவ்வாய் புத்தியின் தொடக்கத்தில் சௌக்கியமும், மத்திய பாகத்திலும் கடைசி பாகத்திலும் மனக்கஷ்டமும் உண்டாகும். மூன்று, ஆறு, பத்து, பதினொன்று ஆகிய இடங்களில் செவ்வாய் நின்றால் அதன் பலனைக் கூற கேட்பாயாக என்றவாறு.

சாற்றரிய புவிலாபம் விவசாய லாபம்
தான்யலாபம் ஆதியினல் சௌக்கியமுண் டாகும்
மாற்றிய மத்தியத்தில் அகாலபோ சனமும்
வருஞ்சிரநோய் புத்திரமித்ரர் களத்திராதி நாசம்
போற்றுகடை சியில்மரணம் வாக்கேழுக் கிவனே
புகழ்நாத னானாக்கால் பொருகளத்திர பீடை
தோற்றுமவ மிருத்துபயம் உண்டாகும் அதற்கு
சொன்னபரி காரமச தானமென மொழியே. ***(4) (385)***

(இ.ள்) சொல்லுவதற்கு அரிதான பூமி இலாபம் உண்டாகும். பயிர்த்தொழிலில் இலாபம் மிகுதியாகக் கிடைக்கும். தானிய விளைச்சல் அதிகமாகும். செவ்வாய் திசையின் தொடக்கத்தில் சௌக்கியம் உண்டாகும். அத்திசையில் மத்திய பாகத்தில் அகாலத்தில் உணவு உண்ண நேரிடும். தலைநோய் ஏற்படும். உறவினர்களுக்கும் புத்திரர்களுக்கும் களத்திரத்திற்கும் அழிவு உண்டாகும். புத்தியின் கடைசி பாகத்தில் மரணம் ஏற்படும். செவ்வாய், இரண்டு, ஏழாம் இடங்களுக்கு அதிபதியாக இருந்தால் களத்திரத்திற்குப் பீடை உண்டாகும். மரண பயம் உண்டாகும். இதற்குப் பரிகாரமாகப் பசுவைத் தானம் தரவேண்டும் என்று சொல்லுவாயாக என்றவாறு.

❖

8.6 கேதுதிசை – இராகு புத்தி

தானமுறும் கேதுதிசை தனில்ராகு புத்தி
சார்ந்ததிங்கள் பன்னிரண்டு நாள்பதினெட் டாகும்
ஆனதொரு கேதுவுக்கு ராகுவந்தர்க் கதனாய்
அமர்ந்திருந்தால் கலகமுறும் மனவியாதி உண்டாம்
சேனைமன்னர் விரோதமொடு செகமிவுளி தான்யம்
சேர்ந்தபொருள் மிகநாசம் செழுஞ்சுபர்கள் கூடில்
ஈனமில்லாச் சுபர்பார்க்கில் சுபாங்கிசமே விடினும்
இதன் பலனை வகைவகையாய் எடுத்துரைக்கக் கேளே.

(1) (386)

(இ.ள்) கேது திசையில் இராகு புத்தி ஆண்டு *1*, நாள் *18*. கேதுவுடன் இராகு நின்ற வீட்டதிபன் சேர்ந்து இருந்தால், அந்தப் புத்தியில் கலகம் ஏற்படும். மனவியாதி உண்டாகும். அரசர்களின் விரோதம் உண்டாகும். யானை, குதிரை முதலான வாகனங்களுக்கு அழிவு நேரிடும். தானியம், சேர்த்து வைத்த பொருள் அனைத்தும் நாசமாகும். இந்த இராகுவுடன் சுபக்கோள்கள் சேர்ந்து இருந்தாலும் இந்த இராகுவைச் சுபக்கோள்கள் பார்த்தாலும் இராகு சுபாங்கிசம் ஏறி இருந்தாலும் இதன் பலனை எடுத்துரைக்கக் கேட்பாயாக என்றவாறு.

எடுத்துரைக்கில் தனலாபம் மிலேச்சமன்ன ராலே
இசையுமகா சுகங்களுண்டாம் இவன்கிராமந் தன்னில்
கொடுக்குமே தனலாபம் அவன்புத்தி யாதி
கூறுசுப மத்தியத்தில் கடைசியிலும் கிலேசம்
அடுத்ததொரு சட்டாட்ட வியந்தனிலே பாவி
யானவர்கள் கூடிடிலும் அவர்பார்த்திட் டாலும்
வடுபொருந்தும் கண்ணாய்கேள் தனநாசம் ரோகம்
வரும்சிரநோய் குளிர்காய்ச்சல் மகாவிஷமுண் டாமே.

(2) (387)

(இ.ள்) மாவடுவைப் போன்ற கண்களை உடையவளே! தன இலாபம் உண்டாகும். மிலேச்சர், அரசரால் சுபங்கள் உண்டாகும். சொந்த கிராமத்தில் செல்வத்தைக் கொடுக்கும். இராகு புத்தியின் தொடக்கத்தில் நல்ல சுபங்களும் மத்திய பாகத்திலும், கடைசி பாகத்திலும் மனக் கஷ்டம், நஷ்டம் வந்து சேரும். தீய வீடுகளான

ஆறு, எட்டு, பன்னிரண்டாம் இடங்களில் பாவிகள் கூடி இருந் தாலும் அல்லது இவ்விடங்கள் பாவக்கோள்களால் பார்க்கப் பட்டாலும் தன நாசம் உண்டாகும். சிரநோய், குளிர்காய்ச்சல் முதலான நோய்கள் வந்து வருத்தும். விஷத்தால் பயம் உண்டாகும் என்றவாறு.

விடமுண்டாம் வியாதியுண்டாம் அகாரணமாய்ச் சண்டை
மேகமுடன் சரீரமதில் பீடையுண் டாகும்
திடமுண்டாம் கோணகேந்திர லாபம் தன்னில்
சேர்ந்திருக்கில் மூன்றாறில் சென்றடைந்து பாம்பின்
உடனன்றாம் பலவான்கள் கூடியிருந் தாக்கால்
உறுமற்ப சௌக்கியமும் அற்பலா பமுமாம்
தொடர்ந்துபந்து சன்மானத்தால் அற்ப பலமாம்
தோகைமயில் சாயலுறும் தொடிமலர்க்கை மாதே.

(3) (388)

(இ.ள்) தோகை மயிலை ஒத்த சாயலையும் வளையல்கள் அணியப்பட்ட மலர்போன்ற மென்மையான கைகளையுடைய பெண்ணே! விஷத்தோடு கூடிய வியாதி உண்டாகும். காரணமின்றிச் சண்டையும் உண்டாகும். உடலில் பல பீடைகள் தோன்றும். இராகு, 1,4,7,10,5,9 ஆகிய கேந்திர திரிகோண வீடுகளில், நின்றாலும், இலாபத்தானமான பதினோராம் வீட்டில் நின்றாலும், மூன்று, ஆறு முதலான வீடுகளில் இருந்தாலும், சுபக்கோள்கள் இராகுவுடன் கூடி இருந்தாலும் சிறிதளவு சௌக்கியமும் சிறிதளவு இலாபமும் கிடைக்கும். உறவினர்களால் சிறிது பலன் கிடைக்கும்.

(வேறு)

தேசுறு வாக்கில் ஏழில் சேர்ந்தர விருக்கு மாகில்
ஆசைசேர் தார னாசம் அதற்கொரு பரிகா ரந்தான்
காசினி அதனில் பிற்கூர் தான்யம் கருதிச் செப்பில்
மாசுகம் உண்டாம் என்று வழுத்திடு மடநல் லாளே. *(4) (389)*

(இ.ள்) இளமைப் பொருந்திய நல்ல பெண்ணே! இரண்டு, ஏழாம் இடத்து அதிபர்களோடு இராகு, கேது கூடியிருந்தால் சகோதர நாசமும், பொருட்சேதமும் உண்டாகும். புத்தியின் இறுதியில் தானிய இலாபமும் மிகுதியான சுகமும் உண்டாகும் என்று கூறுவாயாக.

ஆக விருத்தம் *389*

8.7 கேதுதிசை – குரு புத்தி

மடக்கொடியே கேதுவினில் தேவகுரு புத்தி
வருமாதம் பதினொன்று நாளாற தாகும்
திடப்படவே கேதுவுக்கு வியாழனந்தர்க் கதனாய்
சென்றாலும் பாக்கியலக் கினத்தானத் தோர்கள்
இடத்திவன்போய் கூடிடினும் தனதான்ய லாபம்
இராச்சியஇலா பமுமதிக சந்தோஷ முண்டாம்
நடத்திடுமே விவாகமுடன் புத்திரருற் பத்தி
நாற்காலி லாபமுறும் நாகரிக மின்னே. ***(1) (390)***

(இ.ள்) இளங்கொடி போன்று விளங்குபவளே! கேது திசையில் குருவின் புத்தி மாதங்கள் 11, நாட்கள் 6. கேதுவுடன் குரு சேர்ந்து இருந்தாலும், ஒன்பதாம் இடத்து அதிபனோடும் இலக்கனாதிபனோடும் ஒன்றாகச் சேர்ந்து இருந்தாலும் சாதகனுக்கு தனதான்ய இலாபம் உண்டாகும். இராச்சிய இலாபமும் மிகுதியான சந்தோஷமும் உண்டாகும். திருமணம் கூடி வரும். பிள்ளைகள் பிறப்பார்கள். நல்ல பதவி கிட்டும் என்று கூறுவாயாக என்றவாறு.

நாகரிக முறுமனையில் லட்சுமிவந் திருப்பாள்
நல்லபுண்ணிய நதிதீர்த்த தானமா டிடிடுவன்
யோகமிகு இட்டதெய்வ கிருபையினால் அச்ச
முறிலுகந்த செயம்கேந்திர கோணலா பத்தை
வாகுபெறு உச்சசொக்ஷேத் திரத்தையடைந் தாலும்
வருராசர் சன்மானம் சிவிகைமிகு லாபம்
பாகுபெறு மொழியாய்வஸ் திராபரண முடனே
பாலர்களத் திரலாபம் மிகசுபமுண் டாமே. ***(2) (391)***

(இ.ள்) கரும்பின் பாகினை ஒத்த இனிய மொழியை உடைய பெண்ணே! வீட்டில் திருமகள் வந்து குடிபுகுவாள். சாதகன் புனித யாத்திரை மேற்கொண்டு புண்ணிய தீர்த்தமாடுவான். தானங்களைச் செய்வான். யோகத்தை வழங்கும் இஷ்ட தெய்வத்தின் கருணை யினால் அச்சம் ஏற்பட்ட காலத்தும் வெற்றி கிட்டும். குரு, *1,4,7,10,5,9* ஆகிய கேந்திர திரிகோண வீடுகளில் நின்றாலும், இலாபத்தானமான பதினோராம் வீட்டில் இருந்தாலும், உச்ச வீட்டில் இருந்தாலும் ஆட்சி வீட்டில் நின்றாலும் அரசரிடமிருந்து

வெகுமதிகள் கிடைக்கும். பல்லக்கு முதலான வாகன இலாபம் உண்டாகும். விலையுயர்ந்த பட்டாடைகளும், ஆபரணங்களும் சேரும். பிள்ளைகள், களத்திரம் போன்றோரால் இலாபம் உண்டாகும். மிகுந்த சுபம் உண்டாகும் என்றவாறு.

உண்டாகும் கேந்திரகோ ணத்தையடைந் தாலும்
உற்றதொரு மூன்றுபதி னொன்றிலிருந் தாலும்
தண்டான சுபம்ராச பிரீதிவஸ்திரா பரணம்
தண்டிகையும் புவிலாபம் அதிதியுடன்போ சனமாம்
கொண்டாடும் சட்டாட்டம் வியத்திலுறு மிருந்து
குறித்தசுப னுடன்கூடில் தனதான்ய லாபம்
செண்டாரும் கரமாதே தரளமணி மாலை
சேர்ந்துமிக லாபமுண்டாம் சிறந்தசா தகர்க்கே. *(3) (392)*

(இ.ள்) கைகளில் மலர்க்கொத்துக்களை ஏந்தியுள்ள பெண்ணே! குரு, *1,4,7,10,5,9* ஆகிய கேந்திர திரிகோண வீடுகளில் இருந்தாலும், *3,11* ஆகிய இடங்களில் இருந்தாலும் சுபம் உண்டாகும். அரசனின் அன்பிற்குப் பாத்திரமாவான். உயர்ந்த பட்டாடைகள், ஆபரணங்கள் போன்றவை கிடைக்கும். பல விருதுகள் கிட்டுவதோடு பூமி இலாபமும் உண்டாகும். சாதகன், விருந்தினருடன் விருந்தருந்தி மகிழ்வான். குரு, ஆறு, எட்டு, பன்னிரண்டாம் இடங்களில் சுபக்கோள்களுடன் கூடியிருக்கில் தனதான்ய இலாபம் உண்டாகும். முத்துமாலைகள் சேரும். அனைத்திலும் மிகுந்த இலாபம் வந்தடையும் என்றவாறு.

சாதகமாய் இவன்புத்தி ஆதியிலே கஷ்டம்
தரும்பாவி யுடன்கூடில் பாவிபார்த் தாலும்
நீதமிகும் புத்திரரும் மித்திரரும்கு ரோதம்
நீரிழிவும் பந்துசன குரோதமுமுண் டாகும்
பேதமாய் நேத்திரத்தில் வியாதியினால் நாசம்
பின்பரச ரால்சோரரால் அக்கினியால் பயமாம்
சூதளவாய்ச் சிமிளாக இளநீராய் மலையாய்
சொல்லுதற்கு உவமையில்லாத் துணைமுலைப்பைந் தொடியே.
(4) (393)

(இ.ள்) சூதாட்டக்காய், சிமிள், இளநீர், மலை இவைகளோடு ஒப்பிட்டக் கூறுதற்கு இயலாத கொங்கைகளைப் பெற்றுள்ள

பசுமையான வளையல்களை அணிந்த கைகளையுடைய பெண்ணே! குருபுத்தியின் தொடக்கத்தில் கஷ்டங்கள் வரும். குரு, பாவக்கோள்களுடன் சேர்ந்து இருந்தாலும், பாவக்கோள்களால் பார்க்கப் பட்டாலும், புத்திரர்களும் நண்பர்களும் விரோதிகளாவர். சர்க்கரை நோயும் கண்களில் வியாதியும் உண்டாகும். உறவினர்களிடம் பகை ஏற்படும். அரசராலும் திருடர்களாலும் தீயாலும் பயம் உண்டாகும் என்றவாறு.

(வேறு)

துணையில்லா வாக்கே ழுக்குச் சொல்லுநாத னிவனே யானால்
இணையிலாத் தேக பீடை இதற்குமே பரிகா ரந்தான்
பணவர வணியாய் பூண்ட பரமசிவன் சகஸ்ர நாமம்
குணமுடன் செபம்செய் தாக்கால் கூடிடும் அதிக வாழ்வே.

(5) (394)

(இ.ள்) குரு, இரண்டு, ஏழாம் இடங்களுக்கு அதிபதியாக இருந்தால், உடலில் பீடை தோன்றும். இதற்குப் பரிகாரமாக பாம்பினைத் தன் ஆபரணமாகப் பூண்டுள்ள பரமசிவனின் சகஸ்ர நாமங்களை ஓதி பூசை செய்ய வேண்டும். அங்ஙனம் செய்தால், துன்பங்கள் நீங்கி, அதிக இன்பமுள்ள வாழ்வு கிட்டும் என்றவாறு.

❖

8.8 கேதுதிசை – சனி புத்தி

கூடிடுமே கேதுதிசை தனில்காரி புத்தி
கூறுதிங்கள் பதின்மூன்று நாளுமொன்ப தாகும்
நீடுமுடல் கேதுவுக்குக் காரியந்தர்க் கதனாய்
நின்றாக்கால் தேகமதில் மிகும்பீடை காணும்
நாடரசர் கலகமுறும் தனநாச மாகும்
நல்லமனை பாழாகும் மனஸ்தாபம் உண்டாம்
ஊடல்மிகும் வழிநடையில் அரசரால் கள்வரால்
உறுதியாய்ப் பயமாகும் விவாதமிகும் உடனே. ***(1) (395)***

(இ.ள்) கேது திசையில் சனிபுத்தி ஆண்டு 1, மாதம் 1, நாள் 9. பாம்பு உடலைக் கொண்ட கேதுவுடன் சனி ஒன்றாக இருந்தால் உடலில் நோய்கள் உண்டாகும். அரசர் கலகங்கள் உண்டாகும்.

தனம் நாசமடையும். சாதகனுடைய சொந்த வீடு அழியும். மற்றவர் களோடு மன வேறுபாடு உண்டாகும். சண்டைகள் ஏற்படும். அரசராலும் திருடர்களாலும் வழிநடையில் அச்சம் உண்டாகும். வீண் விவாதங்கள் செய்ய நேரிடும் என்றவாறு.

உடனான மூலத்திரி கோணத்தி லேனும்
உயர்ந்த சொட்க்ஷேத் திரத்தி லேனும்
திடனான சுபனுடனே கூடியிருந் தாலும்
செழுஞ்சுபர்கள் பார்த்தாலும் தன்வாரம் தனிலே
கிடையாத ராசதெரி சனமுமுண்டாம் சிவிகை
கேடில்லா வஸ்திராபரண லாபமிக உண்டாம்
படநாகம் தனைபழித்து அரசிலையைப் பொருதும்
பஞ்சபா ணன்மனைபோல் பகரும்அல்குல் திருவே. *(2) (396)*

(இ.ள்) ஐந்து மலரம்புகளை எய்யும் மன்மதனின் மனை யாளான இரதியினை ஒத்த அழகினையும், பாம்பின் படத்தையும் அரசிலையையும் பழித்துச் சண்டையிடும் அல்குலையும் உடைய திருமகளைப் போன்றவளே! சனி, மூலத்திரி கோணத்தில் நின்றாலும், தன் ஆட்சி வீடுகளில் நின்றாலும், வலிமைமிக்க சுபக்கோள்களுடன் சேர்ந்து இருந்தாலும், சுபக்கோள்களால் பார்க்கப்பட்டாலும், சனிக்கிழமைகளில் அரச தரிசனம் கிடைக்கும். பல்லக்கு முதலான உயர்ந்த வாகனங்கள் கிடைக்கும். விலை உயர்ந்த ஆடைகளும் ஆபரணங்களும் சேரும் என்றவாறு.

பகர்ந்ததொரு சட்டாட்ட வியத்திலிருந் தாலும்
பதிந்தஉச்சத் திருந்தாலும் பாவிகூ டிடினும்
மிகுந்ததொரு பீடைவரும் மனவியாதி உண்டாம்
வெகுமனஸ் தாபம்காணும் காரியம்விக் கினமாம்
தகுந்தபடி பாவசிந்தை உண்டாகுங் கிரகம்
தான்போகும் இருகாலில் பெருவிலங்கு சேரும்
சுகந்தருநற் சுபன்கூடில் அற்பசௌக் கியமும்
சூட்சமதாய் தனதான்ய லாபமுமுண் டாமே. *(3) (397)*

(இ.ள்) சனி, ஆறு, எட்டு, பன்னிரண்டு ஆகிய இடங்களில் இருந்தாலும், பாவக்கோள்களோடு கூடி இருந்தாலும் பீடைகள் வரும். மனவியாதி ஏற்படும். மற்றவர்களோடு மனவேறுபாடு

உண்டாகும். தொடங்கும் காரியங்களில் எல்லாம் குறைபாடு ஏற்படும். பாவ சிந்தனைகள் தோன்றும். தான் வாழுகின்ற சொந்த வீடு கையை விட்டுப் போகும். சிறைக்குச் செல்ல நேரிடும். சனி, சுபக்கோள்களோடு சேர்ந்து இருந்தால் சிறிதளவு சௌக்கியமும் ஏற்படும். தன தான்ய இலாபம் உண்டாகும் என்றவாறு.

தனதான்யம் கேந்திரகோ ணத்தையடைந் தாலும்
தனிலாபம் சகோதரத்தா னத்தையடைந் தாலும்
கனமான பருவிலங்கு காலிலுறும் பின்னே
காலமும்பா வத்தில்மனம் கசிந்துருகிப் பொருந்தும்
இனசனங்கள் பகையாகும் விலங்கினால் பயமாம்
இவன்புத்தி ஆதியிலே சுகமாமத் தியத்தில்
மனதினிலே அதிககஷ்டம் அந்திமத்தில் புத்ர
வர்த்தனைக ளத்ரவர்த்தனை வாழ்வுமிக மாதே. ***(4) (398)***

(இ.ள்) சனி, 1,4,7,10,5,9 ஆகிய கேந்திர திரிகோண வீடுகளில் இருந்தாலும், இலாபத்தானமான பதினோராம் வீட்டில் இருந்தாலும், சகோதரத்தானமான மூன்றாம் வீட்டில் இருந்தாலும் விலங்கினைப் பூண நேரிடும். இக்காலங்களில் மனம் முற்றிலுமாக பாவக்காரியங் களில் ஈடுபடும். உற்றார் உறவினர்கள் பகையாவார்கள். விலங்குகளால் அச்சம் உண்டாகும். சனி புத்தியின் தொடக்கத்தில் சுகமாகும். இப்புத்தியின் மத்திய பாகத்தில் மனதில் அதிக கஷ்டங்கள் உண்டாகும். இப்புத்தியின் கடைசி பாகத்தில் புத்திரர்கள் தோன்றுவர். களத்திரத்தால் மகிழ்ச்சியான வாழ்வுண்டாகும் என்றவாறு.

மாதேசட் டாட்டவியத் திற்பாவி யுடனே
வதிந்தாக்கால் மனவருத்தத் தால்மரண மாகும்
தீதேசெய் பரதேச சஞ்சாரம் உண்டாம்
திரண்டகுன்ம ரோகம்வரும் செகராசர் பயமாம்
சூதேசெய் கள்ளரால் அக்கினியால் பயமாம்
சொலுமிரண் டேழுக்குடை யோனாகி லவமிருத்து
கோதேது மில்லாத அரிசகஸ்ர நாமம்
கூறுசெபம் செய்துவந்தால் கொடுத்திருநற் சுகமே.

(5) (399)

(இ.ள்) பெண்ணே! ஆறு, எட்டு, பன்னிரண்டு ஆகிய இடங் களில் பாவக்கோள்களுடன் சனி கூடி இருந்தால், மனவருத்தம்

மிகுதியாகி மரணம் அடைய நேரிடும் அல்லது மற்ற தேசங்களுக்குச் சென்று அலைய நேரிடும். குன்ம நோய் தோன்றும். அரசராலும் திருடர்களாலும் தீயாலும் அச்சம் தோன்றும். சனி, இரண்டு, ஏழு ஆகிய இடங்களுக்கு அதிபதியாக விளங்கினால் மரண பயம் தோன்றும். இதற்குப் பரிகாரமாகத் திருமாலுக்குச் சகஸ்திரநாம அர்ச்சனையைச் செய்ய வேண்டும். அவ்வாறு செய்து வந்தால், நல்ல சுகம் கிடைக்கும் என்றவாறு.

❖

8.9 கேதுதிசை — புதன் புத்தி

நற்கேது திசைதனிலே புதனபகா ரந்தான்
நலம்சேரும் திங்கள்பதி னொன்றிருபத் தேழ்நா
ளிற்கேதுக் கேபுதனந் தர்க்கதனா யிடினும்
இசைகேந்திர கோணவுச்ச லாபமே றிடினும்
சொற்கேது மில்லாத ராச்சியலா பங்கள்
சுகமரசர் கிருபையினால் சிவிகைதன லாபம்
வற்காலி யுடனிறையான் வெகுலாப மாகும்
வளர்புத்ர சௌக்கியமாம் மாதர்சிரோ மணியே. *(1) (400)*

(இ.ள்) பெண்களில் உயர்ந்தவளாக விளங்குபவளே! கேது திசையில், புதன் புத்தி மாதம் 11, நாள் 27. இந்தக் கேது, புதனுடன் ஒன்று சேர்ந்து இருந்தாலும் 1,4,7,11,5,9 ஆகிய இடங்களாகிய கேந்திர திரிகோண வீடுகளில் இருந்தாலும், இலாபத்தானமாகிய பதினோராம் இடத்தில் இருந்தாலும், உச்சம் பெற்று விளங்கி னாலும் இராச்சிய இலாபம் உண்டாகும். அரசரின் கருணையினால் பல்லக்கு, தனம் முதலானவை சேரும். கன்று காலிகள் மிகுதியாகி மிகுந்த இலாபம் கிட்டும். புத்திரர்கள் அனைத்து நலங்களும் பெற்று விளங்குவார்கள் என்றவாறு.

மணியேகேள் வாக்காதி பதியுடனே கூடில்
மத்தகசம் துரகலாபம் புராண கேள்வி
தணியாத தருமசிந்தை அதிகம் உண்டாம்
தானவாக னாதிபதி யுடன்கூடி னாக்கால்

அணியாரும் கிரகமுடன் க்ஷேத்திரமும் லாபம்
ஆகுமிஷ்டப் பிரபுசன்மா னங்கள்மிக உண்டாம்
பணியாரும் படத்தினை ரதத்தினையும் பழித்துப்
பண்புபெற வேளழில்சேர் கடிதடப்பைந் திருவே.

(2) (401)

(இ.ள்) பாம்பின் படத்தையும் மன்மதனின் இரதத்தினையும் பழிக்கும் அழகுபெற்ற பெரிய அல்குலை உடைய திருமகளை ஒத்தவளே! புதன், இரண்டாம் இடத்ததிபதியுடன் கூடி இருந்தால், சாதகன், யானை, குதிரை முதலான வாகனங்களை உடையவனாக விளங்குவான். கல்வி, புராணகதைகளில் சிறந்திருப்பான். தர்ம சிந்தை மிக்கவனாக விளங்குவான். வாகனாதிபதியான நான்காம் இடத்து அதிபதியுடன் புதன்கூடி இருந்தால், அழகுமிக்க வீட்டிற்கு உரிமையாளனாவான். பூமி இலாபம் உண்டாகும். அரசன் விருப்பத் துடன் மிகுதியான வெகுமதிகளை அளிப்பான் என்றவாறு.

கடிதான சட்டாட்ட வியந்தனில்செவ் வாய்நல்
காரியுடன் கூடிடினும் அவர்பார்த்திட் டாலும்
கொடிதான இராசாங்க விரோதமிக உண்டாம்
கூபமதில் விழுந்தெழுவன் குடியிருப்பும் போகும்
படிமீது தென்திசையில் பிரயாணம் தன்னில்
பார்த்திபர்கள் கலகமுறும் சமரி லேவிரண
முடியாத ஆதாயம் தனக்குமிகும் செல்வாம்
முழுமதிபோ இலகுமுக மோகனச்செந் திருவே.

(3) (402)

(இ.ள்) பூர்ண சந்திரனைப் போன்று பொலிகின்ற மோகனத்தோடு விளங்குகின்ற செந்தாமரை மலரில் வீற்றிருக்கும் திருமகளைப் போன்றவளே! புதன், ஆறு, எட்டு, பன்னிரண்டாம் இடங்களில் இருந்தாலும், அப்புதனோடு சனி, செவ்வாய் முதலான கோள்கள் கூடி இருந்தாலும் அல்லது இக்கோள்கள் புதனைப் பார்த்தாலும் அரசரது பகை வந்து சேரும். கிணற்றில் இச்சாதகன் விழுந்து எழுந்திருப்பான். குடியிருக்கும் மனையும் கையை விட்டுப் போகும். தென்திசையை நோக்கிப் பயணம் மேற்கொள்ள நேரிடும். அப்பயணத்தின்பொழுது அரசர்களுடன் கருத்து மாறுபட்டுக் கலகம் நேரும். போரில் காயம் உண்டாகும். ஆதாயம் வந்தாலும் தன் தகுதிக்கு மேலான செலவினங்கள் வந்து வருத்தும் என்றவாறு.

செந்திருவே சுபக்கிரகத் துடன்கூடி னாலும்
செய்யசுபன் பார்த்தாலும் தனதான்ய லாபம்
புந்திபுத்தி ஆதியிலே சோபனமும் சுகமாம்
புகலரிய கோணகேந் திரலாபத் திருந்தால்
வந்திடும்ரா சப்பிரீதி கனசிவிகை உண்டாம்
வாழ்வுமிகு தேகவா ரோக்யமிகக் கூடும்
பந்தினைசெப் பினையமுதக் கலசமதைப் பொருப்பைப்
பழித்திளைஞர் ஆசையுறும் பயோதரமோ கினியே.
                                    (4) (403)

(இ.ள்) பந்தினையும் கும்பத்தையும் அமிர்தக் கலசத்தையும் மலையையும் பழித்து இளைஞர்களின் மனதில் ஆசையைத் தோற்றுவிக்கக்கூடிய பயோதர மோகினிப் பெண்ணே! புதன், சுபக்கிரகங்களுடன் கூடி இருந்தாலும், சுபக்கிரகங்களால் பார்க்கப்பட்டாலும், தனதான்ய இலாபம் உண்டாகும். புதன்புத்தியின் தொடக்கத்தில் சோபனமும் சுகமும் உண்டாகும். சொல்லுவதற்கு அரிதான 1,4,7,10,5,9 ஆகிய கேந்திர திரிகோண வீடுகளில் இருந்தாலும், இலாபத்தானமான பதினோராம் இடத்தில் இருந்தாலும் அரசர்களின் அன்புக்குப் பாத்திரமாவார்கள். பல்லக்கு வாகனம் உண்டாகும். இனிமையான வாழ்வும், தேக ஆரோக்கியமும் சிறக்கும் என்றவாறு.

பயமுறும்சட் டாட்டவிய மதிற்பாவி யுடனே
பண்புபெற இருந்தாலும் பாவிபார்த் திடினும்
நயமுறவே நீசனாய் இருந்தாலும் புலவன்
நண்ணுபுத்தி ஆதியில்சத் துருபயங்கள் பீடை
அயமிகுந்த சுரம்சிரநோய் குளிர்தானுண் டாகும்
அறிவனிரண் டேழினுக்கு அதிபதியாய் இருந்தால்
செயமிலவ மிருத்ததற்குப் பரிகாரம் விஷ்ணு
செபசகஸ்ர நாமமொடு பரிதானம் செய்யே.   (5) (404)

(இ.ள்) அச்சமுறுத்துகின்ற ஆறு, எட்டு, பன்னிரண்டு ஆகிய இடங்களில் புதன் பாவக் கிரகங்களுடன் நின்றாலும் பாவக் கிரகங்களால் பார்க்கப்பட்டாலும், புதன்புத்தியில் தொடக்கத்தில் பகைவர்களாலும் பீடையாலும் அச்சத்தாலும் மனக்கலக்கம்

உண்டாகும். சுரமும் குளிர்க் காய்ச்சலும் ஏற்படும். புதன், இரண்டு, ஏழாம் இடங்களுக்கு அதிபதியாக இருந்தால் மரணபயம் உண்டாகும். அதற்குப் பரிகாரமாக விஷ்ணுவிற்குச் சகஸ்ரநாம அர்ச்சனை செய்ய வேண்டும். மேலும் குதிரையையும் தானமாகக் கொடுத்தால் சுகம் உண்டாகும் என்றவாறு.

ஆக விருத்தம் *404*

9. சுக்கிரதிசைப் படலம்

9.1 சுக்கிரதிசை – சுக்கிர புத்தி

செய்யதோர் கவிதிசையில் வருடமிருப துக்கும்
சிறந்தபலன் கவியுச்சம் தன்னிலிருந் தாலும்
ஐயமிலாக் கேந்திரத்தை அடைந்தாலும் அரசர்
அபிசேகம் உண்டாகும்வா கனங்களில் லாபம்
வையகத்தில் அதிகபூ ஷணலாப மாகும்
வளர்பூமி லாபமுடன் வாத்திய லாபம்
மையிலகு விழியாய்கேள் இவன்மனையில் திருவும்
வாழ்ந்திருக்கும் நல்லபோ சனங்களுறும் தாமே.

(1) (405)

(இ.ள்) மை பூசப்பட்ட கண்களையுடைய பெண்ணே! ஒளியுடையதாக விளங்கும் சுக்கிரதிசை இருபது வருடங்களாகும். சுக்கிரன் உச்சத்தில் இருந்தாலும், சந்தேகமின்றி 1,4,7,10 ஆகிய கேந்திர வீடுகளை அடைந்து இருந்தாலும், அரசர்களால் போற்றப் படுவார்கள். வாகன யோகம் உண்டாகும். அதிக ஆபரண இலாபம் கிட்டும். பூமி இலாபமும், இசைக் கருவிகள் இலாபமும் உண்டாகும். இவனுடைய இல்லத்தில் திருமகள் தங்கியிருப்பாள். நல்ல உணவு வகைகளும் கிடைக்கும் என்றவாறு.

நல்லதிரி கோணத்தில் புகரிருந்தா னென்னில்
ராச்சியலா பங்கள்மிகும் கலியாணம் நடக்கும்
வல்லதொரு புத்திரர்கள் உண்டாகும் கெட்டு
வருந்தியராச் சியலாபம் வந்துடனே கூடும்

சொல்லரிய சட்டாட்ட வியந்தனிலே புகர்தான்
சொலுநீசன் ஆயிடினும் சத்துருவீ டுறினும்
சில்லறைசேர் புத்ரகளத்திர நாச மாகும்
சிவிகைதன தான்யபசு மனைநாச மாமே. *(2) (406)*

(இ.ள்) சுக்கிரன், நல்ல வீடுகளான 1,5,9 ஆகிய திரிகோண வீடுகளில் சுக்கிரன் இருந்தால், இராச்சிய இலாபங்கள் கிடைக்கும். வீட்டில் திருமணம் நடைபெறும். புத்திரர்கள் தோன்றுவார்கள் கைவிட்டுப் போன இராச்சியங்களும் வந்து சேரும். சொல்லுவதற்கு அரிதான ஆறு, எட்டு, பன்னிரண்டு ஆகிய வீடுகளில் சுக்கிரன் இருந்தாலும், கன்னி இராசியில் நீசம் பெற்று இருந்தாலும், பகை வீட்டில் இருந்தாலும் புத்திரர்கள், களத்திரம் ஆகியோருக்கு நாசம் உண்டாகும். பல்லக்கு, செல்வம், தானியங்கள், பசு, வீடு முதலான வற்றிற்கு அழிவு உண்டாவதோடு மனையும் பாழாகிவிடும் என்றவாறு.

நாசமில்லாப் பாக்கியகர் மத்துடையோன் எனினும்
இலக்கின்நா லாமிடத்தை அடைந்திருந்தான் எனினும்
பேசுமந்தத் திசைதனிலே அதிகசவுக் கியமாம்
பெரிதான கிராமமுடன் பூமிமிக லாபம்
பூசுரர்கள் வணக்கமுடன் ஆலயகோபு ரங்கள்
பொருந்துதடா கப்பிரதிஷ்டை புண்யதன்மம் செய்வன்
ராசர்மகிழ் தளகர்த்தன் சன்மான முடனே
நண்ணுசவுக் கியமரசர் சன்மானம் உறுமே. (3) (407)

(இ.ள்) குற்றமற்ற ஒன்பதாமிடம், பத்தாமிடம், நான்காமிடம் இவற்றில் சுக்கிரன் இருந்தால், சுக்கிரனுடைய திசையில் மிகுந்த சௌகர்யங்கள் உண்டாகும். கிராமம், நிலம் போன்றவற்றில் மிகுந்த இலாபம் உண்டாகும். அரசர்களின் நன்மதிப்புக் கிடைக்கும். இச்சாதகன் ஆலய கோபுரங்கள் கட்டுவான். குளங்கள் வெட்டுவான். தான தர்மங்கள் செய்வான். அரசர்களின் மனதை மகிழ்விக்கக் கூடிய தளகர்த்தனாக விளங்குவான். அரசர்களிடமிருந்து வெகுமதிகள் பலவற்றையும் பெற்று மகிழ்வான் என்றவாறு.

அரசரால் கீர்த்தியுண்டாம் களத்ரபுத்ர லாபம்
அதுகூடும் இரண்டேழுக் கிவன்நாத னாகில்
உரைசெய்வான் இவன்தனக்குப் பீடையுண்டாம் என்றே
உற்றபரி காரமிருத் திஞ்சசெபம் செய்யில்

தரையிலே அதிகசுகம் தான்மிகஉண் டாகும்
தனதபகா ரந்தனக்கும் பலனிதுவென் றுரைப்பாய்
வரையைநே ருந்தனத்தாய் ஆடவர்க ளுடைய
மார்பிறுகத் தழுவுமிள மடமயிலன் னாளே. (4) (408)

(இ.ள்) மலையை ஒத்த தனங்களையும் ஆடவர்களின் மார்பினை இறுகத் தழுவக் கூடிய இளமை பொருந்திய மயிலைப் போன்ற சாயலையும் மின்னலைப் போன்ற இடையினையும் உடைய பெண்ணே! அரசர்களால் புகழப்படுவான். களத்திரத்தாலும் புத்திரர்களாலும் இலாபம் உண்டாகும். இரண்டாமிடம், ஏழாமிடம் ஆகிய இரு இடங்களுக்கு இச்சுக்கிரன் அதிபதியாக இருந்தானாகில், இவனுக்குத் துன்பங்கள் உண்டாகும். இதற்குப் பரிகாரமாக மிருத்யுஞ்ச செபம் செய்தால் அதிக சுகங்கள் உண்டாகும். சுக்கிர திசை, சுக்கிர புத்திக்கும் இதுவே பலனாகும் என்றவாறு.

ஆக விருத்தம் 408

❖

9.2 சுக்கிரதிசை – சூரிய புத்தி

மயிலேகேள்! புகர்திசையில் ரவியபகா ரந்தான்
மாதமொரு பன்னிரண்டில் வரும்பலனைக் கேளாய்
வெயிலோன்தன் புகருக்கந்தர்க் கதனாக இருக்கில்
வெகுராச நிஷ்டூரம் தானாதி கலகம்
மயலார்கள் விவகாரம் தன்னிலவ மானம்
மாகுமுச்ச சொக்ஷேத் திரமித்ரசொ க்ஷேத்திரத்தில்
இயல்பாக இருந்தாலும் சுபன்கூடி னாலும்
இதன்பலனை வடநூலின் படியியம்பு வேனே. (1) (409)

(இ.ள்) மயில்போன்ற சாயலை உடைய பெண்ணே! சுக்கிர திசை இருபது வருடங்களில் சூரியனின் புத்தி, பன்னிரண்டு மாதங் களில் வரக்கூடிய பலனைக் கேட்பாயாக! சூரியன், சுக்கிரனோடு சேர்ந்து இருந்தால் அரசபகை உண்டாகும். பங்காளிகள் கலகம் செய்வார்கள். பெண்களின் விஷயமாக அவமானமும் உண்டாகும். சூரியன் தன் உச்சவீடாகிய மேஷ இராசியில் இருந்தாலும் சொந்த

வீடான சிம்ம இராசியில் இருந்தாலும், நட்பு வீடுகளில் இருந் தாலும், நற்கோள்களுடன் கூடி இருந்தாலும் வரக்கூடிய பலனை வடநூலில் கூறியுள்ளபடி எடுத்துரைக்கிறேன் என்றவாறு.

இயம்புகின்ற தேகசௌக்யம் ராச்சிய லாபம்
இவன்மனையில் சோபனமும் சுபமுமிக உண்டாம்
வயம்புனையும் ராசாபி மானத்தால் கிராமம்
வரும்பூமி லாபம்மிகும் மனையிலுறும் திருவும்
நயம்பெருகும் திரிகோ ணத்திலி ருந்தால்
நாடுமற்ப பாக்கியமும் பிதுர்க்கிலேச மாகும்
செயம்பொருந்தும் தாயாதி தனநாச மாகும்
சிற்றிடைதாங் காதெழுந்து சிறந்ததன மாதே! ***(2) (410)***

(இ.ள்) சிற்றிடை தாங்காத வண்ணம் புடைத்து விம்மி எழுந்த தனங்களை உடைய பெண்ணே! உடல்நலம் சிறக்கும். இராச்சிய இலாபம் உண்டாகும். இச்சாதகனின் இல்லத்தில் மங்களகரமான நல்ல காரியங்களும் உண்டாகும். அரசரின் நல்மதிப்பைப் பெறுவர். அரசரிடமிருந்து கிராமம் கிடைக்கும் பூமி இலாபம் கிடைக்கும். வீட்டில் மேன்மேலும் செல்வம் சேரும். சூரியன் 5, 7, 9 ஆகிய திரிகோண வீடுகளில் இருந்தால் குறைந்த நன்மைகள் கிடைக்கும். தந்தையால் கவலை உண்டாகும். வெற்றியை உடைய தாயாதிகளுடைய பொருள்கள் அழியும் என்றவாறு.

மானேகேள்! இவன்புத்தி ஆதிசத்ரு பயமாம்
மத்தியசௌக் கியங்கடையில் ராசசன்மா னமுமாம்
தானேசட் டாட்டவியந் தனில்நீச னாகச்
சார்பாவி யுடன்கூடி ஆதித்தன் இருந்தால்
ஆனாலும் அரசர்பயம் தொடுத்தகர்ம நாசம்
அதிபீடை இட்டசன கலகமனு மானம்
தேனாறு மொழியாய்கேள் சுரம்சிரநோய் உண்டாம்
திகழ்நீச னானால்முன் சொன்னபலன் செப்பே. ***(3) (411)***

(இ.ள்) மான் போன்ற கண்களையும் தேன்போன்ற இனிமை யான சொற்களையும் உடைய பெண்ணே! கேட்பாயாக. சுக்கிரன் திசையில், சூரிய புத்தியின் தொடக்கத்தில் பகைவர்களால் பயம் உண்டாகும். சூரியபுத்தியின் மத்தியில் சௌக்கியம் உண்டாகும்.

சூரியபுத்தியின் கடைசியில் அரசர்களின் வெகுமதிகள் கிடைக்கும். சூரியன், ஆறு, எட்டு பன்னிரண்டு ஆகிய வீடுகளில் இருந்தாலும், நீசனாக இருந்தாலும், தீயக்கோள்களுடன் கூடி இருந்தாலும் அரசர்களின் பகையால் அச்சம் உண்டாகும். எடுத்த காரியங்கள் அனைத்தும் பயனற்றனவாகும். அதிகமான பீடையுடன், இனிய உறவினர்கள் கலகம் செய்வார்கள். அவமானம் நேரிடும். சுரநோயும் தலைநோய்களும் உண்டாகும் என்றவாறு.

சொன்னதொரு கேந்திரகோண லாபந் தன்னில்
சூரனிருந் தாலுமவ னுடன்பலவான் கூடில்
வின்னமுறும் பாவியுடன் கூடினா னெனிலும்
மிகுந்ததன நாசமிட்ட சனகலகத் துடனே
அன்னமது மருந்தாகும் பாவசிந்தை சேரும்
ஆதிபுத்தி நல்லபலன் மத்தியத்தில் நட்டம்
நன்னலர் கடையதனில் அதிசுகமாம் என்று
நவின்றார்கள் சோதிடநூல் நாளுமுணர்ந் தோரே.

(4) (412)

(இ.ள்) கேந்திர திரிகோண தானங்களாகிய *1,4,9,10,5,9* ஆகிய இடங்களில் சுபக்கோள்கள் நின்றாலும், அச்சுபர்களோடு சூரியன் கூடியிருந்தாலும், பாவிகள் நின்றாலும், பாவிகளுடன் சூரியன் கூடி இருந்தாலும் அதிகமான பொருள் நாசம் ஏற்படும். இனிய உறவினர்கள் கலகம் செய்வார்கள். உணவு உண்ணுவதில் நாட்டம் இருக்காது. பாவ காரியங்களில் மனம் செல்லும். சூரிய புத்தியின் தொடக்கத்தில் நன்மையான பலன்களும், அப்புத்தியின் இடைப் பகுதியில் அதிகமான நட்டங்களும், அப்புத்தியின் கடைசியில் அதிகமான சுகமுண்டாகும் என்பதை சோதிட நூல்களை எந்நாளும் கற்றுணர்ந்தோர் எடுத்துரைத்துள்ளார்கள் என்றவாறு.

ஓரையுறும் சட்டாட்ட வியந்தனிலே பாவி
உடன்கூடில் இராசசோ ரச்கினியால் பயமாம்
சாரமிகும் தேகமதில் பீடையுமுண் டாகும்
தலைவலியுஞ் சுரமுடன்வரும் மனைதானும் போகும்
பாரதனில் இருண்டேழுக் கிவன்நாத னாகில்
பகருமவ மிருத்துபயம் பரிகாரம் அதற்கு
சூரியநமஸ் காரமது செய்துவந்தா லதிக
சுகமாகும் என்றுரைத்தார் சோதிடர்கள் தாமே. ***(5) (413)***

(இ.ள்) தீய வீடுகளாகிய 6,8,12 ஆகிய இடங்களில் பாவி களுடன் சேர்ந்த சூரியன் இருந்தால், அரசரின் கோபத்திற்கு ஆளாகும் பயமும், தீயால் பயமும், கள்ளரால் பயமும் உண்டாகும். உடலில் பல விதமான நோய்கள் உண்டாகும். தலைவலி, சுரம் போன்றவற்றால் துன்புறுவதோடு, வீடு கையைவிட்டுப் போகும். இரண்டு, ஏழாம் வீடுகளுக்குச் சூரியன் அதிபதியாக இருப்பின் அபமிருத்து பயம் உண்டாகும். இதற்குப் பரிகாரமாக சூரிய நமஸ்காரம் செய்யவேண்டும் என்று சோதிட நூல்களைக் கற்று வல்ல சோதிடர்கள் எடுத்தோதியுள்ளார்கள் என்றவாறு.

9.3 சுக்கிரதிசை – சந்திர புத்தி

சோதியுறு புகர்திசையில் சோமனப காரம்
 துலங்கியதோர் திங்களிரு பதினில்வரும் பலன்கேள்!
நீதியுறும் சுக்கிரர்க்கு மதியந்தர்க் கதனாய்
 நின்றாலும் லக்னாதி பதியுடன்சேர்ந் தாலும்
மோதியிடும் சுபனுடனே கூடியிருந் தாலும்
 உயர்ந்தகலை பூரணமாய் மதியமிருந் தாலும்
ஆதரவாய் கோணகேந்திர லாபமதில் இருந்தால்
 அதின்பலனை அறைகுவன் கேள்பலன் அன்னமே.

(1) (414)

(இ.ள்) ஒளிபொருந்திய சுக்கிரனுடைய திசையில், சந்திரபுத்தி ஓர் ஆண்டு, மாதங்கள் எட்டில் கிடைக்கக்கூடிய பலனைக் கேட்பாயாக. சுக்கிரனுடன் சந்திரன் சேர்ந்து நின்றாலும், இலக்கனாதிபதியுடன் சேர்ந்து இருந்தாலும், சுபர்களுடன் சேர்ந்து இருந்தாலும், பூரண சந்திரனாக இருப்பினும் திரிகோண கேந்திர வீடுகளாகிய 1,4,7,10,5,9 ஆகிய இடங்களில் சந்திரன் நின்றாலும் இலாபத்தானமான பதினோராம் இடத்தில் இருப்பினும் அதன்பலனை எடுத்துரைக்க, அன்னம் போன்றவளே! கேட்பாயாக! என்றவாறு.

அன்னமும்பா லுடன்புசிப்பன் ராச்சியமும் லாபம்
 அதிகசுகம் தளகர்த்தர் அரசரபி மானம்
சொன்னபல கிராமமுடன் பூமி இலாபம்
 தூயநதி தீர்த்தமிவன் சென்றாடி வருவன்

பன்னுதமிழ் ஆராய்தல் புராணமிக்க கேள்வி
பகர்ந்தபிர சங்கத்தில் வாகனலா பமுமாம்
மின்னல்நிகர் சின்னவிடை மேலொசிந்து வாட
விம்மியெழுந் துயர்ந்ததன மெல்லியருக் கரசே. *(2) (415)*

(இ.ள்) மின்னலை ஒத்த மெல்லிய இடையானது மேலே அசைந்து வாடும்படியாக விம்மி பூரித்து உயர்ந்த தனங்களை உடைய மெல்லியர்களுக்கு அரசியாக விளங்குபவளே! சுக்கிரதிசையில் நற்பலனை வழங்கும் சந்திரன் திசையில், சாதகன், பாலன்னம் உண்ணுவான். அவனுக்கு இராச்சிய இலாபம் உண்டாகும். அதிக சுகங்களை அடைவான். தளகர்த்தனாக விளங்குவான். அரசருடைய நல்ல நம்பிக்கைக்குப் பாத்திரமாவான். பல கிராமங்களோடு பூமி இலாபம் பெறுவான். புண்ணிய நதிகளில் நீராடி வருவான். தமிழ் ஆராய்ச்சியில் ஈடுபடுவான். புராணங்களைப் பற்றிய அறிவு பெறுவான். பிரசங்கள் செய்வான். வாகன இலாபம் பெற்று வளமுடன் வாழ்வான் என்றவாறு.

கரைபொருந்து சசிநீச னாகியிருந் தாலும்
கருதுமஸ்த மனகிரகம் தன்னையடைந் தாலும்
குறையிருந்த சட்டாட்ட வியத்திலிருந் தாலும்
குறையாத தனநாசம் பரதேச கமனம்
விரைவாகும் அதிகபயம் மனவியாதி யாகும்
மிகுராசர் மந்திரியால் அதிவிரோத மாகும்
நறையாரும் பூங்குழலாய்! வடதிசையில் பயணம்
நலமித்திர நாசமுடன் அகாலமிர்த்து பயமே. *(3) (416)*

(இ.ள்) நறுமணம் மிக்க மலர்களையணிந்த கூந்தலையுடைய பெண்ணே! தேய்பிறை சந்திரன் நீசம் பெற்று இருப்பினும், அஸ்தமனம் பெற்றுள்ள கிரகங்களோடு சேர்ந்து இருந்தாலும், தீய வீடுகளாக ஆறு, எட்டு, பன்னிரண்டு ஆகிய இடங்களில் நின்றாலும் மிகுந்த அச்சாதகனுக்குத் தனநாசம் உண்டாகும். பிற தேசத்தைச் சார்ந்த பெண்களைச் சேர்பவனாக இருப்பான். மனதில் அதிக பயம் தோன்றும். மனவியாதியால் துன்பமடைவான். அரசர், மந்திரிகளிடம் பகை ஏற்படும். வடதிசை நோக்கிய பயணம் ஒன்றை மேற்கொள்ள நேரிடும். நண்பர்களிடம் விரோதம் உண்டாகும். மரண பயம் ஏற்படும் என்றவாறு.

மேதினியில் கேந்திரகோண லாபத்தில் தானும்
வீற்றிருந்தால் ராசசன்மா னம்தேசம் கிராமம்
நீதிமிகும் பூமிவெகு லாபமதுண் டாகும்
நிகழ்த்திலதி கீர்த்தியொடு சிவிகைவந்து சேரும்
ஓதரிய வஸ்திரா பரணமிக உண்டாம்
உரியதடா கங்கோபுரம் பிரதிட்டை செய்வன்
ஆதியிதின் புத்தியினில் சுகமத்திய கஷ்டம்
அந்தியத்தில் அதிகசுகம் ஆகுமெனக் கருதே. ***(4) (417)***

(இ.ள்) இப்புவியுலகில் திரிகோண கேந்திர வீடுகளான 1,4,7,10,5,9 ஆகிய இடங்களிலும், இலாபத்தானமான பதினோராம் இடத்திலும் இருப்பின், அச்சாதகன் அரசரிடமிருந்து பரிசுகளைப் பெறுவான். கிராமம் முதலான அதிக பூமி சேர்க்கை உண்டாகும். அதிக புகழோடு, பல்லக்கு வாகனத்தை உடையவனாக விளங்குவான். சொல்லுவதற்கு அரிய பட்டாடைகளும் விலையுயர்ந்த ஆபரணங் களும் கிடைக்கும். குளம், ஏரி முதலானவற்றை உருவாக்குவான். கோபுரங்களைக் கட்டி, தெய்வப் பிரதிட்டை செய்வான். இச்சந்திர புத்தியில் தொடக்கத்தில் சுகம் பெறுவான். இப்புத்தியின் மத்தியில் துன்பத்தை அடைவான். இப்புத்தியின் கடைசியில் அதிக சுகங்களைப் பெறுவான் என்றவாறு.

ஆக விருத்தம் 417

❖

9.4 சுக்கிரதிசை – செவ்வாய் புத்தி

வருமேகம் பெருமழைக்கோள் திசைதனிலே தீஅங்
காரகன்தன் புத்திபதி னான்மாத மாகும்
திருமேவு சுக்கிரர்க்குச் குசனந்தர்க் கதனாய்ச்
சேர்ந்தாலும் திரிகோணம் கேந்திரத்துற் றாலும்
குருநீச்ச வீட்டிலவன் உச்சம்பெற் றாலும்
கோதில்லாச் சொக்ஷேத்திர லாபமடைந் தாலும்
வருபலவா னுடனேதாங் கூடியிருந் தாலும்
வலியலக்னா திபன்கூடி டினும்இன்னங் கேளே.

(1) (418)

(இ.ள்) கரிய மேகக் கூட்டங்களைப் உருவாக்கும் பெரிய மழைக்கோளாகிய சுக்கிரனின் திசையில், செவ்வாய் புத்தி ஆண்டு ஒன்று, மாதம் இரண்டிற்கும் பலன்களாவன: சிறப்புப் பொருந்திய சுக்கிரனுடன் செவ்வாய் ஒன்றாகச் சேர்ந்து இருப்பினும், திரிகோண, கேந்திர வீடுகளான 1, 4, 7, 10, 5, 9 ஆகிய இடங்களில் நின்று இருப்பினும், குருவின் நீசவீடாகிய மகரத்தில் இந்தச் செவ்வாய் உச்சம் பெற்று விளங்கி இருப்பினும், குற்றமற்ற சொந்தவீடுகளில் நின்றாலும் பதினோராம் வீட்டை அடைந்திருந்தாலும், அவர்களுடன் கூடி இருந்தாலும், பலவானாக விளங்கும் இலக்கனாதிபதியுடன் சேர்ந்து இருந்தாலும் இதன் பலன்களைக் கேட்பாயாக என்றவாறு.

கூடியதோர் கர்மாதிபதி பாக்கியத் துடையோன்
கூடிடிலும் சுபக்கிரகம் கூடிடிலும் சுபரால்
நாடியே நோக்குறினும் ராசாபி மான
நன்லஷ்மி கடாஷமுண்டாம் நட்டமுற்ற பூமி
தேடியே இவளிடத்தில் வலியவந்த சேரும்
செழுமனையில் அதிகசுகம் புத்திரவுற் பத்தி
ஆடையா பரணமுண்டாம் நினைத்ததுகை கூடும்
மன்னர்சபை தனில்ராச பேட்டியுமுண் டாமே. (2) (419)

(இ.ள்) மேற்கூறியவையன்றி, ஒன்பதாம் இடத்திற்கு அதிபதி, பத்தாம் இடத்திற்கு அதிபதி இவர்களுடன் சேர்ந்து இருந்தாலும், சுபக்கோள்களால் பார்க்கப்பட்டாலும் அச்சாதகன், அரசருடைய நம்பிக்கைக்குப் பாத்திரமாவான். மிகுந்த செல்வம் வந்து சேரும். கைவிட்டுச் சென்ற நிலங்கள் மீண்டும் தானே வலிய வந்து சேரும். அனைத்து வசதிகளுடன் கூடிய வீட்டில் மிகுந்த சுகம் உண்டாகும். பிள்ளைகள் பிறக்கும். விலையுயர்ந்த ஆடை ஆபரணங்கள் கிடைக்கும். நினைத்தவை அனைத்தும் எண்ணியபடியே நிறைவேறும். செவ்வாய்க் கிழமைகளில் அரசரை நேரில் காணும் வாய்ப்பு வரும் என்றவாறு.

உண்டான சட்டாட்ட வியத்திலிவன் இருந்தால்
துயர்இராசர் விரோதமுறும் சமரில்லப செயமாய்
தண்டாத கிரகம்போம் குளிர்க்காய்ச்ச லுடனே
தலைவலியும் மனவியாதி தானதிக மாகும்

செண்டாடும் கேந்திரகோ ணத்தையடைந் தாலும்
குறித்ததொரு மூன்றினில்பன் னொன்றிலிருந் தாலும்
பண்டானுற் றிடுமொழியாய் பச்சிளநீ ரதனைப்
பழித்தபயோ தரத்திருவே பலாபலனைக் கேளே. (3) (420)

(இ.ள்) தேனைப் போன்ற இனிமை பயக்கும் மொழியையும், புதிதான இளநீரைப் பழிப்பது போன்ற தனங்களையும் கொண்ட அழகு வாய்ந்த பெண்ணே! தீய வீடுகளான 6,8,12 ஆகிய இடங்களில் செவ்வாய் இருந்தால், அச்சாதகனுக்கு அரசரிடம் விரோதம் தோன்றும். சண்டையில் தோல்வி அடைய நேரிடும். வீடும் கையை விட்டுப் போய்விடும். குளிர்க்காய்ச்சல், தலைவலி முதலான நோய்கள் அதிகமாகும். போற்றப்படுகின்ற நல்ல வீடுகளான 1,4,7,10,5,9 ஆகிய கேந்திர திரிகோண வீடுகளில் செவ்வாய் இருந்தாலும், குறிப்பான மூன்று, பதினோராம் இடங்களில் செவ்வாய் இருந்தாலும் அதன் பலனைக் கேட்பாயாக!

பலன்பொருந்தும் தருமசிந் தையுடனதிக கீர்த்தி
பதிவான மனையதனில் சோபனங்கள் நடக்கும்
நலன்பொருந்தும் தனதான்ய நாற்காலி லாபம்
தன்மனையில் திருசேரும் விவசாயம் பலிதம்
நிலம்பொருந்தும் இரண்டேழுக் கிவனாத னாகில்
நீங்காத பீடைவரும் கள்ளர்பயம் உண்டாம்
பலம்பொருந்தும் பரிகாரம் இடபமது தானம்
பிராமணருக் கீந்தாக்கா லதிற்சுகமுண் டாமே. (4) (421)

(இ.ள்) நன்மையான பலன்களைத் தரும். தரும சிந்தனையும் அதிகமான புகழும் உண்டாகும். வீட்டில் சுப காரியங்கள் நடக்கும். தனதானிய இலாபம் உண்டாகும். நல்ல பதவி கிடைக்கும். அனைத்துவித நன்மைகளும் உண்டாகும். விவசாயத்தில் நல்ல விளைச்சல் காணும். நிலங்களால் இலாபம் கிடைக்கும். செவ்வாய், இரண்டாம், ஏழாம் இடங்களுக்கு அதிபதியாக இருப்பின், மாறாத பீடை உண்டாகும். திருடர்களால் அச்சம் ஏற்படும். பிராமணர்க்குப் பசுவைத் தானமாகக் கொடுப்பது இதற்கு நல்ல பரிகாரமாகும். அதற்குப் பின்னால் துன்பங்கள் நீக்கி, சுகம் உண்டாகும் என்றவாறு.

ஆக விருத்தம் 421

❖

9.5 சுக்கிரதிசை – இராகு புத்தி

சுகமீறும் கவிதிசையில் ராகுபுத்தி அதுதான்
சொல்லில்முப்பத் தாறுதிங்கள் சுக்கிரர்க்கு ராகு
மிகவேயந் தர்க்கதனாய் மேவியிருந் தாலும்
வியன்கேந்திர லாபத்திரி கோணத்துற் றாலும்
செகமீதில் உச்சதா னத்திலிருந் தாலும்
செழுஞ்சுபர்க ளேயோக காரகர்கூடி னாலும்
தொகையான மூன்றுபதி னொன்றுபத் தாறினிலே
சுடர்பகைவ னுற்றிருக்கில் சொலும்பலன்கேள் மாதே.

(1) (422)

(இ.ள்) சுகத்தை நல்கும் சுக்கிரதிசையில், இராகுபுத்தி மூன்று ஆண்டுகளாகும். சுக்கிரனும் இராகுவும் ஒன்றாக இருப்பினும், நல்ல வீடுகளான 1,4,7,10,5,9 ஆகிய கேந்திர திரிகோண இடங்களில் இருந்தாலும், இலாபஸ்தானமான பதினோராம் இடத்தில் நின்றாலும், உச்சம்பெற்று இருப்பினும், நல்ல வளங்களைத் தரும். சுபக்கோள்கள் சேர்ந்து இருந்தாலும், யோகக்காரர்கள் சேர்ந்து இருந்தாலும், 3,6,10,11 ஆகிய இடங்களில் நின்றாலும் அதன் பலனைக் கேட்பாயாக என்றவாறு.

சொல்லுமிவன் புத்தியினில் இவன்சத்துரு நாசம்
சுகமதிகம் சந்தோஷம் அரசர்சன்மா னமுமாம்
வல்லபுத்தி ஆதியினில் சுகம்சுரநோ யுடனே
மனஸ்தாபம் உண்டாகும் மத்தியமந் தியத்தில்
நல்லதொரு ராசசன்மா னங்களும்உண் டாகும்
நாடியசுக் கிலபக்ஷ சசியாக இருந்தால்
செல்வமிகும் சிவிகையுறும் நிருதிதிசை அதனில்
சென்றரசர் பேட்டிதனில் நினைத்ததெல்லாம் தருமே.

(2) (423)

(இ.ள்) சுக்கிர திசையில் இராகு புத்தியில் பகைவர்கள் அழிந்து போவார்கள். மனதில் மிகுந்த சந்தோஷமும் உற்சாகமும் உண்டாகும். அரசர்களிடமிருந்து வெகுமதிகள் கிடைக்கும். இராகு புத்தியின் தொடக்கத்தில் சிறிதளவு சுகமும் சுரநோயுடன் மனஸ்தாபங்கள் உண்டாகும். இராகு புத்தியின் நடுவில், கடைசியில் அரசரிடமிருந்து

பரிசுகள் கிடைக்கும். இந்த இராகு வளர்பிறை சந்திரனுடன் கூடி இருந்தால், செல்வம் மிகுதியும் உண்டாகும் என்றவாறு.

மேலான பிராமணர்கள் பூசைபுண்ணிய தீர்த்தம்
மிகுந்துதவம் பாவியுடன் கூடினும்பார்த் தாலும்
மாலான சட்டாட்ட வியத்திலிருந் தாலும்
வருமசுபம் பிதுர்மாதுர் சனவியாதி யுடனே
நூலாய்ந்த பெரியோர்கள் இட்டசன விரோதம்
றுவலிரண்டே ழுக்கரவு னாதனாக இருந்தால்
பாலாரு மொழியுடையாய் சாதகர்க்குப் பீடை
பரிகார மதுசர்ப்ப சாந்திசெய்யில் சுகமே. ***(3) (424)***

(இ.ள்) பால்போன்ற மொழியினையுடைய பெண்ணே! பிராமணர் களுக்கு தானம் வழங்குதலும், புண்ணிய நீராடி மகிழ்தலும் தவமும் உண்டாகும். இராகு பாவியுடன் கூடியிருந்தாலும், பாவக்கோள்களால் பார்க்கப்பட்டாலும், தீய வீடுகளான ஆறு, எட்டு, பன்னிரண்டு ஆகிய இடங்களில் நின்றாலும் அசுப காரியங்கள் நடக்கும். தாய், தந்தை, உறவினர்களுக்கு நோய்களால் தீங்கு நேரிடும். இனிய உறவினர்களிடம் பகை உண்டாகும். இராகு, ஆகிய இரண்டு, ஏழாம் இடங்களுக்கு அதிபதியாக இருந்தால், சாதகர்க்குப் பீடை உண்டாகும். இதற்குச் சர்ப்ப சாந்தி செய்தல் பரிகாரம் என்று சோதிட நூலாய்ந்த பெரியோர்கள் கூறியுள்ளார்கள் என்றவாறு.

ஆக விருத்தம் *424*

❖

9.6 சுக்கிரதிசை – குரு புத்தி

சாந்தமுறும் அசுரர்குரு திசையதனில் அமரர்
குருவின்புத்தி திங்கள்முப் பதுடனி ரண்டாம்
பாந்தமுறும் சுக்கிரர்க்கு வியாழனந்தர்க் கதனாய்ப்
பதிந்திடினும் உச்சசொக்ஷேத் திரகேந்திரத் துரினும்
சேர்ந்தசுப ராசியினில் இருந்தாலும் பாக்கியம்
திகழ்தானத் துடையோனாய்ச் சிறந்தா லுந்தான்
ஏந்துமிள முலைமாதே பொன்னிருந்தா லுந்தான்
இதன்பலனை வகைவகையாய் இயம்பிடக்கேட் பாயே.
(1) (425)

(இ.ள்) இளமுலைகளை ஏந்தியுள்ள பெண்ணே! சாந்தமுள்ள அசுரகுருவான சுக்கிரனுடைய திசையில், தேவகுருவான குருவின் புத்தி ஆண்டுகள் 3, மாதங்கள் 8. சுக்கிரனும் குருவும் ஒன்றாகச் சேர்ந்து இருப்பினும், உச்சம், ஆட்சிபெற்ற வீடுகளில் நின்றாலும், நல்ல வீடுகளான 1,4,7,10 ஆகிய கேந்திர வீடுகளில் இருந்தாலும், 5,9 முதலான சுப இராசிகளில் இருந்தாலும், ஒன்பதாம் இடத்திற்கு அதிபதி, இரண்டாம் வீட்டிற்கு அதிபதி இவர்களோடு குரு சேர்ந்து இருந்தாலும் இதன் பலனை எடுத்துரைக்கக் கேட்பாயாக என்றவாறு.

இயம்புவன்கேள் அதிகசுகம் உள்ளோன் சீமை
இவர்க்குவரும் கிராமமதில் தான்யலா பமுமாம்
வயம்புனையும் அரசர்சன்மா னமும்தெற்குத் திசையில்
வரும்பிரயா ணத்தரசர் பேட்டியுமுண் டாகும்
கயம்புரவி சிவிகைமிகும் கேந்திரகோ ணத்தில்
கனகனிருந் தால்புத்திர களத்திராதி சுகமாம்
செயம்பொருந்தும் அதிகசந்தோ ஷங்களுமுண் டாகும்
சேலெனநீண் டேபரந்த செய்யவிழி மாதே. ***(2) (426)***

(இ.ள்) கயல்மீன்களைப் போன்று நீண்ட பெரிய செவ்வரியோடிய கண்களை உடைய பெண்ணே! நான் சொல்லுவதைக் கேட்பாயாக. இச்சாதகனுக்கு அதிக சுகம் வந்து சேரும். புதிய இடங்கள் கிடைக்கும். தானிய இலாபம் மிகுதியும் உண்டாகும். அரசரிடமிருந்து வெகுமதிகள் கிடைக்கும். தெற்கு திசையை நோக்கிய பயணம் ஒன்றை மேற்கொள்ள நேரிடும். அரசர்களை நேரில் கண்டு பேசும் வாய்ப்பு ஏற்படும். யானை, குதிரை, பல்லக்கு முதலான உயர்ந்த வாகனங்கள் உண்டாகும். நல்ல வீடுகளான 1,4,7,10,5,9 ஆகிய கேந்திர திரிகோண வீடுகளில் குரு இருந்தால் மனைவி மக்களால் சுகம் உண்டாகும். வெற்றி கிடைக்கும். மனம் மகிழ்ச்சியுடன் விளங்கும் என்றவாறு.

செய்யதொரு சட்டாட்ட வியத்திலிவன் இருந்தால்
செகராசர் சோரரால் அக்கினியால் பயமாம்
பையவரும் சண்டையிலே மனநோயுண் டாகும்
பதிவான மனைபோகும் பார்த்திபர்வி ரோதம்
துய்யவிரண் டேழினுக்கும் இவன்நாத னாகில்
துலையாத பீடைபரி காரமிட பந்தான்
வையகத்தில் மறையவர்க்கு தானம்உகந் தளித்தால்
வருமதிக சுகமெனவே வழுத்தினர்கற் றோரே. ***(3) (427)***

(இ.ள்) தீய வீடுகளான 6,8,12 ஆகிய இடங்களில் குரு இருந்தால் அரசராலும் கள்ளராலும் தீயினாலும் பயம் உண்டாகும். சண்டையின் காரணமாக மனநோய் உண்டாகும். வீடு கையை விட்டுப் போகும். அரசரின் பகைக்கு ஆளாக நேரினும். குரு, இரண்டு, ஏழு ஆகிய இடங்களுக்கு அதிபதியாக இருப்பின் பீடை உண்டாகும். இதற்குப் பரிகாரமாகப் பிராமணர்களுக்குப் பசுவைத் தானம் செய்ய வேண்டும். அதனைச் செய்தால் அதிகமான சுகம் உண்டாகும் என்று சோதிடக்கலையில் வல்ல சோதிடர்கள் எடுத்தோதி யுள்ளார்கள் என்றவாறு.

❖

9.7 சுக்கிரதிசை – சனி புத்தி

வழுத்தியசுக் கிரதிசையில் சனியபகா ரந்தான்
வருமாதம் முப்பதுடன் எட்டதனில் பலன்கேள்
அழுத்தமுடன் சுக்கிரர்க்குச் சனியந்தர்க் கதனாய்
ஆனாக்கால் அரசர்சன்மா னம்தீர்த்த தானம்
தெளித்ததர்ம தானமிக வுகந்தினிதாய்ச் செய்வன்
செப்பெனவே புடைத்தெழுந்து திரண்டு இளநீரைப்
பழித்தமுகக் கலசமென இளைஞர்கள் மார்பில்
பாயுமுலைக் கோடிசைந்த பதுமமலர் மாதே. *(1) (428)*

(இ.ள்) செம்பினைப் போன்று விம்மி எழுந்து திரட்சியுடன் இளநீரைப் பழிக்கும் அமுத கலசத்தை ஒத்து இளைஞர்களின் மார்பில் பாயக் கூடிய மலையை யொத்த தனங்களைக் கொண்ட தாமரை மலரில் வீற்றிருக்கும் திருமகளைப் போன்றவளே! சுக்கிர திசையில் சனிபுத்தி ஆண்டுகள் 3, மாதம் 2. சுக்கிரனும் சனியும் ஒன்றாகச் சேர்ந்து இருந்தாலும் அச்சாதகன் அரசர்களிடமிருந்து வெகுமதிகளைப் பெறுவான். புண்ணிய தலங்களுக்குச் சென்று புனித நீராடுவான். தான தர்மங்களை விருப்பத்துடன் செய்வான் என்றவாறு.

தேரினன்சேய் உச்சசொக்ஷேத் திரகோண கேந்திரம்
திகழ்மூலத் திரிகோண லாபத்தா னத்தில்
ஏறியிருந் தால்ராச சன்மானம் அவரால்
இசைவிருது பெற்றிடுவன் இராச்சியமும் இலாபம்

பாரதனில் களத்திரபுத்திர சௌக்கியமும் உண்டாம்
பற்றலர்கள் குலநாசம் அதிகீர்த்தி யாகும்
வாரிலங்கு கும்பமுலைப் பாரமிகுந் தொசித்து
வாடியபூங் கொடிபோலும் மருங்குலிளந்திருவே. (2) (429)

(இ.ள்) கச்சணிந்த செம்பினை ஒத்த தனங்களின் கனம் தாங்காது ஆடி வாடும் பூங்கொடியை ஒத்த மெல்லிய இடையினையுடைய இளமைப் பொருந்திய திருமகளைப் போன்று விளங்குபவளே! சனி, உச்சம், ஆட்சி பெற்று இருந்தாலும் நல்ல வீடுகளான 1,4,7,10,5,9 ஆகிய கேந்திர திரிகோண இடங்களில் இருந்தாலும், மூலத்திரிகோணத்தில் நின்றாலும், இலாபத்தானமான பதினோராம் இடத்தில் நின்றாலும் அரசர்கள் தரும் பரிசுகளைப் பெறுவார்கள். மேலும், அரசர் தரும் விருதுகளால் புகழ் பெறுவார்கள். இராச்சிய இலாபம் கிடைக்கும். மனைவி மக்களால் நன்மையடைவார்கள். மிகுந்த புகழைப் பெற்று உயர்ந்து விளங்குவார்கள். பகைவர்களின் குலம் நாசமடையும் என்றவாறு.

கொடிதான சட்டாட்ட வியந்தனிலே முடவன்
குலவியிருந் தால்புத்தி ஆதியிலே சௌக்யம்
படிமீதில் மத்தியிலந் தியந்தனிலும் கிலேசம்
பதிவான மூன்றுபதி னொன்றையடைந் தாலும்
நெடிதான பாக்கியகர் மத்ததிபதியா னாலும்
நீங்காத வடதிசையில் பிரயாண மதிலே
முடிராசர் பேட்டிதள கர்த்தமுமுண் டாகும்
முந்துவரும் ராச்சியலா பங்கள்மிகத் தானே. (3) (430)

(இ.ள்) கொடியனவான 8,6,12 ஆகிய இடங்களில் சனி நிற்குமாயின், புத்தியின் தொடக்கத்தில் சௌக்கியமும், புத்தியின் நடுவிலும் கடைசியிலும் மனக்கவலைகளும் உண்டாகும். 3,10,11 ஆகிய இடங்களில் சனி நின்றால், மிகுதியான பாக்கியங்கள் உண்டாகும். சனி, பத்தாம் இடத்திற்கு அதிபதியாக இருந்தால், வடதிசை நோக்கிய பயணத்தால் நன்மையுண்டாகும். அரசர்களை நேரில் கண்டு, முதன்மைப் பதவி பெறுவதுடன் இராச்சிய இலாபங்களும் மிகுதியாகக் கிடைக்கும் என்றவாறு.

9.8 சுக்கிரதிசை – புதன் புத்தி

தானவர்கள் புகர்திசையில் புதனபகா ரந்தான்
சாற்றியிடில் முப்பதுட னான்மாத மாகும்
மானபுகர்க் கறிவனந்தர்க் கதனா னாலும்
மதிஉச்ச சொக்ஷேத்திர கேந்திரத்துற் றாலும்
ஈனமிலாத் திரிகோண லாபத்துள் ளாலும்
இசையசரசர் சன்மானம் புத்திரரும் லாபம்
கூனலுறுஞ் சிவிகையுடன் நாற்காலி லாபம்
கூறுபுரா ணக்கேள்வி சோபமுண் டாமே. *(1) (431)*

(இ.ள்) அசுரர்களின் குருவாகிய சுக்கிரனின் திசையில், புதன் புத்தி ஆண்டுகள் 2, மாதங்கள் பத்து. சுக்கிரனுடன் புதன் ஒன்றாக இணைந்து இருந்தாலும், ஆட்சிபெற்று இருந்தாலும், உச்சம் பெற்று விளங்கினாலும் 1,4,7,10 ஆகிய கேந்திர இடங்களில் நின்றாலும் 1,5,9 ஆகிய திரிகோண வீடுகளில் இருந்தாலும், இலாபத்தானமாகிய பதினோராம் இடத்தில் நின்றாலும் புகழ்பெற்ற அரசர்களின் வெகுமதிகள் கிடைக்கும். புத்திர இலாபம் உண்டாகும். பல்லக்கு முதலான உயர்ந்த வாகன வசதிகள் ஏற்படும். நல்ல பதவிகள் கிடைக்கும். சாதகன், புராணங்களில் கல்வி கேள்விகளில் தேர்ச்சி பெற்று விளங்குவான். வீட்டில் சுபகாரியங்கள் நடைபெறும் என்றவாறு.

மேதையவன் லாபத்திரி கோணத்தில் தானும்
மிகுபலவா னுடன்கூடி வீற்றிருப்பா னாகில்
நீதிமன்னர் பேட்டியுடன் அதிகசுக மாகும்
நிகழ்த்திலவன் வாரத்தில் ராசபேட் டியுமாம்
சாதகர்க்கு நல்லநல்ல போசனமுண் டாகும்
சட்டாட்ட வியத்தினிற் துர்பலமாகப் பாவர்
தீதுறவே கூடியிடில் அவன்அபகா ரத்தில்
செய்யும்ப லன்கள்தனைச் செப்பவினிக் கேளே. *(2) (432)*

(இ.ள்) புதன் இலாபத்தானமாகிய பதினோராம் இடத்தில் அல்லது 1,5,9 ஆகிய திரிகோண வீடுகளில் சுபக்கோள்களுடன் இருப்பின், சாதகன், அரசரை நேரில் கண்டு பேசும் பெருமை அடைவதுடன் மிகுதியான சுகம் உடையவனாக விளங்குவான். புதன் கிழமைகளில் இத்தகைய நன்மைகள் மிகுதியாகும். நல்ல விருந்துகள் கிடைக்கும். புதன், தீய வீடுகளான 6,8,12 ஆகிய

இடங்களில் இருந்தாலும், நீசம், அத்தமனம் பெற்று இருந்தாலும், பாவர்களோடு சேர்ந்து இருந்தாலும் புதன்புத்தியில் செய்யும் பலன்களைக் கூறுவதைக் கேட்பாயாக என்றவாறு.

செப்பரிய சாதகர்க்குப் பருவிலங்குண் டாகும்
சிந்தைமிகக் கலங்கிவிடும் அகாலபோ சனமாம்
தப்பிதமில் லாப்புத்தி முற்பாதி சௌக்யம்
தான்பிற்பா தியினில்கஷ் டந்தருமிரண்டே ழுக்கே
இப்புதன்தான் அதிபதியாய் இருந்தாக்கால் பீடை
எய்துமது பரிகாரந் தான்வோமத் துடனே
மைப்படியும் விழிதுர்க்கா தேவிசெபம் செய்தால்
மாநிலத்தி லேயதிக மானசுகம் வருமே. ***(3) (433)***

(இ.ள்) சாதகருக்குச் சிறைவாசம் ஏற்படும். மனக்கலக்கத்துடன் அகாலவேளையில் உணவு உண்ண நேரும். இப்புத்தியின் முன்பாதியில் நன்மை உண்டாகும். பாக்கியங்கள் கிடைக்கும். பிற்பாதியில் கஷ்டங்கள் ஏற்படும். புதன், இரண்டு, ஏழாம் இடங்களுக்கு அதிபதியாக விளங்கினால் மிகவும் கெடுதல் நேரிடும். இதற்குப் பரிகாரமாக யாகங்கள் செய்ய வேண்டும். மேலும் துர்க்காதேவியின் கோயிலுக்குச் சென்று வழிபாடு செய்தால் அதிகமான சுகம் வந்தடையும் என்றவாறு.

❖

9.9 சுக்கிரதிசை – கேது புத்தி

கூறுமேசுக் கிரதிசையில் கேதபகா ரந்தான்
வருடமொன்று மாதமிரண் டதின்பலனை வழுத்தில்
சுரர்பகைவர் கேதந்தர்க் கதனாய்தோன் றிடிலும்
சுபாங்கிசத் துற்றாலும் அதிக சுகமாம்
வரநதியே முதலான தீர்த்தயாத் திரையாம்
வளர்புத்தி ஆதியிலே சகலசௌக் கியமாம்
பரவுமிவன் புத்ரமித்ர ராசவிரோ தமுமாம்
பகர்கடையில் வரும்பலனைப் பகருவன்பெண் ணமுதே.

(1) (434)

(இ.ள்) சுக்கிரதிசையில் கேது புத்தி ஆண்டு 1, மாதம் 2. சுக்கிரனுடன் கேது ஒன்றாக இருந்தாலும், சுபாங்கிசங்களில் கேது

நின்றாலும் அதிகமான சுகம் கிட்டும். புனித யாத்திரை சென்று புண்ணிய நதிகளில் நீராடிவரும் பாக்கியம் கிடைக்கும். கேது புத்தியின் தொடக்கத்தில் அனைத்து வசதிகளும் உண்டாகும். புத்தியின் மத்தியில் பிள்ளைகள் விரோதம் பாராட்டுவர். நண்பர்கள் பகைவர்களாவார்கள். அரச கோபத்திற்கு ஆளாக நேரிடும். புத்தியின் கடைசியில் வரக்கூடிய பலன்களைக் கூறுவதைப் பெண்கொடியே நீ கேட்பாயாக என்றவாறு.

தேவபூ சையுடனே உத்திராதி பயணம்
சேருமதில் செகராசர் பேட்டியுமுண் டாகும்
மேவுகளத் திரலாபம் கேந்திரகோ ணத்தில்
மிகுலாபத் தானத்தில் வீற்றிருக்கி லேனும்
மாவலுவாய்ச் சுபனுடனே கூடியிருந் தாலும்
வருஞ்சுபர்கன் பார்த்தாலும் மாற்றலரைச் செயிப்பன்
பூவுலகில் அரசரால் தனதான்ய லாபம்
பொருந்துமெனச் சோதிடர்கள் புகன்றதுதப் பாதே.

(1) (435)

(இ.ள்) சாதகன் இறைவழிபாடு செய்வான். வடதிசை நோக்கிய பயணம் ஒன்று மேற்கொள்ள நேரிடும். அப்பயணத்தின் பொழுது அரசர்களை நேரில் கண்டு பேசும் பெருமையுண்டாகும். மனைவியால் நன்மை உண்டாகும். கேது, இலாபத்தானமான பதினோராம் இடத்தில் இருந்தாலும், நல்ல வீடுகளான 1,4,7,10,5,9 ஆகிய கேந்திர திரிகோண இடங்களில் இருந்தாலும், உச்சம் பெற்று சுபனுடனே கூடி இருந்தாலும், சுபக்கோள்களால் பார்க்கப்பட்டாலும், பகைவர்களை வெற்றி காணுவான். அரசரால் நன்மைகள் பலவற்றையும் அடைவான். தனதானிய இலாபம் பெறுவான் என்று சோதிடக்கலையில் வல்ல சோதிடர்கள் கூறிய மொழி என்றும் தப்பாது என்றவாறு.

தப்பிதமாம் சட்டாட்ட வியந்தனிலே சுபனைச்
சார்ந்திடினும் சுபர்களால் தான்பார்க்கப் படினும்
இப்புவியில் அரசரால் சோரரால் தீயால்
இசைபயம் புத்திரநாசம் அதிகபயம் சிரநோய்
ஒப்பில்மன சஞ்சலமாம் களத்ரபுத்ர விரோதம்
உடன்பந்து சனகலகம் உண்டாகும் என்றே
மைபழகுங் குழல்மடவாய் பராசரமா முனிவன்
வடமொழியில் மொழிந்தபடி வழுத்தினர்கற் றோரே.

(3) (436)

(இ.ள்) கரிய கூந்தலையுடைய இளமையான பெண்ணே! கேது தீய வீடுகளான 6,8,12 ஆகிய இடங்களில் இருந்தாலும், சுபக்கோள்களோடு சேர்ந்து இருந்தாலும், சுபக்கோள்களால் பார்க்கப் பட்டாலும், அரசர்களாலும் திருடர்களாலும் தீயாலும் பயம் உண்டாகும். புத்திரர்க்கு அழிவு ஏற்படும். மனதில் பயம் ஏற்படும். தலைநோயினால் அவதிக்கு ஆளாக நேரிடும். மனதில் குழப்பம் தோன்றும். மனைவி, பிள்ளைகள் அனைவரும் பகைமை பாராட்டுவார். நெருங்கிய உறவினர்கள் கலகம் செய்வார்கள். இதனைப், பராசர மாமுனிவன் வடமொழியில் கூறியபடி இருமொழி அறிவு பெற்ற சோதிடக்கலையில் வல்ல அறிஞர்கள் எடுத்துரைத்துள்ளார்கள் என்றவாறு.

(வேறு)

வடமொழிப் படியே கேது வாக்கேழுக் கதிப னானால்
சடமதில் பீடை உண்டாம் தவிர்த்திட பரிகா ரந்தான்
திடமுட னேமிருத் யுஞ்ச செபமுடன் அசதா னந்தான்
குடமுலை மாதே செய்தால் கொடுத்திடும் சுகங்கள் தானே.

(4) (437)

(இ.ள்) கும்பம் போன்ற கொங்கைகளையுடைய பெண்ணே! கேது, இரண்டு, ஏழு ஆகிய இடங்களுக்கு அதிபனாக விளங்கினால் பீடைகள் உண்டாகும். இதற்குப் பரிகாரமாக மிருத்யுஞ்ச யாகம் செய்து, ஆட்டைத் தானமாக வழங்கினால் சுகம் உண்டாகும் என்று பாராசாரியமாகிய வடமொழி நூலில் கூறியுள்ளபடி எடுத்தோதப் பட்டுள்ளது என்றவாறு.

ஆக திசை ஒன்பதுக்கும் புத்தி – 81

பாராசாரியம் முற்றிற்று.

செய்யுள் முதற்குறிப்பு அகராதி

எண்: செய்யுள் எண்

அணங்கேகேள் சனிதிசை 281
அதிகமிகு குசன்திசை 125
அதிகீர்த்தி யுடனரசர் 214
அமுதரசே ஆதித்தன் 4
அரசரால் கீர்த்தி 408
அரசனார் திசையதனில் 231
அரசனிரண் டேழினுக்கு 180
அரிவையை யுடைய 321
அவமான மூன்றாறு 147
அவனிமகன் சட்டாட்ட 301
அறிவுடைய வாக்கேழு 26
அறிவுமிகும் புலவனும் 236
அன்னமும் பாலுடன் 415
ஆகாத காச்சலோடு 288
ஆகாத குசனீசன் 22
ஆகாத வாக்கேழு 245
ஆமிந்த புதன்திசையில் 354
ஆகுமே தனமாதம் 192
ஆகுமே பூராசர் 50
ஆதவனார் திசையதனில் 20
ஆதித்தன் திசையாறு 1
ஆதிமறை யவன்நீசம் 36
ஆமே சனிதிசையில் 273
ஆனதொரு உச்சசொசேத் 111
ஆனதொரு தேகசௌக்ய 216
இகலாரல் திசையதனின் 122
இப்படியே சட்டாட்ட 157
இயம்பக்கேள் சட்டாட்ட 83
இயம்பிய சட்டாட்ட 228
இயம்புகின்ற தேகசௌக்ய 410
இயம்புவன்கேள் அதிகசுகம் 426
இரவியினில் சனிபுத்தி 41
இனிதாகிய நரவாகன 274
இனிதான விவசாய 189
இனியதொரு மூன்றிருந்தால் 302
உடனான மூலத்திரி 396
உண்டாகும் அமரபக்க 13
உண்டாகும் இரண்டேழு 343
உண்டாகும் கேந்திர 392
உண்டாகும் சனிதிசையில் 279
உண்டாகும் லாபத்தா 57
உண்டாகும் வயிற்றுவலி 190
உண்டாகும் விவாகம் 71
உண்டாகும் ஸ்திரிமூலம் 208
உண்டான சட்டாட்ட 420
உண்டான நாற்காலி 85
உண்டான புதன்திசையில் 322
உரைகேந்திர கோண 275
உரைசெவ்வாய் இந்து 87
உரைத்த இந்துதிசை 104
உரைத்த சட்டாட்ட 239
உரைத்தமூன் றாறுபத்து 56

உரைத்தரவு சேய்சுப 126
உரைத்த விடம்பந்து 187
உரைத்திடு சட்டாட்ட 113
உரைத்திடும் வாக்கேழு 328
உரையாகும் திசையதனில் 168
உலகில்மிகு இராகுதிசை 169
உற்றகுரு திசையதனில் 226
உற்றதொரு சட்டாட்ட 342
உற்றராச் சியம்சுக 137
உற்றலக் னாதிபதி 299
உற்றிடும் வாக்கேழுக்கு 357
உற்றுவரும் பாக்கியத்தான் 370
எடுத்துரைக்கில் தனலாபம் 387
ஏறிவரும் வாகனத்தில் 324
ஓதியதோர் அந்தியத்தில் 106
ஓதியதோர் புத்ரகளத்திர 97
ஓதமா நெட்டீராறில் 79
ஓமழும் திலதத்தால் 297
ஓரைமிகு வாக்கினிலும் 138
ஓரையுறும் சட்டாட்ட 413
கடிதான சட்டாட்ட 402
கட்டமுறு மனவியாதி 172
கணிதமாம் சட்டாட்ட 317
கணிதரொடு கவிபல 244
கண்ணாகும் ஏழிரண்டில் 58
கருதரிய சட்டாட்ட 197
கருதரிய புத்திர 38
கருதியதோர் சட்டாட்ட 374
கருதியதோர் பாவியுடன் 352
கருதியபத் தாமிடத்து 109
கலகமிகு நோய்சேரும் 61
கறைபொருந்து சசி 416
கற்றுணர்ந்தோன் திசை 318

கற்றோர்கள் சொலும் 5
கனத்தகேந் திரகோணம் 371
கனராச ரால்நினைத்த 270
கன்னியே கிரகம் 74
காட்டிடும் இரண்டு 76
காணவே வாகனங்கள் 24
காராளன் திசையதனில் 332
காரியத்துடன் நிருதிமூலை 306
கிட்டிடு முன்பெண் 243
குணமாதித் தன்சந்திரன் 10
குவலயத்தில் புதன்திசை 325
குறித்திடுசட் டாட்டவிய 18
குறைவாகும் தனநாசம் 334
கூடாத மனஸ்தாபம் 159
கூடிடும் இரண்டில் 81
கூடிடும் சென்மத்தில் 287
கூடிடும் தனதான்யம் 365
கூடிடுமே கேதுதிசை 395
கூடியதோர் அஞ்சுபதி 34
கூடியதோர் இலக்கனத்து 300
கூடியதோர் கர்மாதி 419
கூடியதோர் பூரண 212
கூடிவரும் ராசாபிமானம் 105
கூடுமே தலைவலியும் 199
கூறியதோர் சிவபூசை 224
கூறியமூன் நாறுபத்து 171
கூறுமே சுக்கிர 434
கேடிலரவி யாழ்திசை 223
கேடிலாசசனி கேந்திர 139
கேடிலாச் சிவிகையொடு 132
கேடுறும் இரண்டேழ் 93
கேளாயினி அதிபாக்கியம் 276
கொடிதான இராசிதனில் 6

கொடிதான சட்டாட்ட 430
கொடியதொரு சனிதிசையில் 268
கொடியகேள் செவ்வாயில் 136
கொடுக்குமே மார்பதனில் 347
சகலபுவி தான்விளங்கும் 264
சத்துருவாம் புத்திரனும் 45
சந்திரன் திசையில் 65
சம்பத்துத் தருமிரண்டில் 32
சயபீடை யுடன்மனை 383
சாதகமாய் இவன்புத்தி 393
சாந்துமுறும் அசுரர்குரு 425
சாரமுறு இலக்கனாதி 280
சார்ந்த லக்னாதிபன் 116
சாற்றறிய புவிலாபம் 385
சிவிகையுடன் புதுக்கிரக 333
சுகமாகும் தனலாபம் 377
சுகமான இராகுதிசை 166,201
சுகமில்லாச் சனிதிசையில் 298
சுகமில்லாச் சூரியனில் 54
சுகமீறும் கவிதிசையில் 422
சுகமுடைய கிரகமதில் 241
சுகமுறு சனிதிசையி 308
செங்கதிரோன் திசையத 27
செந்திருவே சுபக்கிரக 403
செப்பரிய சாதகர்க்கு 433
செப்பிடும் சட்டாட்ட 303
செப்பிடுங்கால் கைதவறி 233
செப்பியதோர் இரண்டினிலே 315
செப்பியதோர் ஒரு மூன்றில் 25
செப்பியதோர் கேதுவினில் 382
செப்பியதோர் தனநாசம் 368
செப்பிய பரதேசத்தில் 68
செப்புகின்ற சசிபுத்தி 337

செப்புநர வாகனமும் 117
செயமாகும் அற்பசௌக்கி 323
செயமான வாகனத்தா 42
செயமான வியாழதிசை 221
செயமிகுந்த கீர்த்தியுடன் 282
செயமில்லாச் சட்டாட்ட 253
செய்யதொரு இராகுதிசை 206
செய்யதொரு சட்டாட்ட 427
செய்யசுப கிரகமது 37
செய்யதொரு களத்ர 188
செய்யதொரு குருதிசையில் 240
செய்யதோர் கவிதிசையில் 405
செய்யதோர் தேகாரோக்யம் 78
செய்யமதி திசையதனில் 89
சேயவனும் சுபாங்கிசமாய் 124
சேராத இரண்டேழுக்கு 250
சேராது தீயபலன் 17
சேருமொரு வாக்குத்தான 378
சேர்ந்திடுநற் கேந்திரதிரி 327
சேர்ந்திடும் பனிரெண்டில் 310
சொல்லரிய உச்சசொசேத் 355
சொல்லரிய பாக்கியத்தான் 367
சொல்லரும் சுகம் 360
சொல்லிய இரண்டேழுக்கு 103
சொல்லிய திசையில் 69
சொல்லியதோர் குருதிசையில் 251
சொல்லியதோர் நீச 186
சொல்லியிடும் குருதிசையில் 256
சொல்லும் இராகுதிசை 211
சொல்லுமிவன் புத்தியினில் 423
சொல்லுவாய் சட்டாட்ட 205
சொன்னசெய் மதிதிசை 155
சொன்னதொரு கேந்திர 412

சொன்னதொரு வாகனத்தான் 196
சோதிடர் ஆய்ந்தபடி 350
சோதிடரர் ஆய்ந்து 3
சோதியுறு புகர்சையில் 414
தங்கியதோர் கேதுதிசை 366
தப்பாத கேந்திரகோணம் 341
தப்பாது சட்டாட்ட 144
தப்பிதமாம் சட்டாட்ட 436
தருகாதா னெட்டினில் 55
தருங்கேது திசை 373
தருமேநல் கலைவஸ்திர 252
தலத்திலே இராகுதிசை 181
தனதான புதன்சையில் 348
தனதான லக்கனத்தோன் 101
தனதான்யம் கேந்திர 398
தனதான்ய வஸ்திரா 320
தனித்தழூன் நாறுபத்து 345
தாமுறுஞ் செவ்வாய் 119
தாமேயும் உச்சசொசேத் 11
தாயாதி கலகமுடன் 225
தாரணியில் இராகுவுக்கு 285
தாரணியில் திரிகோண 164
தாரமிகும் புத்திரர்க்கு 148
தாலமதில் கிராமமொடு 265
தானமுறும் இராகுவினில் 174
தானமுறும் கேதுதிசை 386
தானமொரு ராசபிமான 102
தானவர்கள் புகர்சையில் 431
தானறி வித்தை 67
தானான அட்டமத்தில் 14
தானான இராகுதிசை 191
தானான ஒன்பது 35
தானான கடகமதில் 170
தானான குருதிசையில் 260
தானான பந்துசன 381
தானான வஸ்திரம் 96
தானியலா பழுடனே 127
தானெனும் ஆறெட்டு 80
திடமான கேதுவினில் 369
திடமான சந்திரனில் 98
திடமான லக்கனாதி 150
திடமுடனே இரண்டேழு 118
திடமுடைய சட்டாட்ட 384
திரமான சகோதரங்கள் 267
திருந்தாத காரமுறும் 283
திருமதிக்குப் புதன்சையில் 344
திருவாழும் இராச்சிய 182
திருவிளங்கிய லக்கனாதி 305
திருவேகேள் இராகுதிசை 215
திருவேகேள் சிவிகையுடன் 293
திருவேகேள் சுபனுடனே 179
திருவேநா லுக்குடையோன் 9
தினகரன் பகைதிசையில் 195
துக்கமிகும் சண்டையுறும் 91
துணையில்லா வாக்கே 394
தூயதொரு சட்டாட்ட 219
தேசுறு வாக்கில் 389
தேடாத சட்டாட்ட 134
தேரினன்சேய் உச்ச 429
தேவபூசை யுடனே 435
தேனையை மொழிமாதே 163
தொடருமே தலைவலி 340
தொடியார் தாரகை 246
தோகையரே! பந்து 30
தோஷமில்லா ரவிதிசையில் 47
நங்கையருக் கரசேதான் 326

நல்லதிரி கோணத்தில் 406	பதியில்லாப் பீடைதலை 289
நல்லதொரு பானுவுட 33	பயமாகும் அரசரால் 135
நல்லதொரு புதன்திசையில் 329	பயமான அவமிருத்து 86
நல்லதொரு லாபத்தா 46	பயமிலாக் கள்ளர் 359
நற்கேது திசைதனிலே 400	பயமிலா லக்னாதி 23
நாகரிக முறுமனையில் 391	பயமுறும் சட்டாட்ட 403
நாசமில்லாச் சட்டாட்ட 372	பயமுறும் இரண்டே 353
நாசமில்லாத் தென்திசையில் 213	பராசனார் உரைத்தபடி 263
நாசமில்லாப் பாக்கிய 407	பலமிகுந்த இலாச 29
நாசமுறும் அன்னியர்கள் 290	பலமுறவே தனதானிய 146
நாசமுறும் கடகசிங்க 346	பலனாகச் சுபக்கிரகம் 335
நாசமுறும் கிரகமதில் 177	பலனான கேந்திர 95
நாசமுறும் சட்டாட்ட 39	பலனான தனதான்ய 257
நாசமுறும் தேயமித்த 128	பலனிலா சட்டாட்ட 319
நாசமுறும் ரெண்டேழில் 64	பலனுதவும் காலிதந்தி 380
நாசமுறும் விதவையுடன் 261	பலனூறு தெய்வபக்தி 73
நாசமுறும் விவசாய 351	பலனூறு மிரண்டேழு 291
நாமமுறு செய்திசையில் 145	பலன்பொருந்தும் தரும 421
நிகரிலிந்து திசை 114	பலிதமில் மிருக 361
நிலத்திலே பிறந்தவன் 141	பவமிகு இரண்டேழுக்கு 313
நீசருடன் பகையுமுறும் 248	பாவியுடன் இதுகூடில் 294
நூலோர்கள் சொன்னபடி 154	பீடையாகிய அட்டமம் 200
நேசமுறும் செவ்வாயில் 130	பீடையில்லாத் திரிகோண 204
நேயமிகும் சாதகனு 237	புகலுகின்ற தோர்பாவி 307
நேரான உச்சகேந்திர 90	புண்ணியவான் தனக்கு 176
பகர்வன்கேள் மேதினிலா 62	புதன்திசையில் செவ்வாயின் 338
பகர்ந்ததொரு சட்டாட்ட 397	புவிமீதில் சட்டாட்ட 156
பங்கமிகு சட்டாட்ட 203	பூங்கிளியே சந்திரனில் 107
பங்கயநண் பன்திசையில் 59	பூங்குழலே பாம்பேழாம் 88
படிமீதில் பெண்பிறக்கும் 185	பூமிமகன் சுபனோடே 259
படிமீது திரிகோண 112	பூமியிலே தடாகமுடன் 194
பண்ணாகா பரண 175	பூவினில் சட்டாட்ட 242
பண்ணிய செயதனில் 160	பூவையரே சட்டாட்ட 51

பெண்ணமுதே கவிநீசம் 110
பெண்ணமுதே கேந்திரகோ 249
பெண்ணே கேள் இரவி 375
பெண்ணேகேள் ஒன்பதாம் 316
பெருகுமுச்சம் அடைந்த 309
பெறவுச்ச சேத்திரம் 131
பெற்றிருக்கும் உச்சமுற்றால் 198
பேசியசெவ் வாய்நோக்கம் 232
பேணாத சட்டாட்ட 331
பொருந்திநிற்கும் சட்டாட்ட 63
பொருந்துமே நரவாக 363
பொற்புறும் உச்சம் 120
பொன்னவனார் திசை 238
போகாது பத்தினில் 15
மங்கையே இவனுச்ச 312
மங்கையே சனியில் 304
மங்கையே பூரண 162
மடக்கொடியே கேது 390
மணியாரம் புனைராச 339
மணியேகேள் வாக்காதி 401
மதித்திடு கேந்திரகோண 82
மதித்திடும் சட்டாட்ட 230
மதியாத வாக்கதனில் 108
மத்தியம் இரண்டேழி 220
மயிலேகேள் கவிபுத்தி 153
மயிலே கேள் காரிபுத்தி 44
மயிலே கேள் புகர்திசை 409
மறையவர்கள் பூசையினால் 284
மறையும் கேது 358
மறைவில்லா ஆறெட்டில் 151
மறைவில்லாக் கேந்திரம் 143
மறைவில்லா லக்கனாதி 330
மாதடோடுறு பிதுர்செளக் 311

மாதுடைய புதன்திசை 314
மாதேகேள் அதிகசுபம் 167
மாதேகேள் இலக்கனம் 8
மாதே கேள் ராசசன் 48
மாதே சட்டாட்ட 399
மாதே நீசத்தி 100
மாமதி வாக்கில் 66
மாமதி யதனில் 70
மாமறையோன் அப 40
மானேகேள் இவன் 411
மானேகேள் செய்திசை 149
மானேறும் விழிமயிலே 2
மின்னிடையாய் இராச 173
மின்னிடையாய் சனிதிசை 292
மின்னேகேள் அதிக 271
மின்னேகேள் காரி 7
மின்னேகேள் வாக்குதனில் 19
மின்னேநீ இன்னும்கேள் 133
முன்னான சுபக்கிரக 183
முன்னூலின் படியிரண்டே 53
மெய்யார் செங்கேது 376
மேதினி அதனில் 356
மேதினியில் அரசரால் 140
மேதினியில் சசிதிசையில் 84
மேதினியில் கேந்திர 218,266,417
மேதினியில் சட்டாட்ட 193
மேதையவன் லாபத்திரி 432
மேதையுறு நீசனாய் 142
மேலாகும் அரசரால் 161
மேலான சொக்கூத் 202
மேலான சுபகருமம் 16
மேலான சுபகிரகம் 28
மேலான பிராமணர்கள் 424

மேவியதோர் அபகார 184
மேவியதோர் ஒன்பதுக்கு 152
மேவிடும் வாக்கினில் 254
மேவு பூரணமாய் 72
மேவும் மூன்றினில் 362
மேன்மையிலா சட்டா 121
மேன்மைசேர் இரண்டே 255
யோகமிகு தான 12
வகுத்ததொரு திசைநாத 209
வகுத்த ராசர் 364
வகுத்திடு சட்டாட்ட 234
வகுத்திடும் பாலன்ன 99
வகுத்துரைக்கில் தனதா 158
வகுத்தோர் சொலும் 277
வகையாம் சந்திரன் 94
வகையுடனே பூமி 21
வடநூலின் மொழிப்படி 222
வடமொழிப் படியே 439
வந்தவன்தான் சட்டாட்ட 258
வந்திடுமே சிறிதிடத்தில் 178
வந்திடுமே ராச்சியமும் 92
வருங்கடையினிலே 278
வருமேகம் பெருமழை 418
வருமேதான் இவன்புத்தி 129
வருமேநல் லிரவிபுத்தி 115
தரு நீசமஸ்த 123
வல்லதொரு உச்சசொ 349
வல்லதோர் இரண்டேழுக்கு 296
வழுத்திய சுக்கிரதிசை 428
வழுவில்லா இலாசசன்மா 207
வனமிகு ஆறுளோனும் 75
வாகன பிதுர்த்தான 49
வாடாத சனிதிசையில் 286

வாதாடும் சட்டாட்ட 217
வான்மதி திசையில் 77
விடமுண்டாம் வியாதி 388
விலங்குவரும் தனநாசம் 43
விலங்குடனே சத்துரு 247
விளம்பதோர் இராச்சி 227
வீணையுடையவன் கோண 235
வெய்யதொரு சட்டாட்ட 336
வெய்யவன்தன் மகன்புத்தி 229
வேகமிகு மத்தியத்தில் 52
வேலுந்திரை வாழுங்கடல் 272